முட்டிக்குறிச்சி

முட்டிக்குறிச்சி

சோலச்சி

எழுத்து
பிரசுரம்

Title: Muttikkurichi
Author's Name: Solachy

Published by Ezutthu Prachuram

Ezutthu Prachuram
(An imprint of Zero Degree Publishing)
No. 55(7), R Block, 6th Avenue,
Anna Nagar,
Chennai - 600 040

Website: www.zerodegreepublishing.com
E Mail id: zerodegreepublishing@gmail.com
Phone: 89250 61999

Ezutthu Prachuram First Edition: October 2023
ISBN: 978-93-95511-87-2
TITLE NO EP: 459

Cover Design & Layout: Vijayan, Creative Studio

தன்னுடைய வருவாயில் பெரும்பகுதியை ஏழை எளிய மாணவச்
செல்வங்களுக்கு வழங்கி அவர்களின் வாழ்வில் ஒளியேற்றி
தாயாக வாழ்ந்துகொண்டிருக்கும் பணிநிறைவு பெற்ற
தமிழ் விரிவுரையாளர் எங்கள் அம்மா
நா.விஜயலெட்சுமி அவர்களுக்கு இந்நூல்...

உங்களுடன் ஒரு நிமிடம்....

வாழும் போதே பணம் சம்பாதிக்க வேண்டும். சொத்து சேர்க்க வேண்டும். மாளிகை கட்ட வேண்டும். உல்லாச வாழ்க்கை வாழ வேண்டும் என்று ஒவ்வொருவரும் எண்ணுகின்றனர். ஒவ்வொருவருக்கும் ஒவ்வொரு விதமான ஆசை. ஆசைகள் அனைத்தும் நிறைவேறுகிறதா என்றால் கேள்விக்குறியாகதான் அமையும். ஏனெனில் ஆசைகள் என்பது முடிவில்லாப் பயணத்தைத் போன்றது.

என்னைப் பொறுத்தவரையில் காடு கரடு ஏரி குளம் என்று எல்லா இடங்களையும் சுற்றிப் பார்க்க வேண்டும். உறங்கி எழும்போது கூட, பசுமையான நினைவுகளைச் சுமந்து உறங்க வேண்டும். பசுமையான நினைவுகளுடன் எழ வேண்டும் என்று நினைக்கக் கூடியவன்.

கொரோனா பெருந்தொற்று காலத்தில் உலகமே உயிருக்கு பயந்து நடுங்கிக் கொண்டிருந்தது. எண்ணற்ற உறவுகள் உணவில்லாமலும் மருந்தில்லாமலும் தவித்து வந்த நிலையில் மனிதநேயம்மிக்க பலர் தம்மிடம் உள்ள சேமிப்பினை மக்களுக்கு உணவாகவோ, மருந்தாகவோ, உடையாகவோ, பணமாகவோ வழங்கி உதவி செய்து வந்தனர்.

அந்த வகையில் புதுக்கோட்டையைச் சேர்ந்த பெரும் குணம் படைத்தவர்கள் பலரும் கொரோனா பெருந்தொற்று காலத்தில் தங்களால் இயன்ற உதவியை மற்றவர்களுக்குச் செய்து வந்தனர். அந்த நேரத்தில் நானும் என் அருமை தோழர் வனச்சரகராகப் பணியாற்றிக்கொண்டிருக்கக் கூடிய பி. தாமோதரன் அவர்களும் ஐநூறு குடும்பங்களுக்கு மேல் எங்களால் இயன்ற உதவியையும் மற்றவரிடம் பெற்றும் உதவி செய்து வந்தோம்.

அவருடைய மகிழுந்தில் காய்கறிகளையும் உணவுப் பொருட்களையும் ஏற்றிக் கொண்டு வீடு வீடாகக் கொடுத்து வந்தோம். வாகனத்தில் செல்கின்ற பொழுது "ஐயா ஏதாவது கதை சொல்லுங்கள்" என்று என்னிடம் கேட்டார். அப்பொழுது நான் எழுதி வைத்த நாவல் ஒன்றின் கதையை அவரிடம் கூறினேன். ஆவலுடன் கேட்டுக் கொண்டே வந்த அவர், "இந்தக் கதை நல்லா இருக்கு ஐயா. ஏன் இதை புத்தகமா எழுதக்கூடாது" என்று கேட்டார்.

'இதை எழுதி முடித்து வெகு நாட்கள் ஆகிவிட்டன' என்றேன். அந்த நூல் வெளிவருவதற்கு இவ்வளவு காலம் ஆகியிருக்கிறது என்பதை இப்போது எண்ணிப் பார்க்கின்றேன்.

இந்த நாவலை 2018 ஆம் ஆண்டு எழுதி முடித்திருந்த நிலையில் எல்லோரின் பார்வைக்கு இப்போது ஸீரோ டிகிரி பப்ளிஷர்ஸ் மூலமாக நூலாக வெளிவருவது மகிழ்ச்சிக்குரியது.

அறுபடை வீடுகளில் ஒன்றான பழனி மலைப்பகுதியில் கோடைகாலமான மே காலங்களில் சுற்றித் திரிந்து அந்தப் பகுதியில் அமர்ந்து எழுதியதுதான் இந்த நாவல்.

இந்த நாவல் முன்னொரு காலத்தில் வாழ்ந்த மக்களின் வாழ்வியலைச் சொல்லும். இந்த நாவலை வாசிக்கின்ற பொழுது உங்களுக்குள் எண்ணற்ற மரங்கள் உங்களிடம் பேசும். உங்களுக்குத் தெரிந்த அல்லது தெரியாத எண்ணற்ற பறவைகள் உங்கள் தோளில் அமர்ந்து விளையாடும். நீங்கள் பார்த்த அல்லது பார்க்காத மூலிகைகள் உங்களின் உடல் ஆரோக்கியத்திற்குத் துணை நிற்கும். பாரம்பரிய உணவுகளை உண்டு மகிழ ஒரு வாய்ப்பாகக் கூட இந்த நாவல் அமையலாம். மறந்துபோன அல்லது நேரமில்லை என ஒதுக்கி வைக்கப்பட்டிருந்த நிலையில் பாரம்பரியச் சமையலை உங்களுக்குக் கற்றுத் தரலாம்.

ஒவ்வொருவருக்கும் எழுத்து எவ்வளவு முக்கியமோ அதேபோல் ஒவ்வொருவரும் ஆரோக்கியமாக வாழ வைத்தியமும் தெரிந்திருக்க வேண்டும் என்கிற அவசியத்தை உங்களுக்குள் வலியுறுத்தலாம். யார் மேல் தொடக்கூடாது, யாருடன் பழகக் கூடாது என்று புறம் தள்ளி ஒதுக்கி ஒடுக்கி வைத்திருந்தீர்களோ அவர்கள் மீது அன்பு கொண்டு எல்லோரும் மனிதர்கள்தான் என்ற நிலையை உருவாக்கி உங்களுக்குள் ஒரு சகோதரத்துவத்தை, சமத்துவத்தை, சமூக நீதியை நிச்சயமாக உருவாக்கலாம்.

எல்லோரையும் திருப்திப்படுத்தி வாழ வேண்டும் என்பது இயலாத ஒன்று. ஏனெனில், இந்த வாழ்க்கை இயற்கை நமக்கு அளித்த வரம். நம்முடைய வாழ்க்கையை நாம்தாம் வாழ வேண்டும். இந்த வாழ்க்கையில் பிறருக்குத் தீங்கு விளைவிக்காத வண்ணம், பிறரின் அடிப்படை உரிமைகளைத் பறிக்காத வண்ணம் வாழ்ந்து காட்ட வேண்டியது ஒவ்வொருவரின் தலையாய கடமை.

இந்த நாவல் என்னுடைய முதல் முயற்சி. நான் எழுதிய முதல் நாவலும் இதுதான். இதை நீங்கள் நாவலாக பார்க்கலாம் அல்லது வெறும் கதையாக பார்க்கலாம், வாழ்வியலாகப் பார்க்கலாம், அல்லது உங்களுக்கான பாடமாகப் பார்க்கலாம். நீங்கள் எப்படிப் பார்க்க விரும்புகிறீர்களோ அப்படி உங்கள் இதயத்திற்குள் உட்கார்ந்து ஆழமாக உங்களோடு பயணம் செய்யும் என நம்புகிறேன்.

எதை எழுத வேண்டும் என எண்ணுகிறேனோ அதை எனக்கான நேரம் கிடைக்கும் பொழுது எழுதி வருகின்றேன். அதை வாசித்து உங்கள் இதயக் கரங்களில் ஏந்திக் கொண்டாடுவதும் கொட்டிக் கீழே தள்ளுவதும் உங்கள் கைகளில்தான். எழுதுவது என்னுடைய உரிமை. சமூகத்தின் ஏற்றத்தாழ்வுகளைச் சரிசெய்ய மக்களின் அடிப்படை உரிமைகளுக்காக உங்களோடு எனது எழுத்தும் நானும் துணை நிற்போம்.

நன்றி!

பேரன்புடன்
சோலச்சி

solachysolachy@gmail.com

1

“கோழி கூப்புட எந்திரிச்சு காலார காடுகரை பக்கம் போயிட்டு பொழுதுக்கு முன்னாடி கெளம்புனாதான் வெக்கையடிக்கிறதுக்குள்ள ஊருநாட்டுக்குப் போய்ச்சேர முடியும். இவன் என்னடானா பேந்தபேந்த முழிச்சுக்கிட்டுருக்கான். நேத்து வந்த ஏம்மருமக விட்டியா பறக்குது. சிட்டா வேலப் பாக்குது. அந்த ஆம்பள மாறி துடுக்குனு வரமாட்டியோ...” சொல்லிக்கொண்டே எதையோ துணியில் கட்டினாள் பாலாயி.

வெள்ளி மறைந்து வெகு நேரமாகியிருந்தது. விடியலை கீழ்வானம் உதித்துக்கொண்டிருந்தது. கூரையிலிருந்து குதித்து ஓடிய சேவல் க்கேக்கேக்கேக்..... என்று பெட்டைக் கோழியின் அருகே ஒருக்கணச்சு நடனமாடி உச்சந்தலையில் வலிக்காமல் கொத்தியது. சேவலின் செயலுக்கு முரண்டுபிடிப்பதுபோல் காட்டினாலும் சேவலுக்காகவே காத்திருந்ததைப்போல் காட்டிக்கொண்டது பெட்டைக் கோழி. உஸ்.... என்று விரட்டுவதுபோல் பாவனை செய்த பாலாயி இருவரையும் வெளியில் அழைத்தாள்.

வேப்பந்தழை நான்கைந்து இனிக்கிக்கொண்டு வாசலுக்கு வந்து சேர்ந்தாள் நாரங்கி. பொன்னழகியின் கூந்தலில் வேப்பந்தழைகளை சொருகினாள். கிழக்குப் பக்கமாகத் திரும்பி கண்களை மூடி

“அய்யா....சின்னப்புள்ளைகள நீதான் பத்தரமா பாத்துக்கணும். எந்தக் கொறையும் இல்லாம இந்தக் குடும்பம் தழச்சு நிக்கணும். தொணைக்கி ஒன்னய விட்டா எங்க சனத்துக்கு யாரு இருக்கா. நீதாம்பா காப்பாத்தணும்” கைகளைத் தரையில் குனிந்து கும்பிட்டாள். கீழேயிருந்து மண்ணை அள்ளி “நம்ம பட்டவன் எப்பவும் தொணைக்கி வருவான்ய்யா” அழகப்பனுக்கும் பொன்னழகிக்கும் நெற்றியில் பூசிவிட்டாள். தானும் பூசிக்கொண்டாள்.

‘எனக்கு இந்த யோசனை தோணல’ என்றாள் பாலாயி. ‘யாரு செஞ்சா என்ன. அதப் பேசுற நேரமா இது... பச்சப்புள்ளைக கௌம்பட்டும். நல்ல சொல்லு நாலு சொல்லி அனுப்பி வைப்போம்’ என்றாள் நாரங்கி.

“ஏன் எதுக்குனு கேள்வி கேக்காம உப்புப்பாறைக்கி கெழக்குப்பக்கமாவே கூட்டிப்போ...” சின்னஞ்சிறுசுக பாறையில ஏறிப்போகும்போது கால்ல இட்டுக்கிட்டா என்ன பண்றது என நினைத்துக் கொண்டவள்... ஆள் மறையும் வரை வாசலில் நின்று பார்த்துக்கொண்டிருந்தாள் பாலாயி.

காலைக் கதிரவனின் வேகத்தை வெண்மேகங்கள் புடைசூழத் தடுத்து சிறைபடுத்திக் கொண்டிருந்த வேளையில் அடர்ந்த காடுகளின் ஒத்தையடிப்பாதையில், கைவிரல்களைப் பிணைத்துக் கொண்டு பொன்னழகியும் அழகப்பனும் வயல்நாட்டிலிருந்து இடையாத்தூருக்கு நடைப்பயணமாய்ச் சென்றுகொண்டிருந்தனர். பொன்னழகிக்கு திருமணம் முடிந்து பிறந்த ஊருக்குச்செல்லும் முதல் பயணம் இது.

பிறந்த ஊருக்குச் செல்வதென்றால் பெண்களின் மனம் ரெக்கைகட்டிப் பறக்கும். ஒத்தவயது தோழிகளிடம் என்ன பேசலாம்..? உடன்பிறந்தவர்களிடம் என்ன பேசலாம்..? யார் யாரைப் பார்க்கலாம்...? என மனசுக்குள் பெரும் கோட்டையே கட்டி சுமந்து செல்வர். பல நேரங்களில் பிறந்த ஊரில் பசி மறந்து பேசிக்கொண்டு இருக்கும் சூழ்நிலையும் உருவாகும்.

சில பொழுதுகளுக்கு முன்புவரை தோழிகளுடன் ஓடியாடித் திரிந்துவிட்டு தற்போது அழகப்பனுக்கு மனைவியாக மாறியிருக்கிறாள். அதற்காக பழையன கழிந்திட முடியுமா...? சில பொழுதுகள் வாழ்ந்த வாழ்க்கையின் இனிமையினை ருசித்துக்கொண்டே

வாழ்க்கை முழுவதும் பயணிக்கப் போகும் அழகப்பனின் இடது கைவிரல்களுக்குள் தனது வலது கைவிரல்களை பிணைத்துக்கொண்டு செல்கிறாள்.

அழகப்பனின் இடது தோள்பட்டையில் கேப்பை ரொட்டி முடிச்சு தொங்கியது. பொன்னழகியின் கக்கத்தில் கடகாப்பொட்டி இருந்தது. அதில் கருப்பட்டி கலந்த கேப்பை புட்டும் கொஞ்சம் தானியங்களும் தனித்தனியே முடிச்சுப்போட்டு இருந்தன. பிறந்த வீட்டுக்குச் செல்லும்போது வெறுங்கையோடு செல்வதா...? என்று பாலாயிதான் இந்த ஏற்பாடைச் செய்திருந்தாள்.

யாராவது துணைக்கு வரலாம்ல என்று கேட்டபோது "ஆமப்பா... இன்னும் சின்னப்புள்ளனு நெனப்போ. எட்டுக்குத்துக்கு ஆளாகி வளந்து நிக்கிற. வேற துணை கேட்குதோ. உன் துணைக்குத்தான் என் மருமக வந்துருச்சே. சின்னஞ்சிறுசுக தனியா போனாதாய்யா நாலு எடத்த பாத்துக்கிட்டே சிரிப்பும் வெளையாட்டுமா போக முடியும்" என்றாள்.

யாரையாவது துணைக்கு அனுப்பி விடுவார்களோ என்று பயந்துதான் அழகப்பன் கேட்கிறான் என்பதைப் புரிந்துகொண்டு "ஏம்பா... நா ஓம் அம்மாய்யா..." என்று சொல்லி அவனது கன்னத்தைக் கிள்ளி தனது விரல்களுக்கு முத்தம் கொடுத்தாள். அழகப்பன் சிரித்துக்கொண்டான். தாயின் அன்புக்கு ஈடேது.

"இம்பூட்டு தொலைவு எம் மருமகளாள தூக்கி வர முடியாது. சோமாத்தியா இருக்க அப்பப்ப நீ தூக்கிக்கிட்டு நடய்யா." சொல்லித்தான் அனுப்பி இருந்தாள் பாலாயி. கடகாப்பொட்டியோடு சேர்த்து பொன்னழகியையும் தூக்கிச் செல்லும் மனநிலையில்தான் அழகப்பனும் இருந்தான்.

அழகப்பன் தோளில் கிடந்த கேப்பைரொட்டி நடக்கும்போது முதுகில் மோதி தக்தக்கென இசையை வழங்கியது. வழியில் செல்லும்போது பசியெடுத்தால் சாப்பிடுவதற்காகத்தான் கேப்பைரொட்டியை செய்து கொடுத்திருந்தாள் பாலாயி. இருவரது பேச்சின் ஊடாக வந்து செல்லும் கேப்பை ரொட்டியின் இசையை ரசித்துக் கொண்டே சென்றனர்.

பொன்னழகியை அணைத்தவாறு பேசிக்கொண்டே சென்றான்.

வான் வெளியில் பறக்கும் பறவைகளின் ஒலியும் மரங்களின் மெல்லிய காற்றும் ரசிப்பதற்கு இனிமையாக இருந்தது. ஆட்காட்டி பறவை ஆக்ஆங்...ஆக்ஆங் என வானில் பறந்து கத்திக்கொண்டே வந்தது. இருவரையும் பார்த்த கானாங்கோழிகள் தலைதூக்கிப் பார்த்துக்கொண்டே புதர்களுக்குள் ஓடி ஒளிந்தன. க்கொவ்... க்கொவ்... என கத்திக்கொண்டே கௌதாரிகளும் வேகமாய் நடைபோடுவதும் பறப்பதுமாக இருந்தன. வழிநெடுகிலும் தனக்குத்தெரிந்த செடிகளின் பெயர்களையும் பறவைகளின் பெயர்களையும் இருவரும் மாறிமாறி சொல்லித் தெரிந்து கொண்டனர்.

கொடிவேலி... கண்டங்கத்தரி... மூக்கிரட்டைக் கொடி... மலை வேம்பு.... களாக்காய்செடி... ஊணாங்கொடி... கண்ணுவலிப்பூ கொடி....இண்டமுள்ளு.....

சாம்பல் புறா.... பச்சைக்கிளி.... ஆட்காட்டி குருவி.... பாக்கு வெட்டி குருவி.... கரிச்சான் குருவி... இப்படிச் சொல்லிக் கொண்டே போனபோது நீர்க்காக்கையைப் போலவும் நாரையைப் போலவும் உடலமைப்புடைய செறகுகள் கூட்டமாய் வானத்தில் பறந்து சென்றன.

“இந்தச் செறகுகள் பொல்லாதவை. நெலா வெளிச்சத்துல வயலுக்குள்ள எறங்கி நண்டு நத்தைய திங்கிறமுனு இருக்குற பயித்தையெல்லாம் நாசம் பண்ணிப்புடும். ஏதோ.... வடக்கிச்சீமைப் பக்கத்துலருந்து ரொம்பநாளா பயணப்பட்டு வருதுகளாம். இங்க வந்து நம்ம தண்ணிக்காட்டுல தங்கி வயிறுமுட்ட தின்னு முட்டப்போட்டு குஞ்சு பொறிச்சு கூட்டிக்கிட்டுப் போயிருதுங்க. இதுக மட்டும் வெள்ளாமையில எறங்கிறாம வெலக்கெண்ண ஊத்திப் பத்தவச்சு ராத்திரி பூரா பாத்துக்கிட்டு இருக்கணும்...” சொல்லி பெருமூச்சு விட்டாள் பொன்னழகி.

வானில் பறந்து போகும் செறகுகளையும் பொன்னழகியின் கண்களையும் மாறிமாறிப் பார்த்தான். அவளின் இமைகள் படபடவென அந்தச் செறகுகளின் றெக்கையைப் போல் அடித்துக் கொண்டிருந்தன.

வேகமாய் நடந்து பழக்கப்பட்டவன் அழகப்பன். வாழ்வில் முதன்முதலாக நடப்பது எப்படி என்று பொன்னழகி வழியாகக் கற்றுக்கொண்டு இருக்கின்றான். பொன்னழகியின் கால்கள்

மண்ணில் படுகிறதா என்று ஒவ்வொரு முறையும் உற்றுப்பார்க்க வைக்கும் அளவுக்கு அவளது நடை இருந்தது. வனாந்திரத்தில் நடக்கும்போது பெருவிரலை ஊன்றி நடக்கவேண்டும். அதேநேரத்தில் சருகுகளுக்குள் கால்களை வைத்துவிடாமலும் பார்த்துக்கொள்ள வேண்டும். பொன்னழகியின் வேகத்துக்கு ஏற்றாற்போல் தனது நடையை மாற்றிக்கொண்டான். இதனால் சில நேரங்களில் கால்கள் பின்னிக்கொண்டு விழும் நிலையும் உருவானது. அப்போதெல்லாம் பொன்னழகியின் கைகள்தான் அழகப்பனைத் தாங்கிப் பிடித்தது.

“என்னை சிறைபிடிக்க வந்துவிட்டு என் சிறைக்குள் விழுந்துவிட்டீர்கள். ம்.....உங்கள் கால்களுக்கும் கண்கள் இருக்கிறது என்று நினைக்கிறேன். அதனால்தான் என் கால்களைப் பார்த்தே நடக்க ஆரம்பிக்கிறது” சொல்லிச் சிரித்துக்கொண்டாள்.

பலரும் சென்று வந்த பாதையில் பயணிக்க வேண்டுமானால் பெரிய மரங்கள், மேடு பள்ளங்கள், பாறைகள் என அடையாளங்களின் வழியாகத்தான் எப்போதுமே பாதையை அமைத்திருப்பார்கள். அதில் சரியான அடையாளங்களை கவனத்தில் கொண்டு பயணித்தால்தான் சரியான இடத்துக்கு போய்ச்சேர முடியும். இல்லையென்றால், வனாந்திரத்துக்குள் திக்குத்திசை தெரியாமல் மாட்டிக்கொண்டு வழிமாறிச் சென்றுவிட வாய்ப்புகள் அதிகம். வழித்துணைக்கான அடையாளங்களை விட்டு விலகிவிடாமல் காதல் சுகம் பருகி நடந்து சென்றனர்.

காடுகளின் தலையில் வகிடு எடுத்தது போல் இருக்கும் ஒத்தையடிப்பாதையில் புள்ளிமான் ஒன்று புலியோடு கதை பேசி செல்கிறதே..! அழகப்பனின் பேச்சுக்கு ‘இச்’ கொட்டியவள் அந்தப் புலி இப்போது வேட்டையாடிய மகிழ்ச்சியின் உச்சத்தில் இருக்குமே என்று உதடுகளை நனைத்து எச்சில் விழுங்கினாள்.

எச்சில் ஊறுகிறதா...?

ம்... எங்கேயோ தொரட்டிப்பழம் வாசனை மூக்கைத் துளைக்கிறது. அதேநேரத்தில் பழத்தின் மீது வண்டுகளின் படையெடுப்பு நடப்பதும் கேட்கிறதே... பொன்னழகி சொற்களைக் கூர்தீட்டினாள்.

“ஒல்லை நாட்டுக்காரி உன்னிடம் என் சொற்கள் தவம்தான் கிடக்க வேண்டும். வெல்ல முடியுமா...? ஓம் மூக்க பக்கத்துல கொண்டு

வாயேன். நா மோந்து பாக்குறேன்.” நடனமாடும் மெல்லிடையின் மேனியை மெதுவாய் சுண்டினான். தீண்டலில் கண்களை மூடி சுகத்தை உள்ளிழுத்துக் கொண்டிருந்தாள். மனைவி கேட்டுவிட்டால் மலையை தூக்கவும் அஞ்சக்கூடாது. தொரட்டிப்பழம் இருக்கும் திசை நோக்கி விரைந்தான். காதல் மயக்கம் கடலில் மூழ்கி முத்தெடுக்கவும் செய்யும் விண்ணில் பறந்து வெண்ணிலவை வட்டமடிக்கவும் செய்யும். மெல்லிடையில் சுண்டியதால் ஏற்பட்ட தீயானது அவளின் உடலெங்கும் பரவியது. வெட்கத்தில் நீராடிக்கொண்டே “பாத்துப் போங்க” என்றாள்.

“பாத்துப் போங்க” அந்த சொல் பனியில் நனைந்து வெடவெடத்துப் போக வைத்தது. கண்களை சிமிட்டி குளிரை தக்கவைத்துக்கொண்டு புதர்களை நீக்கி முன்னேறினான். கிளியின் அழகினை ஆயுதமாய் வைத்துக்கொண்டு தொரட்டிப்பழக் கொடியானது காட்டுமரம் ஒன்றில் படர்ந்திருந்தது.

மீன் விழிகளை விழுங்கியது போல் தொரட்டிப்பழங்கள் பழுத்துக் கிடந்தன. முட்களைத் தீண்டாமல் கைகளை நுழைத்து கையளவு பறித்தான். தொரட்டிப்பழத்தின் வாசனை அழகப்பனின் வாயில் நீரூற்றை ஏற்படுத்தியது. எச்சிலை விழுங்கினான். வாசனையில் கலந்த எச்சில் சுவையாக இருந்தது. விரும்பியவள் உண்ணாமல் சுவையை உள்ளிழுப்பதா...? வேண்டாம் என எச்சிலைத் துப்புவதற்கு எண்ணினான். கட்டுக்கடங்காத நீரூற்றை அணைகட்டி எங்கு திருப்புவது. வாசனையை உள்ளிழுத்துக்கொண்டான். பனிபோர்த்திய உடலில் மேலும் குளிரை வரவழைத்தது.

தொரட்டிப்பழத்தின் வாசனையை அசைபோட்டபடி பாறையொன்றில் உட்கார்ந்திருந்தாள் பொன்னழகி. போருக்குச் சென்று வாகை சூடி வலம் வரும் வீரனைப்போல் வந்து நின்றான். குவித்து வைத்திருந்த கைகளை மெல்ல விரித்தான். பழங்களைப் பார்த்ததும் பகலென்றும் பாராமல் அவளது உதட்டில் வெண்ணிலா வட்டமடித்தது. சுண்டுவிரலில் தொரட்டிப்பழத்தின் முள் கீறி தனது இருப்பை பதிவு செய்திருந்ததால் ரத்தம் வழிந்துகொண்டிருந்தது.

காதலில் மூழ்கிக் கிடந்தவனுக்கு சுண்டு விரலில் இருந்து ரத்தம் வருவது தெரியாமல் போனது. பொன்னழகி சுண்டு விரலைத் தொட்டு காயத்தைப் பார்த்தபோதுதான் ரத்தம் வழிவதையே உணர்ந்தான்.

என்னால்தான் உங்களுக்கு இந்த நிலைமை..? வீட்டிற்குச் செல்லும்போது ரத்தக்காயத்தோடு செல்வதா என்று நாலாபக்கமும் ஓடினாள். ‘எதற்காக ஓடி அலைகிறாள். விரலைத் துடைத்துவிட்டால் காயம் இருப்பதே தெரியாது’ என எண்ணினான்.

புதர் ஓரமாய் நாகறிஞ்சி செடி முழங்கால் உயரத்திற்கு வளர்ந்திருந்தது. ஒரு கைப்பிடி இலைகளைப் பறித்து உள்ளங்கையில் வைத்து கசக்கினாள். ‘இதெல்லாம் காயம் என்று சொல்லி என் வீரத்தை சோதிக்கிறாய். வீடு போவதற்குள் காய்ந்துவிடும்’ என்றான். அழகப்பன் சொல்வது எதையும் அவள் உள்வாங்கிக் கொள்ளவில்லை. ‘சிறியதோ பெரியதோ காயத்தை காயம் என்றுதான் எங்கள் ஊருநாட்டில் சொல்வார்கள்’ சொல்லிக்கொண்டே இலைகளை கசக்கி காயத்தில் ஊற்றினாள். ரத்தம் கசிவது உடனே நின்றது. காயம்பட்ட இடத்தில் எவ்வித வலியும் இல்லை என்பதை உணர்ந்தான்.

“நீ செய்த மாயம் என்ன..? வலியே இல்லையே” என்றான். “ம்... அது நான் செய்த வைத்தியம். அது எப்படி வலிக்கும்” சொல்லிக்கொண்டே அழகப்பனின் மார்பில் சாய்ந்து கொண்டாள். வியர்வையின் வாசமும் பழத்தின் வாசமும் இரண்டறக் கலந்து புதிய வாசனையொன்றை பிரசவித்துக் கொண்டிருந்தது.

அழகப்பனின் தோளில் சாய்ந்துகொண்டே ஒவ்வொரு பழமாய் எடுத்து சுவைக்கத் தொடங்கினாள். அழகப்பனோ அவளது உதடுகளைச் சுவைப்பதும் விரல்களை சுவைப்பதுமாய் இருந்தான். உதடுகள் நான்கும் சுவைப்பதில் குளிர்ந்து போன கதிரவன் தானாய் மேகம் போர்த்தி இளைப்பாறியது.

மேகப்போர்வையை விலக்கி இருவரையும் கதிரவன் நோட்டமிட்டபோது வெகுதூரம் நடந்து சென்றிருந்தார்கள். அழகப்பனின் இடது கைகளுக்குள் சிக்கியிருந்த தனது வலது விரல்களை விசும்பியபடி வேகமாய் ஓடியவள் அருகிலிருந்த மணல் மேட்டில் ஏறிக்கொண்டாள். ஒன்றும் புரியாதவனாய் தனது பிடியிலிருந்து விடுவித்து ஓடியவளைப் பின்தொடர்ந்து தானும் அந்த மணல் மேட்டில் ஏறிக்கொண்டான். அவளது கண்களை உற்றுப்பார்த்தபடி நின்றான். அவனுக்கு மூச்சுவாங்கியது. ஒரு கண்மாய் நீரை ஒரே கையால் அள்ளிக் குடித்துவிடும் வறட்சி உண்டானது. இயல்பாய் நின்று மெல்லியதாய் சிரித்தாள். நாக்கு

குளிர்ந்து எச்சில் ஊறி உதடுகளைச் சப்பினான்.

“நீங்க எப்ப பாத்தாலும் ஏம்புட்டு நெனப்புலயே இருக்கீங்களா... அதான் ஒத்தயடிப்பாதை கூட வகிடு எடுத்தமாறி இருக்கு. கைய உதறிட்டு ஓடி வரவும் என்னம்மா மூச்சுவாங்குது. இங்கேருந்து நாம போகப்போற பாதையப் பாருங்க. மலைப்பாம்பு ஒண்ணு உடம்ப நீட்டி ஒய்யாரமா படுத்திருக்கது மாறி தெரியும்.” தலைகுனிந்து வலதுகால் கட்டை விரலால் அரைவட்டம் வரைந்தாள். அவளின் தோள்பட்டையில் கைகளை வைத்து மீதி வட்டத்தை கண்களால் வரைந்தான்.

2

பொன்னழகிக்கும் அழகப்பனுக்கும் சிறிது நேரம் மூச்சைத்தவிர வேறெந்தப் பேச்சும் எழவில்லை. காற்று மோதி கண்களைத் திறந்தனர்.

“என்ன பேச்சக் காணோம்...”

உதடுகளைப் பிதுக்கி கண்களால் அம்புவிட்டு பொன்னழகியைத் தோளில் சாய்த்துக் கொண்டிருந்தான். விழி அம்புகளுக்குள் சிக்கிய பொன்னழகி “இதைவிட ஒசந்தது ஒண்ணு காட்டப்போறேன்.” சொல்லிக்கொண்டே நேர் எதிரே தெரிந்த மலையொன்றைக் காண்பித்தாள்.

‘அது என்ன மலை’ என்பது போல் கேட்டவளிடம் ‘தெரியாது’ என்பதாக தலையாட்டினான்.

காளைமாடும் கானாங்கோழியும் ஒன்றன்பின் ஒன்றாக மேற்கு திசை நோக்கி படுத்துக்கொண்டு எதையோ எட்டிப் பார்ப்பது போல் இருந்தன.

“இந்த மலையை காளைக்கோழி மலைனு சொல்லுவோம். இங்கதான் மலைத்தேனு நெறையா கிடைக்கும். ஒரு துளி தேன் நாக்குல வச்சா... அது நாளுபூரா சுவையா இருக்கும். எங்க ஊரு வேட்டைக்காரங்க காளைக்கோழிமலை தேனுதான் உசுருனு சொல்லுவாங்க.”

ஒரு துளி தேனை எடுத்து பொன்னழகியின் நாக்கில் வைத்து அந்தச் சுவையை ருசிக்க வேண்டும்போல் இருந்தது, அழகப்பனுக்கு. காளைக்கோழிமலையைப் பற்றி நிறையவே கேள்விப்பட்டிருக்கின்றான். காளைக்கோழிமலையில் தேன் வளம் நிறைந்து கிடப்பதால் அந்த மலையை சிலர் தேன்மலை என்றும் அழைப்பதுண்டு. அழகப்பனோ தேன்மலை என்றே அறிந்திருந்தான். இருந்தாலும், பொன்னழகி என்ன சொல்கிறாள் என்பதை அறிவதற்காக எதுவும் தெரியாதவனாய் தலையாட்டினான். தேன்மலை என்றே கேள்விப்பட்டிருந்த அழகப்பனுக்கு மலை உச்சியில் காளைமாடு, கானாங்கோழி என்பது புதிதாக இருந்தது. மலையையும் பொன்னழகியையும் மாறிமாறி பார்த்தவன், காளைக்கோழி மலை என்றே தனக்குள் சொல்லிக்கொண்டான். பொன்னழகி சொல்வதெல்லாம் சுவையாகவே இருந்தது.

காளைக்கோழிமலையின் வடக்குப்பக்க குகையில் சிலைவெட்டி சித்தர் என்பவர் பல்லாண்டு காலம் தங்கியிருந்து மலை உச்சியில் இந்த இரண்டு சிலைகளையும் செதுக்கினார். யாரும் அவர்கிட்ட போயி பேசுயதே இல்லை. பொழுது விடியுறதுக்குள்ள மலை உச்சியில ஏறுறவரு ராத்திரிக்கித்தான் இறங்குவார். அவரோட உளிச்சத்தம் சுத்துப்பட்டுல உள்ள ஊருநாட்டுக்கே கேட்கும். ஒருநாள் அவரோட உளிச்சத்தம் கேட்கவே இல்லை. எல்லாரும் ஓடிப்போய் பாத்தாங்க. மலை உச்சியில யாரோ சின்னதா படுத்துருக்கது தெரிஞ்சது. அன்னக்கிப் படுத்தவருதான் அப்பறம் காலம்பூரா எந்திரிக்கவே இல்ல. அவரு செதுக்குன காளையவும் கானாங்கோழியவும் கும்புட ஆரம்பிச்சவங்க அவரையும் நெனச்சு கும்புட்டாங்க.

தன்னைறியாமல் பொன்னழகியின் கண்களில் கண்ணீர் வழிந்தது. அந்த சித்தரோட பேரு ஊருநாடு எதுவும் யாருக்குமே தெரியாது. சிலையை செதுக்குனதால சிலைவெட்டி சித்தர்னு எல்லாரும் பேருவச்சாங்க... சொல்லிக்கொண்டே கைகளைக் கூப்பி நெற்றிக்கு நேராக வைத்து கும்பிட்டாள். அழகப்பனும் அவனை அறியாமல் கைகூப்பி வணங்கினான்.

‘ஒரு மனுசன் இவ்ளோ பெரிய மலையில ஏறி என்னம்மா நின்னு செதுக்கிருப்பாரு. காத்துமழைக்குக் கூட அச்சமில்ல. வெயிலு

கொட்டோகொட்டுனு கொட்டியிருக்குமே... அன்னந்தண்ணி ஆகாரத்துக்கு என்ன பண்ணிருப்பாரு. ம்... அவரு சித்தருங்குறதால ஏதாவது மூலிகைய பறிச்சுத் தின்னுருப்பாரோ. மலையில நாலாபக்கமும் அந்தரத்துல தொங்கித்தான் செதுக்கணும். ஏதாவது மந்தரம்மாயத்தாலயா செதுக்க முடியும். பசி மயக்கத்துலதான் மலையிலயே படுத்தவாக்குல உசுரு போயிருக்கணும். என்ன நெனச்சு அத செதுக்கிருப்பாரு' தனக்குள் யோசித்தவனாய் மலையைப் பார்த்த அழகப்பன் மீண்டும் மீண்டும் காளைக்கோழிமலை என்று சொல்லி மகிழ்ந்தான்.

“என்ன நீங்களே பேசிக்கிறீங்க...” என்று அவளது தலையால் அவனது தோள்பட்டையை உரசி இயல்பு நிலைக்குக் கொண்டு வந்தாள். சிலிர்த்து நின்றான் அழகப்பன்.

இன்னும் எவ்வளவோ அருமைபெருமை எல்லாம் இருக்கு.... என்று மேலும் பேசத் தொடங்கினாள். அவளது கண்களையே உற்றுநோக்கிக்கொண்டு இருந்தான். ஆக்ங்ங்....ஆக்ங்ங்..... ஆக்காட்டி பறவையொன்று இவர்களை வட்டமடித்துவிட்டு கத்திக்கொண்டு பறந்தது.

“அந்த மலையின் கூப்பிடு தொலைவில் இருக்கும் செம்பொட்டலில்தான் எங்கள் ஒல்லைநாட்டை ஆண்ட கார்வேந்தனுக்கும் குன்றுநாட்டு அரசன் தனஞ்செய்வேலனுக்கும் போர் நடந்துச்சு” சொல்லிக்கொண்டே இமைகளை உயர்த்தி காளைக்கோழிமலையின் உச்சியைப் பார்த்தாள். உடலெங்கும் வேர்த்துப்போய் புகழ்மாலை சூடி அரியணையில் உட்காரப்போகும் அரசியைப் போல் நின்றிருந்தாள்.

காளைக்கோழிமலையில் இருக்கும் தேன் மருத்துவ குணம் மிக்கது. நுனி நாக்கில் வைக்கும் போது ஒரு சுவையும் தொண்டைக்குள் இறங்கும்பொழுது இன்னொரு சுவையுமாக இருக்கும். இப்படியொரு சுவை வேறு எந்தத் தேனிலும் கிடைக்காது. அதனால் காளைக்கோழிமலையில் இருக்கும் தேனை எடுப்பதற்கு அண்டை நாட்டுக்காரர்கள் போட்டி போட்டுக் கொண்டு இப்போதும் வருவார்கள். தேன் எடுக்க வருபவர்கள் ஒல்லை நாட்டு அரசரிடம் அனுமதி பெற்றுத்தான் செல்வார்கள். தேனுக்கு ஈடாக வேறொரு பொருளைக் கொடுத்துவிட்டுச் செல்வது வழக்கம்.

காளைக்கோழிமலையின் தேன் வளத்தைக் கண்டு பொறாமைப்பட்ட தனஞ்செய்வேலன் தேனீக்களைக் கொல்வதற்கு தீப் பந்தங்களோடு படையைத் திரட்டி வந்தான். தேனீக்களை அழித்துவிட்டால் ஒல்லை நாட்டுக்கு தேன் மூலம் வரும் வருமானம் பாதிப்படையும் என்று கருதினான். தனஞ்செய்வேலன் தீ பந்தங்களோடு வருகிறான் என்ற செய்தியை ஒற்றர்கள் மூலம் கேள்விப்பட்டு படைகளோடு செம்பொட்டலில் காத்திருந்தார் கார்வேந்தன்.

ஒல்லைநாட்டு வீரர்கள் வில், அம்பு, ஈட்டி என ஆயுதங்களைத் தாங்கி நின்றனர். வீரர்களுக்கு அம்புகளை வழங்கக்கூடிய பணியாளர்கள் கூர்மையாக்கப்பட்ட மூங்கில் குச்சிகள் ஒவ்வொன்றிலும் நாகதாளி என்று சொல்லக்கூடிய கத்தாழையின் நீளமான முட்கள் ஐந்தாறு வைத்து இறுகக் கட்டிக்கொண்டு இருந்தனர். கார்வேந்தனின் படைகளை தனஞ்செய்வேலன் சற்றும் எதிர்பார்க்கவில்லை. கார்வேந்தனின் கத்தாழை முள் அம்புகளுக்குத் தாக்குப் பிடிக்க முடியாமல் தனஞ்செய்வேலனின் படை தீப்பந்தங்களையும் ஆயுதங்களையும் அங்கேயே போட்டுவிட்டு உயிர்பிழைத்தால் போதுமெனப் பின்னோக்கி ஓடியது. செங்குருதி சொட்டச்சொட்ட தனஞ்செய்வேலன் செம்பொட்டலிலிருந்து குதிரைகளைத் திருப்பிக் கொண்டு ஓடினான்.

“என் வாழ்நாளில் ஒருமுறையேனும் காளைக்கோழிமலை ஏறி காளமாட்டோட முதுகையும் கானாங்கோழியின் கொண்டையையும் தடவிப் பாத்துறணும்” தனது ஆசையைச் சொல்லிக்கொண்டு இருக்கும்போதே அழகப்பனின் கைகள் அவளது கூந்தலுக்குள் உட்புகுந்து தழுவிக்கொண்டிருந்தது. பொன்னழகியின் கைகள் அழகப்பனின் முதுகை வருடிக்கொண்டிருந்தது.

ஆள் அரவமற்ற ஒத்தயடிப்பாதைதான் என்றாலும் கீதாரிகள் வலம் வருவார்கள். ஆடுகளுக்கு இந்த வழித்தடம்தான் மேய்ச்சலுக்கு உகந்தது. புதிதாய் மணமானவர்கள்... காதலின் சுவையைச் சுவைக்கத் தொடக்கியவர்கள்... எச்சில் ஊறத்தானே செய்யும். அதனால்தான் சுவைப்பதும் நடப்பதுமாய் இருக்கிறார்கள்.

3

பேதை, பெதும்பை, மங்கை, மடந்தை, அரிவை, தெரிவை, பேரிளம்பெண் என பெண்களின் பருவத்தை ஏழாகப் பிரிப்பார்கள். ஒன்று முதல் எட்டுவயது பேதை, ஒன்பது முதல் பத்து வயது பெதும்பை, பதினொன்று முதல் பதினான்கு வயது மங்கை, பதினைந்து முதல் பதினெட்டு வயது மடந்தை, பத்தொன்பது முதல் இருபத்து நான்கு வரை அரிவை, இருபத்தைந்து முதல் இருபத்தொன்பது தெரிவை, முப்பது வயதுக்கு மேல் பேரிளம் பெண் என்பார்கள்.

பொன்னழகியோ பன்னிரெண்டு வயது மங்கையாக இருந்தாள். ஒரு காலைப் பொழுதில் தன் தோழிகளுடன் இடையாத்தூரிலிருந்து காளைக்கோழி மணிக்கு செல்ல திட்டமிட்டாள். பிறந்ததிலிருந்து அந்த மலையைப் பார்த்துக் கொண்டிருக்கிறாள். ஒரு நாளும் சென்றதே இல்லை. நீண்ட நாள் ஆசை இன்று நிறைவேறப் போவதை எண்ணி தனக்குள் மகிழ்ச்சி அடைந்தாள். அவளது உள்ளம் பூரித்து மகிழ்வதை அவளது அழகான கண்கள் காட்சிப்படுத்தின...

“இந்த வயசுல எப்புடி நம்மால பயப்படாம போக முடியும். அந்த மலைல நரிக நெறையா இருக்குதுனு எங்கப்பா சொன்னாங்க. நெறைய ஆடுகள அதுக வேட்டையாடி எலும்பக்கூட விட்டதில்லையாமே.

அதுவுமில்லாம காட்டெருமை மொரட்டு மொரட்டா நிக்குதாமே" அஞ்சினாள் அடைக்கி.

"ராத்திரில நரிக ஊளையிடுறத கேட்கும்போதே எனக்கு ஈரக்கொளையே நடுங்கிடும். நேர்ல பாத்தேனு வையி பாவாடைல மூத்தரம் போய்ருவேண்டி" பெருமூச்சுவிட்டாள் உலகநாயகி.

"எத்தன நாளைக்கித்தான் நாம மாட்டுக்கறியவே திங்கிறது. இன்னக்கி நரியோட எலும்ப கடிச்சிற வேண்டியதுதான். நம்ம ஏழுபேருக்கும் ஏழு நரி சிக்குச்சுன்னா எப்புடி இருக்கும்னு நெனச்சுப்பாத்தா காட்டாத்து வெள்ளத்த கட்டியணச்சு குளிக்கிறமாறி இருக்கு" பொன்னழகி சொல்லும்போது எல்லோருக்கும் தென்றல் வீசுவது போலிருந்தாலும் காட்டுக்குள் பெண்களாகவே செல்வதென்பது சிலருக்கு பயமாகத்தான் இருந்தது.

நரி கிடைத்தால் அதன் கறி என்ன சுவையாக இருக்கும் என நினைக்கும்போது சிலருக்கு எச்சில் பெருக்கெடுத்து வழிந்தது. பொன்னழகியின் பேச்சுக்கு உடன்பட்டு காளைக்கோழிமலையின் உச்சியைப் பார்த்துக்கொண்டே நடந்தனர். வழித்துணைக்கு வானத்து சூரியன் மட்டுமே வந்தது.

"அங்க பாருங்கடி நாம நடந்து போறத பார்க்க அந்த ஆம்பள பின்னாடியே வர்றத" அனைவரும் ஒருவித நடுக்கத்துடன் சுற்றும்முற்றும் பார்த்தனர்.

கண்ணுக்கு எட்டிய தூரம் வரை பறவைகள் நடமாட்டத்தை தவிர, வேறெதுவும் தென்படவில்லை. யாரும் வானத்தில் பறந்து வருகிறார்களா...? அப்படி யாராலும் பறக்க முடியுமா...? ஏழுமலைதாண்டி ஏழுகடல்தாண்டி போனதாக கதைச் சொல்வார்களே. ஒருவேளை அப்படியொரு வலிமை படைத்தவன் யாராவது இருக்குமோ...? யாரும் எந்தப்பக்கமும் வரல. பொன்னழகி கண்ணுக்கு மட்டும் யாருடி தெரியுறது..? குழப்பத்தில் சிக்கிக்கொண்டவர்களை மீட்க வானத்தை நோக்கி ஆள்காட்டி விரலை நீட்டினாள் பொன்னழகி.

பருந்து ஒன்று வானத்தில் வட்டமடித்துக் கொண்டிருந்தது. அதன்மேல் யாரும் உட்கார்ந்து வருகிறார்களோ என்று கண்களைத் துடைத்துக்கொண்டு சுருங்கா விழிகளுடன் மேலே பார்த்தனர்.

“அடி... போடி... உன்னோடு வந்தால் நாங்கள் கிறுக்குப்பிடிச்சு அலைய வேண்டியதுதான். ரொம்ப பெரிய மனுசியாட்டம் பேசிற. எந்த மகராசன் உன்ன படையெடுத்து வந்து தூக்கிட்டு போகப் போறாரோ” இளைப்பாற பனைமரத்தின் நிழலில் உட்கார்ந்து கால்நீட்டி கைகளை பின்னால் ஊன்றினாள் பெரியாத்தாள். சிலர் நிழலில் படுத்து வானத்தை நோட்டமிட்டவாறு ஓய்வெடுத்தனர்.

புதருகளும் செடிகளும் பாறைகளும் நிறைந்த காட்டுப்பகுதியில் பொன்னழகியின் பேச்சில் உண்டான தைரியத்தில் வந்து சேர்ந்தனர். வந்தவழி எத்தனை கல் தொலைவு இருக்கும் என்று எட்டிப் பார்க்க முடியாத அளவுக்கு மரங்கள் உயர்ந்து காணப்பட்டன.

சோர்ந்து போக வேண்டும் என்பதற்காகவே கதிரவன் வானிலிருந்து அளவுக்கதிகமான வெயிலை பீய்ச்சி அடித்துக்கொண்டிருந்தான். “அந்தக் கதிரவனுக்கு இரக்கமே இல்லையடி. யார் மீதோ உள்ள கோபத்தை நம் மீது காட்டுகிறான். இப்படி கோபம் கொண்டால் எப்புடி காளைக்கொழிமலைக்கு செல்வதாம். அந்தக் கதிரவன் மட்டும் கீழே வந்தால் உண்டு இல்லை என்று செய்துவிடுவேன். என் மீது கொண்ட பயத்தால்தான் ரொம்ப உச்சிக்கு போயிருச்சு” பொன்னழகியின் பேச்சைக் கேட்டு அனைவரும் காடதிர சிரித்தனர்.

“ம்... உனக்கென்ன இந்த வயசுலயும் கதை சொல்லித்தான் உங்கம்மா தூங்க வைக்கிறாங்க. எங்கம்மா விடுற குறட்டை சத்தம் கொஞ்சநெஞ்ச கூரையவும் பிச்சுக்கிட்டு விழுக வச்சுருது. நாங்க தூங்குறதுக்கே படாதபாடு படவேண்டியிருக்கு. காச்சு தொங்குற புளியமரத்துக்கு கீழ எங்கம்மாவ தூங்க வச்சா போதும். குறட்டை சத்தத்துல புளியமரம் குலுங்கி எல்லா பழமும் தானா விழுந்துரும்.” நாகவள்ளியின் பேச்சைக் கேட்டு கலகலவென சிரித்தனர். சிரிப்பொலியில் சிதறிய பறவைகள் தன் சிறகடித்து பெருங்குரல் எழுப்பி பறந்தன.

க்ஊ... க்ஊ... கத்திக்கொண்டே செம்போத்து பறவை ஒன்று வானில் வட்டமடிப்பதும் மரக்கிளையில் உட்காருவதுமாக இருந்தது. “இந்த வனாந்தரத்துல தனது ஜோட்டுக்கார தேடி செம்போத்து அலையுதுடி” என்றாள் பொன்னழகி.

“அது பெண் செம்போத்துனு எப்புடிடி கண்டுபிடிச்ச...” விழிகளை உயர்த்தினாள் வெள்ளாளச்சி.

ம்... அது தயங்கி தயங்கி கத்துதே.... என்று சொல்லி சிரித்தாள் பொன்னழகி.

“ம்... அந்த ஆம்பள செம்போத்து எங்க மேஞ்சுக்கிட்டு இருக்கோ...” மருதாயி சொன்னதும் அனைவருமே கலகலவென்று சிரித்தனர்.

திடீரென்று பறவைகள் பறப்பதைப் பார்த்தும் அடங்கா சிரிப்பொலிகள் கேட்டும் “யாரது... என்ன பண்றீக” உரக்க கத்தினார் கீதாரி ஒருவர். நூற்றுக்கணக்கான ஆடுகள் அங்குமிங்கும் தலைதூக்கிப் பார்த்தன. “யே்... நீங்க மேய்ங்கடா. நம்ம ஊருநாட்டுல புதுசா யாரு நமக்குத் தெரியாம வந்துறப் போறாங்க. நா ஒரு எட்டு மேல ஏறிப் பாத்தர்றேன்.” பெரிய மரமொன்றில் ஏறி நின்று பார்க்கப் போனார். மரத்தில் கால் வைத்து ஏறும்போதே இவர்கள் தென்பட்டுவிட்டனர்.

“ஏ... பொண்ணுகளா. வேகாத வெயிலுல எல்லாருமா எங்க கௌம்பிட்டீங்க.” தலையில் கட்டியிருந்த துணியை அவிழ்த்து முகத்தைத் துடைத்துக்கொண்டார் கீதாரி.

“வெயிலு எங்கள வேக வைக்காது. காளைக்கோழிமலைக்கு தேன் எடுக்கப் போறோம்.” உரக்கச் சொன்னாள் பொன்னழகி.

“கொம்புத்தேனு, மலைத்தேனு, சிறுதேனு, வேப்பம்பூ தேனு, கதம்பப்பூ தேனு, நெறிஞ்சிப்பூ தேனு, குறிஞ்சிப்பூ தேனுனு நெறையா இருக்குதே இதுல எந்தத் தேனை எடுக்கப் போறீக. எல்லாம் ஒரு வயசுப் பொண்ணுகளா இருக்கீக... மலைத்தேனயே எடுங்க. இல்லன்னா கொம்புத்தேனா பாத்து எடுங்க. இது ரெண்டுந்தான் உங்கள மாறி புள்ளைகளுக்கு நல்லது. ஏதோ நெனப்புல வெசத்தேனை எதுவும் எடுத்துப்புடாதீக. கையில ஒரு கடியல் கூட இல்ல. எத வச்சு எடுக்கப்பொறீக.” கீதாரியின் பேச்சைக்கேட்டு சற்றே நிதானித்தனர்.

“என்னடி.... என்னம்மோ நமக்கு தெரியாதுனு...”இந்தப் பெரியவரு இப்பூட்டு தேனு பேர சொல்றாரு. இதுல வெசத்தேனும் இருக்குனு சொல்றாரு. பொன்னழகியின் பேச்சுக்கு குறுக்கிட்டார் கீதாரி. “எளவட்டப்புள்ளைகளா இருக்கீக தெரிஞ்சும் இருக்கும், தெரியாமயும் இருக்கும். காஞ்சாராமரம், அரளி மரம் இதுல உள்ள பூவுலருந்து தேன் எடுத்து கட்டுச்சுனா திங்காம இருக்கது நல்லதுதானே.

இல்லன்னா கைகாலு கொடச்சல கொடுத்து தலையே சுத்திக் கீழே விழுந்துருவோம். அதுனால நல்லதாப் பாத்து எடுத்தாதானே ஆயுசுக்கும் நல்லது" என்றார்.

"மலையை ஏறிப் பார்க்கத்தானடி வந்தோம். இல்ல தேன் எடுத்து திங்கவா வந்தோம். நாம தேன் கூட்டக் கலைக்கப்போயி அதுக போட்டுத்தள்ளிருச்சுகன்னா என்ன பண்றதாம். நமக்கு எதுக்கு இந்த வேண்டாத வேலை. தேனு எடுக்குற வேலக்கி இன்னொரு நாளு வருவோம்" பொன்னழகி சொன்னதும் நடக்க ஆரம்பித்தனர்.

இன்னக்கி நெறஞ்ச அம்மாசில. தேனு அவ்வளவா கெடைக்காதே. எளசுக தேனு எடுக்கப்போயி ஏமாந்துல வரப்போகுதுக. போய்க்கொண்டிருந்தவர்களை கூப்பிட்டு விவரத்தை சொன்னார்.

"ஐயா... அம்மாசிக்கும் தேனுக்கும் என்ன இருக்குது. பூவுல தேனு நெறையா இருந்தா தேன் கூட்டுல நெறையா இருக்கப் போவுது. அம்மாசி நேரத்துல தேன்கூட்ட யாரோ புடிச்சு இழுக்குறமாறி இருக்கவும் அய்யோ.... நம்ம உழைப்ப யாரோ உறிஞ்சப்போறாங்களேனு வேகவேகமா தேனியெல்லாம் சேர்ந்து குடிக்க ஆரம்பிக்கும். அதுகளும் எவ்வளவுதான் குடிக்கும். குடிக்க முடியலனா ரெக்கையாலேயே ஊதிஊதி தேனை கெட்டியாக்கிரும். கெட்டித்தேனுதான்டி ரொம்ப சுவையா இருக்கும். வாங்கடி போகலாம். ஐயா... கோவிச்சுக்காதீக" உதட்டைச்சிலிப்பி வெடுக்கென திரும்பி நடக்க ஆரம்பித்தாள் பொன்னழகி.

ம்... வெவரமான ஆளாதான் இருக்கா சொல்லிக்கொண்டே தரையில் உட்கார்ந்தார் கீதாரி.

"பெரியவரே நீங்களும் வர்றீகளா. என்னத்தயோ தோள்ல தொங்கப்போட்றிக்கீக. காத்துல மோதி கமுக்கூட்டுல காயத்த உண்டாக்கப்போவுது" மருதாயி சொல்லி முடிப்பதற்குள் "இது ஊறவச்ச கம்பு தாயி. கம்பு மோதியா இந்தக் கட்டைக்கி ஏதும் ஆகப்போவுது. வேணும்னா ஆளுக்கு ஒருவாயி வாங்கிட்டுப் போங்க" சிரித்துக்கொண்டார் கீதாரி.

"ஏன்டி... பெரியமனுசங்கிட்ட இப்புடியா நடந்துக்குறது. நாமலே வீடுவாசலுக்குத் தெரியாம வந்துருக்கோம். வந்த எடத்துல வாய வச்சிக்கிட்டு இருக்காம கம்மாயில தொறந்துவிட்ட

மடத்தண்ணிமாறியா லொடலொடனு வச்சுக்கிறது. பொழுது சாயுறதுக்குள்ள வீடுவாசலுக்குப் போயி ஆகனும். நெனப்பு இருக்கட்டும்'' செல்லமாய் கடிந்து கொண்டாள் பொன்னழகி.

எவ்வளவுதான் கோபப்பட்டாலும் பொன்னழகியை விட்டு யாரும் விலகியதே இல்லை. பொழுது விடிந்ததிலிருந்து தூங்கப்போகும் வரை ஒன்றாகத்தான் திரிவார்கள். கல்யாணம்காச்சி நடந்தா புருசனுக கூட இருப்பீகளா இல்ல கூட்டாத்தான் திரிவீகளா. எவன் மொதல்ல வந்து அத்து கூட்டிக்கிட்டு போகப் போறானோ. அப்பத்தெரியப்போவுது ஒவ்வொருத்தியும் என்னப்பண்றாளுகனு.... இதைச் சொல்லாதவர்கள் யாரும் இருக்க முடியாது.

''எளசுகளா... எங்க வேணாலும் போங்க. அந்த ஆவி மரத்துக்கு கெழக்கால மட்டும் போய்டாதீக. செவத்தப்பயலுக கணக்கில்லாம ஈட்டியோட நிக்கிறானுக'' சொல்லிக்கொண்டே ஆடுகளை நோக்கி நடந்தார் கீதாரி. மாடுக புல்லுகண்ட எடத்துல மேயாதுக மனுசனுங்க கஞ்சி கண்ட எடத்துல திங்க மாட்டானுகங்கிற கதையா ஆடுகளும் ஒரு எடத்துல நிக்கிதுகளா. காத்தா அலையுதுக. அங்கொன்னு இங்கொன்னுமா தின்னா கொடலுல அண்டஞ்சாறுமா...? எங்கிட்டோ மேஞ்சா சரி. கொஞ்சம் கண்ணு அசருவோம் என எண்ணியவர் நீளமான அலக்கு கம்பை மரத்தில் தொங்கவிட்டு தரையில் துணியை விரித்து தூங்க போனார்.

''செவத்த பயலுகளா... என்னடி அந்தப் பெரியவரு பெரிய மலைய தூக்கி மடார்னு போட்டுட்டு போறாரு'' பொன்னழகியின் கைகளை இறுகப் பிடித்து இழுத்துக்கொண்டாள் வெள்ளாளச்சி. அவளால் நகர முடியவில்லை. எல்லோரும் சிறிது நேரம் அங்கேயே நின்றனர். வந்த வழியை திரும்பிப் பார்த்தனர். அலக்கு மட்டுமே தொங்கிக்கொண்டிருந்தது. கீதாரியைக் காணவில்லை. புதர்ச்செடிகளில் காலைத் தூக்கி வைத்து ஆடுகள் சில மேய்ந்து கொண்டிருந்தன.

வெள்ளாளச்சியின் உடல் வேர்த்துக்கொட்டியது. கையில ஒரு கடியக்குச்சி கூட எடுத்து வரலயே வெறுங்கைய வீசிக்கிட்டு வந்துருக்கோம். அவனுக நம்மல ஏதாச்சும் பண்ணுனா... ஆத்தி... புலம்பினாள். நெஞ்சுல கைய வச்சுப் பார்த்தாள். கழுகு றெக்கைமாறி கடகடனு அடித்தது.

வந்துருக்கவனுக யாரா இருந்தா நமக்கென்னடி. நம்மள பாத்ததும் அவனுகதான் ஆளாளுக்கு அடிச்சிக்கிட்டு கெடக்கப் போறானுக. மிச்சம்மீதி எவன் பொழச்சுருக்கானு ஓரமா உக்காந்து வேடிக்கை பார்ப்போம். வாங்கடி...'' மருதாயி மாக்கென தாவினாள்.

“ஆமடி... எத்தன பேரு வந்தா நமக்கென்ன. வனாந்தரத்துக்குள்ள வந்துட்டு வாய் வலிக்குது, வயிறு வலிக்குதுன்னா வீட்டுக்கா போக முடியும். எதையாவது தின்னு சரி பண்ணிக்கிட்டுதானே போகனும். ஓராயிரம் யானைக ஓடிவந்தாலும் ஒல்லைநாட்டுக்காரிக ஓடி ஒளிஞ்சது இல்லடி. அதுவும் இடையாத்தூர்காரிக எதுல கொறஞ்சவளுகனு நெனச்சீக'' வெள்ளாளச்சியை இழுத்துக்கொண்டு முன்னேறினாள் பொன்னழகி.

எத்தனையோ முறை காடு மலையெல்லாம் சுத்தியிருக்கிறார்கள். உணவு கிடைக்காமல் உச்சியிலிருந்த விளாங்காயை பறித்து பங்கு போட்டு சாப்பிட்டிருக்கிறார்கள். காட்டெருமைகள் துரத்தியபோது கூட கடகடனு மரத்தில் ஏறி காலாட்டி உட்கார்ந்திருந்தார்கள். உச்சி வெயில் உதவிக்கு ஓடிவர ஒருத்தரும் இல்லாத வனாந்தரம். கத்தினால் காக்கை குருவிகளுக்கு கூட கேட்காது. எல்லோரும் ஈட்டியோடு நிற்கிறார்கள் என்றால் நம்மை கடத்திச் சென்று வம்பிழுக்கப் போகிறார்கள். சண்டை நடக்கப்போவுது. ஆனா இவனுக எந்த ஊருநாட்டுக் காரனுகனு தெரியலயே. ஆளுக்கொன்றாய் நினைத்துக்கொண்டனர்.

துணியை விரித்துப் படுத்த கீதாரி, உடம்பில் எறும்புகள் ஏறி விளையாடுவதுகூட உணராமல் தூங்கிக்கொண்டு இருந்தார். மந்திரிச்சு விட்டதைப் போல் ஆடுகள் அங்கேயே மேய்ந்து கொண்டிருந்தன.

பள்ளத்தில் குதித்து மேட்டில் ஏறிய பொன்னழகி வாயடைத்துப்போய் நின்றாள். என்னடி அப்படியே நிக்கிறா... என்னாச்சுடி... சொல்லிக் கொண்டே எல்லோரும் மேட்டில் ஏறி நின்றனர்.

“வாங்கடியோவ்... இந்த செவத்தப் பயலுகள ஒரு கை பாத்துருவோம்.'' பொன்னழகி சொன்னதும் வெள்ளாளச்சியின் முகம் விரிந்தது. சிரிடி... நல்லா முகத்தைத் தட்டிக் கொடுத்தாள் பொன்னழகி. இமைகள் அனைத்தும் அறைகளை அகல விரித்து நின்றன. நரி வேட்டையாட மாட்டோமா என்று எண்ணியவர்களுக்கு நீண்ட நாட்களுக்குப் பிறகு

கத்தாழம்பழம் வேட்டையாட கிடைத்திருக்கிறது. கத்தாழம்பழங்கள் அனைவரது கால்களையும் கட்டிப்போட்டு நகரவிடாமல் செய்தன. பயந்து போய் நின்ற வெள்ளாளச்சியின் உடல் குளிரத் தொடங்கியது.

“என்னடி… வெள்ளாளச்சி துணியில ஈரம் இல்லையே. ஏன்னா…. பழவேட்டைய ஆரம்பிக்கத்தான். பயத்துல நீபாட்டுக்கு துணிய நனச்சுருந்தியன்னா. அப்பறம் தண்ணி தேடி அலையனுமே” கேலி செய்த மருதாயியை முறைத்துப் பார்த்து வாயைச் சுழட்டினாள் வெள்ளாளச்சி. “ம்… நல்லாதான்டி சொழட்டுறா…” சிரித்துக்கொண்டாள் மருதாயி.

தலைசுற்றி கீழே விழவைக்கும் அளவுக்கு வெயிலின் வேகம் இருந்தது. கத்தாழம் பழங்கள்தான் உச்சி வெயிலுக்கு உகந்ததாக அமைந்தது. பழங்களைப் பறித்துக்கொண்டே கீதாரியைப் பார்த்தனர். கீதாரியின் தோளில் தொங்கிய முடிச்சு குலுங்கிகுலுங்கி சிரித்தது.

வறண்ட நிலத்தில் வளரும் கத்தாழம் பழத்தை பறித்து சுவைப்பதென்பது மிகவும் சவால் நிறைந்தது. அதன் உடலுக்கு காவலாய் நிற்கும் நீளமான மஞ்சள் நிற கூர்மையான முட்கள் எப்பேர்ப்பட்ட வீரனையும் பதம் பார்த்துவிடும். பழத்தில் பூனை முடிபோல் நடப்பட்டிருக்கும் முள்ளை பிரித்தெடுப்பது ஒரு யுத்தத்தை வெல்வதற்கு ஈடானது. கரணம் தப்பினால் மரணம்தான். பழத்தைப் பார்த்தவர்கள் வேண்டாமென்று ஒதுங்கிப் போய்விட முடியாது. நாக்கு நீச்சலடித்து எச்சிலை பொங்கிவழியச் செய்துவிடும். அதற்காக சிரமம் பார்க்காமல் ஒன்றிரண்டு பழங்களையாவது பறித்து ஆற அமர தின்றுவிட்டுத்தான் போவார்கள்.

கருநாகத்தின் விசத்தைக்கூட முறித்துவிடலாம். கத்தாழம் பழம் முள் குத்தினால் எடுப்பது கடினம். ஒவ்வொருவரும் முட்களைத் தீண்டாமல் பழங்களை பறித்தனர். விரல்களை குத்திவிடாமலும் மிகக்கவனமாக பழத்தை மண்ணில் பக்குவமாய் தேய்த்து பூனை முள்ளை அகற்றினர். ஆப்பு வைத்து மரங்களைப் பிளப்பதுபோல் பழத்தை கட்டைவிரலால் இரண்டாக பிளந்து உள்ளிருக்கும் மண்டை முள்ளை அகற்றினர். இளம் ரத்தமாக சிவந்து இருந்த பழத்தை சுவைத்து உதடுகளை அழகாக்கிக்கொண்டு இருந்தனர்.

“ஏய்… இங்கேரு… ங்கடி என் ஆள்காட்டி விரலுக்கு மகுடம் சூட்டியிருக்கேன்” கிரீடம்போல் இருக்கும் மண்டை முள்ளை

விரலில் வைத்து காண்பித்து மகிழ்ந்தாள் வெள்ளாளச்சி.

"ம்... இதுவும் நல்லாதான்டி இருக்குது. தொட்டாச்சிணுங்கி மாறி எப்ப பாத்தாலும் அடமழை கணக்கா அழுதுக்கிட்டே இருப்ப. இப்பவாச்சும் டம்டும்முனு இடிமாறி இருக்கியே. உனக்கு கல்யாணம் முடிஞ்சதும் ஓம்வூட்டுக்காருக்கிட்ட சொல்லி தலையில மகுடம் செஞ்சு மாட்டச் சொல்றேன். ஆமா... நமக்கு ஓத்தாசையா வந்த கதிரவனுக்கு கத்தாழம்பழம் கொடுக்கலங்கவும் உடம்பு எப்புடி வெளுத்துப் போச்சுனு பாத்தீங்களா..." ச்சு...கொட்டினாள் பொன்னழகி.

"ஏன்... நீதான் போயி ஊட்டிவிடுவே. காலு வலிக்குது கொஞ்ச நேரம் அசந்தாச்சும் எந்திரிப்போம்ல" உலகநாயகி கேலி செய்யவும் உதடுகளை திறக்காமல் மெல்லியதாய் கன்னம் விரித்து சிரித்தாள் பொன்னழகி.

கத்தாழம் பழங்களின் காந்த ஈர்ப்பினில் மீள முடியாமல் போனது. மாலைக் கதிரவன் மேற்கில் இறங்கி சிவக்க ஆரம்பித்தது. கதிரவன் போர்வை போர்த்தி உறங்குவதற்குள் வீட்டுக்குச் செல்ல வேண்டும் என்பதால் காளைக்கோழி மலைக்கு செல்லமுடியாமல் போனது.

காளைக்கோழி மலைக்கு செல்லமுடியாமல் போனதை எண்ணி அனைவரும் பலநேரம் வருத்தப்பட்டிருக்கிறார்கள். தனது ஏக்கத்தை அழகப்பனிடம் சொல்லி ஆற்றுப்படுத்திக்கொண்டாள் பொன்னழகி.

அடுத்த நடை எடுத்து வைப்பதற்குள் கடகாப்பெட்டி குலுங்க பொன்னழகியின் இடுப்பில் கைகளை சொருகி அப்படியே தூக்கி காற்றும் மிரள ஒரு சுற்று சுற்றியவன் கீழே இறக்கிவிடாமல் அவளின் கண்களை நோக்கி "இப்படியே தூக்கி பறந்து சென்று காளைக்கோழி மலையின் உச்சியில் உன்னை உட்கார வைத்துவிடவா" என்றான்.

வானத்தில் பறந்து கொண்டிருப்பதாக உணர்ந்தாள் பொன்னழகி. இப்போது இருக்கும் நிலைமையில் காளைக்கோழிமலை என்ன... ஆழி சூழ் உலகமெங்கும் அவளை அள்ளிக்கொண்டு பறந்தாலும் வியப்பேதும் இல்லை. ஏனெனில் காதலின் வழியைக் கண்டுபிடித்துவிட்டான். அதன் உயரம் நீளத்தை காண துடித்துக் கொண்டு இருக்கிறான்.

“ஒங்க நாக்குல அந்தக் காளைக்கோழிமலை தேனு ஊறுதுனு நெனைக்கிறேன். ஏதோ நான் செஞ்ச தவறுக்குத்தான் என்னை ஒரு சுழற்று சுழற்றி அந்தரத்தில் நிற்க வச்சு இருக்கீங்க. பாவம்... காற்று என்ன தவறு செஞ்சுச்சாம். திக்கு தெரியாமல் நிற்கிறது. முதலில் என்னை இறக்கிவிட்டு காற்று செல்வதற்கு வழி விடுங்கள். ஆமாம்... இப்படி தேனில் நனைத்தே பேசிக்கொண்டு இருங்கள். ஒருநாளைக்கு தேனீக்கள் படையெடுத்து வரட்டும்” வெண்கல மணி ஒன்றைப் பாறையில் உருட்டிவிட்டது போல் சிரித்தாள். அவளின் சிரிப்பால் அழகப்பனின் உடல் குளிர ஆரம்பித்தது.

சிரித்துப் பேசி நடந்து சென்றாலும் பொன்னழகியின் நடையில் தளர்வு தென்பட்டது. கடகாப்பெட்டியை வாங்கி தலையில் வைத்துக் கொண்டு நடந்தான். எவ்வளவு முன்னொக்கி கால்களை வைத்தாலும் அவளின் கால்கள் பின்னோக்கியே சென்றது. வெயில் தனது கடின உழைப்பினைக் காட்டத் தொடங்கியிருந்தது. இனிமேல் ஒரு அடி எடுத்து வைத்தாலும் அவளின் கால்கள் நோகும் என உணர்ந்தான். சுற்றிலும் கண்களைச் சுழலவிட்டான். வானில் பறவைகளின் நடமாட்டம் இல்லாமல் வெறிச்சோடி கிடந்தது. வெண்மேகங்கள் செய்வதறியாது அங்குமிங்கும் அல்லாடிக்கொண்டு இருந்தன.

பரந்து உயர்ந்த ஆவிமரம் ஒன்று, நடந்து செல்லும் காதலர்களுக்காக குடில் அமைத்து இருப்பது போல் காட்சியளித்தது. ஆவிமரத்தின் இலைகள் கிளைகளில் உட்கார்ந்து இருவரையும் வாங்க....வாங்க.... என வரவேற்றன. கிளைகள் தரைவரை தழுவியவாறு இருந்ததால் தரைப்பகுதி கூட்டி மொழுகியது போலிருந்தது. குடில் போல் இருந்த ஆவி மரத்துக்குள் குனிந்து உள்ளே சென்றனர். ஆவி மரத்தின் தாலாட்டில் பகலென்றும் பாராமல் காதல் மயக்கமுற்ற இருவரையும் பார்த்த வானசூரியன் சிறிது நேரம் விலகி இருந்தது.

இந்தக் காட்டுவழிப் பாதையில் நம்மைத் தவிர வேறு யார் வரப்போகிறார்கள் என்ற நினைப்பில் தன்னிலை மறந்தனர். எதிர்பாராத விருந்தாளியாய் ஆவி மரத்துக்குள் இருவரையும் பார்த்த உம்மிக்குருவிகள் இரண்டு தன் குஞ்சுகளை சத்தமிடாமல் பார்த்துக்கொண்டது. அவர்கள் இருவரும் நமது விருந்தாளிகள் என்று கூறி நிறைவேற்றக் கூடிய வகையில் சில வாக்குறுதிகளையும் வழங்கின. அவர்கள் இங்கிருந்து செல்லும்வரை சத்தமிடாமல்

இருந்தால் விட்டில் பூச்சிகள் பிடித்து நிறைய தருவதாகவும் இரவில் நம் குடில் முழுவதும் மினுக்கட்டாம் பூச்சிகளை ஒட்டி வைத்து வெளிச்சம் உண்டாக்குவதாகவும் கூறின. இருவரும் தானாகவே மயக்கம் தெளிய வேண்டும் என்பதற்காக பகலில் வராத தூக்கத்தை வரவழைத்து உறங்கின உம்மிக்குருவிகள்.

நீண்ட நேரத்திற்குப் பிறகு வானசூரியன் வானவெளியில் முகம் காட்டத் தொடங்கியது. குஞ்சுகள் வாய்திறக்க ஆரம்பித்தன. வாய் திறத்தலின் ஓசை ஆவிக்குடில் முழுவதும் கேட்டது. உம்மிக்குருவிகள் நம்மை பார்த்துவிட்டன என்று சொல்லிக்கொண்டே வெட்கம் போர்த்தி இருவரும் எழுந்தனர்.

“நமக்குப் பசி அடங்கிவிட்டது. அவை சின்னஞ்சிறு குருவிகள். எவ்வளவு நேரம்தாம் நமக்காகப் பொறுத்திருக்கும்” என்றாள்.

“உம்மிக்குருவிகளுக்கும் காதல் தெரிந்திருக்கிறது” என்றான்.

“ம்… ஆவிமரமும் இவ்வளவு நேரம் அசையவில்லையே” என்றாள்.

இருவரும் ஆவி மரத்தை முத்தமிட்டனர். முத்தத்தின் ஓசை கேட்டு உம்மிக்குருவிகள் சிறகடித்துப் பறந்தன. விட்டில் பூச்சிகளை உண்ணுவதற்கு தங்களைத் தயார்படுத்திக் கொண்டன குஞ்சுகள். இலைகளை அசைத்து விசிறியது ஆவிமரம்.

புதுமணத் தம்பதிகளான பொன்னழகியையும் அழகப்பனையும் காளைக்கோழிமலையின் உசிலை மரக்காற்று இதமாய் வருட வரவேற்றது இடையாத்தூர்.

4

நிறை மாதமாய் இருந்த பசுமாடு கன்று ஈன முடியாமல் தவித்துக் கொண்டிருந்தது. தரையை உதைக்கவும் படுக்கவும் எழுந்திருக்கவும் நாக்கால் வாலை நக்கியும் திடீர் திடீரென்று கத்தவும் செய்தது. இரண்டு மூன்று நாட்களாகவே இவ்வாறுதான் அந்தப் பசு மாடு செய்து கொண்டிருக்கிறது. இந்நேரம் கன்று ஈன்று இருக்க வேண்டும். மாட்டு வைத்தியர் பார்த்துவிட்டு ஏதோ மருந்துகளையும் கொடுத்தார்.

“என் கையில என்னப்பா இருக்கு. என்னால முடிஞ்சது எல்லாத்தையும் செஞ்சு பார்த்துட்டேன். இதுக்கு மேல வைத்தியம் பார்க்க எனக்கும் சொல்லித் தரலை. வேற வைத்தியம் எனக்கும் தெரியல. இனிமே படைச்சவன் கையிலதான் இருக்கு” சொல்லி சென்று விட்டார் மாட்டு வைத்தியர். தலையில் கை வைத்து திண்ணையில் உட்கார்ந்து செய்வதறியாமல் விழித்துக் கொண்டிருந்தார் பொன்னழகியின் அப்பா பிரமையன்.

பொன்னழகி ஆசை ஆசையாய் வளர்த்த பசுமாடு. கன்று ஈன முடியாமல் தவிப்பதை பார்த்து பொன்னழகி கண் கலங்கினாள். பசுமாட்டை தொட்டுத் தடவிக் கொடுத்தாள். பசுமாடு தலையை ஆட்டி ஆட்டி கத்தவும் கால்களால் தரையை உதைக்கவும் படுக்கவும் எந்திரிக்கவுமாக இருந்தது. பசு மாட்டின் வாலின் பின்புறம் சளிச்சளியாக வழிந்து கொண்டே இருந்தது. ம்....மா....

ம்....மா.... என்று பசுமாடு கத்திக் கொண்டே இருந்தது. பசு மாட்டின் நிலையையும் பொன்னழகியின் கண்ணீரையும் மாறி மாறிப் பார்த்துக் கொண்டிருந்தான் அழகப்பன்.

பொன்னழகியின் அம்மா பூச்சிப்பிள்ளையிடம் ஏதோ கேட்டுக் கொண்டிருந்தான் அழகப்பன். அழகப்பன் கேட்ட அனைத்தையும் அள்ளிக் கொடுத்தாள் பூச்சிப்பிள்ளை. சீரகமும் வெந்தயமும் அளவு கூடுதலாக இருந்தது. இரண்டிலும் நான்கு குண்டுமணி அளவுக்கு எடுத்து பூச்சிப்பிள்ளையிடம் கொடுத்தான். மீதி அனைத்தையும் ஒன்றாக போட்டு அம்மியில் அரைக்கச் சொல்லிவிட்டு காட்டுப்பக்கமாய் போனவன் பச்சிலைகளை பறித்து வந்தான். பச்சிலைகளையும் சேர்த்து அரைக்கச் சொன்னான். அழகப்பன் என்ன செய்து கொண்டிருக்கின்றான் என்பதை விழிகளை மூடாமல் வியக்க பார்த்துக் கொண்டிருந்தாள் பொன்னழகி. பசுமாட்டு அருகில் சென்ற அழகப்பன் வயிற்றை தடவி கொடுத்தான். கழுத்துபகுதி, முகம் என கொஞ்சம் கொஞ்சமாக நீவி விட்டான். அரைத்துக் கொண்டு வந்த கலவையை பசு மாட்டின் வாய்க்குள் சிறு சிறு உருண்டைகளாக திணித்தான். பசுமாடு ருசித்து கொஞ்சம் கொஞ்சமாய் தின்றது.

பசுமாடு அழகப்பனை நாக்கால் நக்கியது. முகத்துக்கு இதமாய் வாயிலிருந்து கொம்பு கழுத்து என வருடினான். கழுத்தைச் சிலுப்பியது. பசுமாடு கட்டியிருந்த இடத்தை சுத்தம் செய்தான். வைக்கோலை அள்ளி வந்து அந்த இடம் முழுவதும் பரப்பினான். பசு மாட்டின் தட்டு உடைந்தது. அதன் பின்பக்க கால்களில் தளர்வு ஏற்பட்டு பிறப்புறுப்பு தளர்வு ஏற்படுவதைத்தான் தட்டு உடைதல் என்று சொல்லுவார்கள். தட்டு உடைந்ததைப் பார்த்ததும் பிரமையன் முகத்தில் மகிழ்ச்சி பொங்கியது. இரண்டு நாளாய் இறுக்கமாய் இருந்த கால்கள் மருமகனின் வைத்தியத்தால் இளகியதை எண்ணி பூச்சிப்பிள்ளையும் மகிழ்ச்சி அடைந்தாள். முகம் இறுக்கமாய் காணப்பட்ட பொன்னழகி எதார்த்த நிலைக்குத் திரும்பினாள். அருகில் இருந்தவர்கள் அழகப்பனை வியப்பின் உருவமாய் பார்த்தார்கள். சிறிது நேரத்தில் பனிக்குடம் உடைந்தது. பசுமாடு எப்போது கன்று ஈனும் என எல்லோரும் பார்த்துக் கொண்டிருந்தார்கள்.

அழகப்பனின் கைகளை இறுக்கிப் பிடித்துக் கொண்டாள் பொன்னழகி.

“மாட்டு வைத்தியம் உங்களுக்கு தெரியுமா...?”

“ம்... உனக்கு மனுசங்களுக்கு வைத்தியம் பாக்கத் தெரியுமே.”

இருவரும் சொல்லி சிரித்துக் கொண்டார்கள். “நா பொறந்ததே பெரிய கதை. இந்த மாடு எப்படி தவியா தவிச்சதோ அப்படித்தான் எங்க அம்மாவும் தவிச்சுச்சு" என்று சொன்ன அழகப்பனின் கைகளை மேலும் இறுக்கமாய் பிடித்துக் கொண்டு அவன் கண்களையே உற்று நோக்கினாள்.

அழகப்பனின் பிறப்பு பற்றி கூழையன் மனைவி நாரங்கி சொன்னது நினைவுக்கு வந்தது. நினைவுகளில் மூழ்கிப்போனான் அழகப்பன்.

விடாமல் பெய்து கொண்டிருந்த அடைமழையின் நான்காம் நாள் மாலை நேரம்தான் பாலாயி பிரசவ வலி தாங்க முடியாமல் அலறினாள். வாசல்தோறும் சிறுசிறு ஓடைகளாக நீர் பெருக்கெடுத்து ஓடிக் கொண்டிருந்தது. அந்த நீரில் கால்வாய்களில் அடித்து வரப்பட்ட நண்டுகளும் நத்தைகளும் ஊர்ந்து சென்று கொண்டிருந்தன. பாலாயி குடிசை திறந்து இருக்கவும் நண்டும் நத்தைகளும் அதற்குள் படையெடுத்தன. தண்ணீர்ப் பாம்பு ஒன்றும் வாசலில் கோலமிட்டவாறு உள்ளே நுழைந்தது. பாலாயி தரையில் படுத்தவாறு கால்களை விரித்துக்கொண்டு அலறுவதைப் பார்த்து, அவள் தன்னை அடிக்கத்தான் அப்படி செய்கிறாளோ என்று பயந்து வேறு பக்கமாக சென்றது. மழையின் கொடூரம் அதிகமாகியிருந்தது.

பெய்யும் பெருமழையில் ஏற்பட்ட வலியில் கூரையும் காயம்பட்டு ஆங்காங்கே கண்ணீர் விட ஆரம்பித்தது. விழுந்த அந்தக் கண்ணீர்த் துளிகள் குடிசையெங்கும் பல்லாங்குழிகளை ஏற்படுத்தியிருந்தன. அந்தப் பல்லாங்குழிகள், பெய்யும் மழையால் நிரம்பி சிறுசிறு குட்டைகளாக காட்சியளித்தன. அதில் சின்னப் பூச்சிகள் சில நீச்சலடித்து விளையாடிக் கொண்டிருந்தன.

அவள், குடிசையின் நடுவில் முட்டுக் கொடுத்திருந்த சிறிய மரத்தூணை இறுகப் பிடித்துக் கொண்டாள். அருகிலிருந்த அடுப்பில் தனது வலது கையால் ஒருபிடி சாம்பலை அள்ளி நெற்றியிலும் வயிற்றிலும் பூசிக்கொண்டாள். அலற முடியாமல் பற்களை நறுநறுவென கடித்துக் கொண்டாள். அந்த மரத்தூணை பிடித்து உலுக்கியதில் அந்தக் கூரை அங்குமிங்கும் அசைந்து அருகிலுள்ளவர்களை அழைப்பதாக இருந்தது.

மயக்கம் அவளது கண்களை ஆக்கிரமித்துக் கொண்டது. அவளால் எதுவும் செய்ய முடியவில்லை. பெரிய தவளை ஒன்று அவள் மீது ஏறி குதித்தது. அதைப் பின் தொடர்ந்து வந்த நல்ல பாம்பு ஒன்று தவளையை பிடிக்க முடியாமல் தோற்றுப்போய் சுற்றுமுற்றும் பார்த்துவிட்டு அவள் தலையில் ஏறி மார்பு, வயிறு என பயணம் செய்து கால் வழியே இறங்கி சென்றதை அரைமயக்கத்தோடு பார்த்துக்கொண்டு இருந்தாள்.

அவள் கண்களுக்கு குடிசையின் பனையோலை ஒன்று ஓடிந்து விழ, வீசும் காற்றில் விலகிச் செல்வதுபோல் இருந்தது. அவளது கால்கள் வீங்க ஆரம்பித்திருந்தன. யாரைக் கூப்பிடுவது என்றும் தெரியவில்லை. யாரைக் கூப்பிட்டாலும் பெய்யும் மழையில் யார் காதிலும் விழப் போவதில்லை. ஆனாலும் உரக்க கத்தியவள் கண்களை மூடியபடி கிடந்தாள்.

பல்லாங்குழிகளாய் மாறிப் போயிருந்த தரையில் தங்கியிருந்த மழை நீர் மெல்ல வற்ற ஆரம்பித்தது. ஆங்காங்கே ஓலைகளிலிருந்து ஒன்றிரண்டு மழைநீர் சொட்டு சொட்டாக விழுந்து கொண்டு இருந்தன. அதில் ஒவ்வொன்று பாலாயி முகத்திலும் பட, சற்றே மயக்கம் தெளிந்தவளானாள். இருந்தாலும், செயல்பட முடியாதவளாய் மாறிப் போயிருந்தாள். கண்கள் இருண்டுபோய் சாம்பல் படிந்தது போலிருந்தது. மனசை தளரவிடாதவளாய் தைரியமாகவே இருக்க முயற்சித்தாள். ஆனாலும் அவளது தைரியம் மெல்ல மெல்ல கரைந்து கொண்டு இருந்தது.

தீத்தானோ காலையில் எழுந்திருக்கவும் போனவர்தான். மழை விடாமல் பெய்ததால் வயல்களில் நிரம்பிக் கிடக்கும் தண்ணீரை வடித்துவிடுவதற்காக சென்றிருக்கிறார்.

“ஏஞ்ச... வயிறு ஏதும் வலிக்குதா...”

“இல்லய்யா... இன்னும் நாளு இருக்குனு நெனைக்கிறேன்...”

“சரிஞ்சே... அப்புடி ஏதாச்சும் ஒன்னுனா, யார்க்கிட்டயாச்சும் சொல்லி வுடு... நடு வய பக்கமாதான் நின்னுக்கிட்டு இருப்பேன்...”

“ம்... இந்தாய்யா... இந்தக் கூழக் கரச்சுக் குடுச்சுட்டுப் போய்யா...”

தீத்தானோ, தென்னை மட்டையில் செய்யப்பட்ட குடலமட்டையை

மாட்டிக்கொண்டு சென்றிருந்தார்.

மழை, தற்போது தூறலாக மாறி அதன் வேகத்தைக் குறைத்திருந்தது. பாலாயி குடிசையின் தாழ்வாரம் ஓரமாக பனை மட்டையை குச்சியால் தட்டியது போன்ற ஓசை கேட்டு விழித்தாள். ஓசையை வைத்தே தெரிந்து கொண்டாள் பாலாயி.

"நாரங்கி... யக்கா... ஓடியாவே... வலிதாங்க முடியல..." தனது கைகளால் தரையை ஓங்கி அடித்தவாறு கத்தினாள்.

குடிசை ஓரமாய் சடச்சடவென மூத்திரம் பெய்து கொண்டு இருந்த நாரங்கி பாதியிலேயே ஓடிவந்தாள்.

"ஆத்தாடி.... பனிக்கொடம் ஒடஞ்சு ரொம்ப நேரமாச்சு போலவே... பாவி மனுசி பக்கத்துல இருந்தும் ஒரு எட்டு பாக்காம இருந்து தொலஞ்சுட்டனே... இருடி... பிச்சாயி அக்காள கூட்டிட்டு வந்தர்றேன்..." சொல்லிக்கொண்டே அடுப்பின் உள்ளே கிடந்த தீக்கங்குளை ஊதிஊதி நெருப்பு உண்டாக்கி அருகிலிருந்த சுட்டி விளக்கை பற்ற வைத்தவள் வெளியில் ஓடி வந்தாள். அந்தக் குடிசை மெல்லிய வெளிச்சத்தை பெற்றிருந்தது.

மழை பெய்து ஊரெங்கும் சேறும் சகதியுமாக கிடந்தது. ஆங்காங்கே குழிகளில் தண்ணீர் தேங்கிக் கிடந்தது. மீண்டும் வானம் சொட்டுச்சொட்டாய் தூறல் போட்டது. முந்தானையை விரித்து தலையில் போட்டுக்கொண்டாள். அந்த மழையிலும் நாய் ஒன்று ஒர்... ஒர்... என்று உறுமியது. நம்ம எதுக்குப் போறோம்னு இந்த நாய்களுக்கு தெரியுமா...? முனகிக்கொண்டே வெரசா நடந்தாள். தரையில் இரண்டு இடத்தில் வழுக்கி விட, தனது கால் பெருவிரலால் ஊன்றி விழுந்திடாமல் ஓடினாள். தவளைகள் அளவுக்கு அதிகமாக ஒலி எழுப்பிக் கொண்டு இருந்தன.

"ட்ர்ர்... ட்ர்ர்... ட்ரக்... ட்ரக்..." தவளைகள் பாட்டுக் கச்சேரி நடத்தின. "ஆக்... ஒவ்... ஆக்... ஒவ்..." ஆக்காட்டி பறவையொன்று தனது சந்தப் பாடலைப் பாடி ஊருக்குள் அங்குமிங்கும் பறந்து திரிந்தது. ஆக்காட்டிப் பறவையோடு போட்டிபோட விரும்பாத குயில், குளிரில் நடுங்கியவாறு மரத்தில் உட்கார்ந்திருந்தது. ஆனால், ஆக்காட்டியின் சந்தப்பாடலை யாரும் செவி கொடுத்துக் கேட்கவில்லை.

அதற்குள் மீண்டும் வலி ஏற்பட, பொறுமை இழந்தாள் பாலாயி. முட்டுக் கொடுத்திருந்த மரத்தை இறுக்கிப் பிடித்துக்கொண்டு "நாரங்கி... யக்கா..." என்று கத்தியவள் கண்களை மெல்ல மூடிக்கொண்டாள். உலகமே தன் முன்னால் சுற்றுவது போலிருந்தது. வானத்திலிருந்து பெரிய கல் ஒன்று அவள் தலையில் விழுவது போல் உணர்ந்தாள்.

வானம் இருளை கக்க ஆரம்பித்திருந்தது. முடிமலையினை யாரோ கருப்பு போர்வையால் மூடியது போலிருந்தது. பெரிய கண்மாயில் அலைகள் எழும்பாமல் அமைதியுற்றுக் கிடந்தன. கால்வாயில் ஓடிய மழைநீரில் சின்ன மீன்கள் எதிர் நீச்சல் போட்டன. வயல் வெளிகளில் திரிந்த நண்டுகள் காற்றின் மூலம் தன் மேனியை உலர்த்திக்கொள்ள வரப்புகளில் தாராளமாக உலாவிக் கொண்டு இருந்தன. கண்மாயிக்குள் இருக்கும் நீர் வரத்துவாரிகளில் நத்தைகள் தங்களது ஓவியங்களை வரைந்துகொண்டு இருந்தன.

நாரங்கி ஓடி வருவதைப் பார்த்த பிச்சாயி "நம்மள தேடி இந்த மழையிலயும் இவ்ளோ வெரசா வர்றானா... பாலாயிக்கு ஏதும் வயித்து வலி வந்துருச்சோ" அவள் நினைத்தது போலவே இருந்தது. சின்ன கத்தி ஒன்றையும் வெள்ளைத்துணியையும் சுருட்டி கக்கத்தில் வைத்துக் கொண்டாள். தலையில் முந்தானையை போட்டுக்கொண்டு நாரங்கியும் பிச்சாயியும் அரக்கபறக்க ஓடிவந்து உள்ளே நுழைந்தபோது உதடுகள் சப்பும் சத்தம் கேட்டது. குருதியும் தண்ணீரும் சாணம் பூசிய தரையில் கலக்க கண் விழிக்காத அந்தக் குழந்தை பாலாயியோட இடது கணுக்காலை சப்பியபடி கிடந்தது. அரையடி நீள கருப்பு அட்டைப்பூச்சி ஒன்று பாலாயி வலது காலில் ஊர்ந்து தடம்புரளாமல் சென்று கொண்டு இருந்தது.

"அய்யய்யோ... யாருமே இல்லாம பெத்து போட்டுட்டு போய் சேந்துட்டாளோ... தெரியலயே... அந்த ஆம்பளய வேற காணோமே... ஏத்தா நாரங்கி அவ மொகத்த மெல்லமா தட்டு..." சொல்லிக்கொண்டே குழந்தையை தூக்கி இடுப்புக்கு கீழே பார்த்தவள் "மவராசி... மவராசன பெத்துருக்கா..." என்றபோது நாரங்கி அவள் முகத்தை மெதுவாக தட்டிக் கொண்டு இருந்தாள். நாரங்கியின் முகமும் மகிழ்ச்சியில் மலர ஆரம்பித்தது.

"ம்...ம்...ம்...ப்ப்ரு..." என பெருமூச்சு விட்டாள் பாலாயி.

மெதுவாக அவளை தூக்கி தன் மடியில் தலையை வைத்தாள். கொடியில் முல்லை மலர்வதைப்போல் பாலாயி கண்களை திறந்து கொண்டிருந்தாள். அதற்குள் பிச்சாயி அந்தக் குழந்தையைத் துணியால் துடைத்து சுத்தம் செய்திருந்தாள்.

மூச்சிரைக்க ஓடிவந்த தீத்தானும் குடிசைக்குள் நுழைந்தார். குழந்தை கண் விழித்து வீறிட்டு அழுதது. “அப்பனோட மூச்சுக் காத்து பட்டதும் கொய்ங்கினு அழுவுறத பாரு...” பிச்சாயி சத்தமாக சொன்னாள். முகம் இருபக்கமும் நீளுமளவிற்கு சத்தமில்லாமல் சிரித்தார் தீத்தான்.

அழுகை சத்தம் கேட்டு கூரையில் நின்றிருந்த ஒன்றிரண்டு கோழிகள் படபடவென தனது சிறகுகளை அடித்துப் பறந்தன. தீத்தானது கண்கள் கண்ணீரால் முகத்தை நனைத்துக்கொண்டிருந்தன. வயல்வெளிகளில் தவளைகள் இசை எழுப்பி தனது காதல் சோடியை வரவழைத்துக் கொண்டு இருந்தன.

“ஏய்யா... புள்ள ஒன்ன அப்புடியே உறிச்சு வச்சுருக்கான்யா... ஆனா... நெறந்தான் அவள மாறியே அலிஞ்சிப்பழ நெறத்துல இருக்கான். கஞ்சி தண்ணிக்கி கவலயில்லய்யா... ஓம் பேரக் காப்பாத்திருவான். கரட்டுக்கால சப்பிக்கெடந்த பயய்யா... காலம்பூரா ஒங்கள காப்பாத்துவான்ய்யா....” சொல்லிக்கொண்டே பிச்சாயி குழந்தையை அவரிடம் கொடுக்க நாரங்கியும் கிளம்பினாள். துணியை விரித்து குழந்தையை படுக்க வைத்துவிட்டு அவளை தூக்கி துணி மாத்திக் கொண்டு இருந்தார்.

வயல்நாட்டுப் பகுதியில் பிச்சாயி வைத்தியத்தில் பேர் பெற்றவள். தீராத நோயையும் தீர்க்கும் வழிமுறையை அவளது அம்மா சின்னாத்தாள் கற்றுக் கொடுத்திருந்தாள்.

ஒருமுறை பெரியதனம் வாளனார், தீராத காய்ச்சலில் வீட்டைவிட்டு வெளியே வரமுடியாமல் முடவனைப்போல் முடங்கிக் கிடந்தார். வாளனார் இனிமேல் பிழைக்க மாட்டார் என்றே எல்லோரும் நினைத்தார்கள். கீழச்சீமை பகுதியிலிருந்து வந்த பரம்பரை வைத்தியர் என்னன்னமோ கசாயங்கள் செய்து கொடுத்தும் கடைசியில் தலையில் கைவைத்தபடி உட்கார்ந்துவிட்டார்.

“நம்ம ஊருக்காரி பிச்சாயி, அவளக் கூப்புட்டு அவதான் என்ன

பண்றானு பாப்போமே...” பார்வதி எவ்வளவோ சொல்லியும் வாளனார் பிடிவாதமாக மறுத்துவிட்டார்.

“அந்த ஈன மகள நடுவூட்டுக்குள்ள வரச் சொல்றதா.... அவ கொடுக்குற மருந்த குடிக்கிறதுக்கு காஞ்சாரங் கொட்டைய அரச்சுக் கொடு... ஒரேயடியா போயி சேந்தர்றேன்.... அவுக காத்தே ஏம்புட்டு மேல படக்கூடாது...” அவரது கண்கள் சோர்ந்து தலை கட்டிலிலிருந்து லேசாக தொங்கியது. “ம்... ம்... ம்...” அனத்திக்கொண்டே இருந்தார்.

“எதுக்குங்க இப்புடி பேசுறீக. உசுரு போனா வருமா... நம்ம புள்ளய அரவம் தீண்டுனப்போ அவதாங்க காப்பாத்துனா... கீழச் சீமையிலிருந்து நம்ம வைத்தியர் எப்ப வர்றது, புள்ளயக் காப்பாத்துறது. அவதாங்க போக இருந்த உசுற பொழைக்க வச்சா...” கண்ணீரை முந்தானையில் துடைத்துக்கொண்டாள் பார்வதி.

பொறுமையிழந்தவள் கீழக்குடியிருப்புக்கே போய்விட்டாள். பிச்சாயி வேகவேகமாய் ஓடைப்பக்கமாய் சென்றவள் ஒரு கைப்பிடி அளவு கொட்டிக் கிழங்குகளை பறித்து வந்தாள். அதை கசாயமாக்கி இரண்டு குவளை அளவுக்கு பார்வதி கொண்டு வந்த பாத்திரத்தில் ஊற்றினாள்.

யாரும் பார்க்காத வண்ணம் வேகமாக நடை போட்டாள். யாராவது பார்த்து வாளனாரிடம் சொல்லிவிட்டால் கசாயத்தை குடிக்காமல் இறந்துவிடுவாரே என்ற பயம்தான். வாளனாருக்கு தெரிந்திருக்க வாய்ப்பில்லை. தலைமாட்டில் இருந்த கசாயத்தை வழக்கமாக குடிப்பதுபோல் குடித்தார். ஏதோ மாற்றம் இருப்பதை தெரிந்து கொண்டாலும் தெனமும் குடிக்கிறதால சுவை மாறிருக்கும்...” தனக்குள் சமாதானம் செய்துகொண்டார். உச்சி வெயில் இறங்க ஆரம்பித்திருந்தது. வாளனார் உடலிலிருந்து அந்த வெப்பமும் வெளியேறி இயல்புநிலைக்கு திரும்பிக் கொண்டு இருந்தார்.

அடுப்படியில் இருந்து கவனித்த பார்வதி கண்களை மூடி “பிச்சாயி நீ நல்லா இருக்கணும் தாயி...” என வேண்டிக்கொண்டாள்.

கீழக்குடியிருப்பு எங்கும் சேரும் சகதியுமாக இருந்தது.

“ஏலே... என்னய ஒரு கையி புடிலே...” என்று பிச்சாயி சொல்ல, நாரங்கி தனது வலது கையால் பிடித்து பள்ளத்தில் வழுக்கி விழாமல் தடுத்தாள்.

“ஆம்பள... அவன் என்ன பண்ணுவான். அவன்பாட்டுக்கு பழைய கூழுதண்ணிய அவளுக்கு ஊத்திராம... சூடா ஏதாச்சும் நீ செஞ்சுருந்தா அவளுக்கு குடு..." சொல்லிவிட்டு நாரங்கி வீட்டிலிருந்து கிளம்பினாள் பிச்சாயி.

“இந்தாய்யா... அவ பச்ச ஒடம்புக்காரி. பழைய கூழு தண்ணிய அவளுக்கு ஊத்திராத. சூடா ஏதாச்சும் நா கொண்டு வர்றேன் ..." அவளது குடிசையிலிருந்தே குரல் கொடுத்தாள் நாரங்கி.

“ஏழ எளியதுக்கு எது தின்னாலும் ஒன்னும் ஆகாது. நாம என்ன அய்யா மார்களா... வகவகயா அவிச்சு திங்கிறதுக்கு. நம்ம கையில கெடக்கிறத அமட்டாம தின்னுக்கனும்மா. நீ பொறந்தப்ப அய்யா வூட்ல ஒரு எழவு. ஓங்க அப்பா எழவு சொல்லி ரொம்ப தூரத்துக்குப் போயிட்டாரு. ஒண்டியா ஒன்னப் பெத்துப் போட்டு கெடந்தேன். நாம ஒத்த வீடு. ஒத்தாசைக்கு ஒரு சனம் இல்ல. நானா எந்திரிச்சு தண்ணிய காய வச்சு காலு கைய அலம்பி, கூழு தண்ணி வச்சேன். ஆனா நீ பொறந்தப்போ கொழம்புக்கு ஒரு கொறையும் இல்லடி. ஏழெட்டு தொத்த மாடுகள அடுத்தடுத்து ஓங்க அப்பனும் நானும் உறிச்சதுல உப்புக்கண்டம் வீடே நெறம்பிக் கெடந்துச்சு. ஒறவுக்காரங்களுக்கெல்லாம் மூட்டமூட்டயா கட்டிக் கொடுத்தேன்டி. எழவு சொல்லிப் போன அந்த மனுசன் வர நாலுநாளு ஆச்சு. அதுவரக்கிம் வெறுமொளகாய அரச்சு ஊத்தி உப்புக்கண்டத்த கொழம்பு வச்சுதான் ஒடம்ப தேத்துனேன். இது மாட்டுக்கறி தின்ன ஒடம்புடி... அதான் மாடுமாறி ஒழைக்க முடியுது...” அவளது அம்மா சொன்னதை அசைபோட்டுக்கொண்டாள் நாரங்கி.

கீழத்திண்ணையில் வைத்திருந்த சுள்ளிகளை உள்ளே அள்ளி வந்தாள். அடுப்பை மூட்டினாள். “எப்பவும் பயந்து பயந்தே எரியுற வெறவு இன்னக்கினு பாத்து திமுதிமுனு எரியுது. பாலாயிக்கி கொழம்பு வைக்க வெரசா எரியுறீகளோ... மவராசி ஆம்பளப் புள்ளய பெத்துருக்கா... தலச்சான் புள்ளைய எந்தக் கொறையும் இல்லாம அந்த பட்டவன்தான் காப்பாத்தணும்... ராசா வூட்டுப் புள்ளமாறி அப்புடில்ல இருக்கு. வெட்டியான்வூட்டுப் புள்ளமாறியா இருக்கு. நம்ம பயலுக்கு ஒரு தம்பி பய கெடச்சுட்டான்...” சொல்லிக்கொண்டே மண்சட்டியை அடுப்பில் வைத்தாள்.

கறிப்பானைக்குள் இருந்து நாலு கைப்பிடி உப்புக்கண்டத்தை

எடுத்து அலசி வேகவேகமாய் குழம்பு வைத்தாள். உப்புக்கண்டம் வாசனை ஊருநாட்டின் எல்லையைத்தாண்டிச் சென்றது. வாசனையை மோப்பம் பிடித்து நாய் ஒன்றும் நாரங்கியின் வாசலுக்கு வந்து நின்றது. ஏற்கனவே கிண்டியிருந்த கூழையும் மண்சட்டியில் போட்டு கொதிக்க கொதிக்க கொண்டு போனாள். அவள் பின்னால் வாலை ஆட்டிக் கொண்டே அந்த நாயும் சென்றது.

நாரங்கி உள்ளே நுழைந்தபோது பாலாயி குழந்தைக்கு பால் அமர்த்திக் கொண்டு இருந்தாள். புள்ளய அணச்சு நல்லா அமத்து... பொற ஏறுச்சுனா முதுகுல லேசா தட்டிக்கொடு... அந்த வெளக்கு ராத்திரி பூராம் எரியட்டும்... பூச்சிவட்ட வராம பாத்து படுங்க... எல்லாப் பக்கமுமே ஈரமாதான் கெடக்குது. அங்கயும் அப்புடித்தான். அப்பறம் சூட்டோட குடிக்காம கொஞ்சம் ஆறவிட்டு குடிங்க. இந்த நாயி இப்போதிக்கி நவராது. அதுக்கு ஒரு துண்டத்த எடுத்துப் போடுய்யா... தின்னுட்டு ஓடிப் போயிரும். சட்டி இருக்கட்டும். நானே காத்தால எடுத்துக்கிறேன். எதாவுதுனா சத்தமா என்னய கூப்புடுய்யா..." சொல்லிக்கொண்டே நகர்ந்தாள்.

தீத்தானது தூக்கத்தை அந்த இரவு முழுவதுமாக பறித்துக் கொண்டது. அவர் வெளியில் வருவதும், மனைவியைப் பார்ப்பதும் குழந்தையை பார்ப்பதுமாகவே இருந்தார். தனது அப்பாவே வந்து பிறந்து இருப்பதாக உணர்ந்தார். அவர் முகத்தில் மகிழ்ச்சி கோட்டைகட்டி குடிபுகுந்தது. வானத்தில் விண்மீன்கள் முளைக்கத் தொடங்கி யிருந்தன.

"எங்க சாமி பொறந்த நேரம் மழ கொட்டோ கொட்டுனு கொட்டுது. எப்பவும் இல்லாத அளவுக்கு வெள்ளாம அமோகமா இருக்கப் போவுது..." மனசு மகிழ்ச்சி பெருக்கெடுத்து ஓடியது.

தன் மகனைப் பார்ப்பதற்காக வானத்து விண்மீன்கள் வரிசை கட்டி வந்திருப்பதாக எண்ணி விண்மீன்களைப் பார்த்து சிரித்துக் கொண்டார்.

"இங்கேருய்யா... வாடக் காத்துல வெளியில நின்னு யாருக்கிட்டய்யா பேசிட்டு இருக்கே..."

"நம்ம புள்ளய பாக்க வானத்துல உள்ள மீனு எல்லாம் வரிசையா வந்துட்டு இருக்குல. அதுககிட்டதான் பேசிக்கிட்டு இருக்கேன்..."

“நல்ல ஆம்பளதாய்யா நீ... எப்ப பாத்தாலும் வெளையாட்டுத்தானா. பகல் பூரா காடுகரடுனு திரிஞ்சுட்டு வர்ற. கொஞ்ச நேரம் அசந்து படுக்கலாம்ல...” பாலாயி குரல் முன் எப்போதையும் விட மெல்லியதாய் இருந்தது.

“ம்... ஏம்புள்ள... கொழந்த பொறந்தா பொம்பளைக கொரலு ரொம்ப அழகா இருக்குமாம்லோ... அப்புடியா..? அதான் அந்தக் குயிலு மாறியே பேசுறீயோ... ஓங்கொரலு எப்பவுமே ஒசத்திதான்புள்ள...” சொன்னபோது வெட்கத்தில் சிவந்து போயிருந்தாள் பாலாயி.

“அய்யாமார்க, ஒழைக்கிறதுக்கு ஒருத்தன் பொறந்துட்டானு நெனச்சுக்கிட்டு இருப்பாக. நம்ம புள்ளய கொண்டாடுவாகளா... நம்ம சனமே எனக்கென்னனு திரியும். நாமலாச்சும் கொண்டாடுவோம். ... பாரு நம்ம புள்ள பொறக்கவும் உற்சாகத்துல தவளையெல்லாம் பாட்டு பாடுது...”

“ஒனக்கு சொல்லியாய்யா கொடுக்கணும். பாத்துய்யா... வானத்து மீனுபூரா நம்ம வீட்டுக்கு வரப்போவுது... அப்பறம் அந்த நெலா மகராசி மட்டும் இருட்டுக்குள்ள தனியா தவிக்கப் போறா...”

குழந்தை பிறந்ததால் தீட்டு என்று தீத்தானுக்குத் தெரியும். முப்பது நாளைக்கு பெரியகண்மாய் பக்கமும் கோயில்செய் பக்கமும் போகக் கூடாது என்று கூழையன் சொன்னது நினைவுக்கு வந்தது.

பொன்னழகியின் பசுமாடு கன்று ஈனத் தயாராக இருந்தது. முன்னங்கால்களை நீட்டி தலையை கால்களில் வைத்து கன்று குட்டி வெளியே தெரிந்தது. எல்லோரும் அமைதி காத்தனர். கன்று குட்டியின் கால்களை பிடித்து இழுத்து விடுவோமா என்று நினைத்தார் பிரமையன். “ஆக்க பொறுத்த கைக கொஞ்ச நேரம் ஆறப் பொறுக்க கூடாதா” என்று தனக்குத்தானே சமாதானம் செய்து கொண்டு கன்று குட்டி வெளியே வருவதை ஆர்வத்தோடு பார்த்துக் கொண்டிருந்தார் பிரமையன்.

சிறிது நேரத்தில் “பசுமாடு கிடாரிக் கன்னு போட்டுருச்சு” என்று உரக்கக் கத்தினார் பிரமையன். “என் மருமயன் வந்த நேரம் என் வம்சம் தழச்சி இருக்கு.” சொல்லிக்கொண்டே கன்றுக்குட்டியைத்

தூக்கி வைக்கோலால் சுத்தம் செய்து பசு மாட்டின் அருகில் படுக்க வைத்தார் பிரமையன். பசுமாடு கன்றுக் குட்டியை நாக்கால் நக்கிக் கொடுத்து ஆனந்தம் அடைந்தது.

அழகப்பனை இறுகக் கட்டிப்பிடித்துக் கொண்டு ஆனந்தக் கண்ணீர் வடித்தாள் பொன்னழகி.

5

இடையாத்தூருக்கும் காளைக்கோழிமலைக்கும் இடையில் உள்ள ஏமம்பாறையின் இடுக்குகளில் துளிர்விட்டு வளர்ந்திருந்த புரசைமரத்து நிழலில் அழகப்பனும் பொன்னழகியும் உட்கார்ந்திருந்தனர். காளைக்கோழிமலையின் அழகும் புரசை மரத்து காற்றும் உடலை சிலிர்க்க வைத்தது. ஏமம்பாறையைச் சுற்றிலும் வேட்டைக்காரர்கள் வாழும் பகுதியாக இருந்தது. ஏமம் என்றால் பாதுகாப்பு என்பதாகும். காளைக்கோழிமலைக்கு பாதுகாப்பு ஏமம்பாறையைச் சுற்றி குடியிருக்கும் வேட்டைக்காரர்கள்தான்.

சிறுவயதில் தன் தோழிகளுடன் புரசை மரத்து இலைகளில் தொன்னை செய்து கஞ்சிகாச்சி குழம்புவச்சு விளையாடுவது வழக்கம். யார் நிறைய தொன்னைகளை செய்கிறார்கள் என பெரும் போட்டியே நடக்கும். தொன்னை செய்யத் தெரியாமல் வெள்ளாளச்சி பேந்தபேந்த விழித்தாள். தொன்னை செய்ய பொன்னழகிதான் கற்றுக் கொடுத்தாள்.

பொன்னழகி இடையாத்தூருக்கு வந்திருக்கும் சேதி கேள்விப்பட்டு ஏமம்பாறைக்கு வந்து சேர்ந்தாள் வெள்ளாளச்சி... காளைக்கோழி மலையில் எடுத்த தேனை தொன்னையில் ஊற்றிக்கொண்டு வந்திருந்தாள். பொன்னழகியைப் பார்த்ததும் கட்டிப்பிடித்து தேமித்தேமி அழுதாள்.

செய்வதறியாது உட்கார்ந்து கொண்டிருந்தான் அழகப்பன். சிறிது நேரம் ஏதேதோ இருவரும் பேசிக்கொண்டு இருந்தனர். உனக்கும் சீக்கிரமா ஒரு காளையன் வந்து தூக்கிட்டுப் போய்ருவான். ஆனா தூக்கிட்டுப் போறதுக்கு முன்னாடி எனக்கொரு தூது அனுப்பிரு. காத்தாப் பறந்து வந்தர்றேன்... என்ற பொன்னழகியின் கன்னத்தை வலிக்காமல் கிள்ளி மகிழ்ந்தாள் வெள்ளாளச்சி.

தனிமைப்பட்டவனாக மலையையும் வீசும் காத்தையும் ரசித்துக்கொண்டே தனித்து உட்கார்ந்திருந்தான் அழகப்பன். புரசை மரத்து தூரில் மண்டிக்கிடந்த குருவிச்சா தழைகளைப் பறித்து பொன்னழகி வாயில் திணித்துவிட்டு நடையைக் கூட்டிய வெள்ளாளச்சியின் மனம் முழுவதும் ஏமம்பாறையிலேயே முகாமிட்டு இருந்தது.

ஏமம்பாறை வழியாக இடையாத்தூர் நோக்கிச் சென்ற வேட்டைக்காரர்கள் நான்கைந்து பேர் அழகப்பனையும் பொன்னழகியையும் பார்த்ததும் தங்களுக்குள் ஏதோ பேசிக்கொண்டனர்.

வேட்டைக்காரர்களில் வயது மூத்த பெரியவர் ஒருவரும் நீளமான கடியலை ஊன்றி சென்றுகொண்டு இருந்தார். பொன்னழகியைப் பார்த்ததும் “வயல்நாட்டுக்கு வாக்கப்பட்டுப் போன பிரமையன் மகளா... அது...? கொனச்சுகொனச்சு குருவிச்சாதழைய மெல்லுறத பாத்து மலைமேல இருக்க காளமாடு வெறிக்கப் போவுது. நம்ம ஊருநாட்டுக்கு வந்த மருகப்புள்ளய மெரள விட்றாத தாயி... பொரசமரம் கோவிச்சுக்கப்போவுது...” சொல்லிச் சிரித்துக்கொண்டே சென்றார் பெரியவர்.

பெரியவரின் பேச்சைக் கேட்டதும் பொன்னழகியின் முகத்தை குறுகுறுவென உற்றுப் பார்த்தான் அழகப்பன். வாய் திறக்காமல் எச்சிலையும் துப்பாமல் இருக்கும்போது குருவிச்சாதழையைத்தான் மெல்லுகிறாள் என்பதை அவரால் எப்படி கண்டு பிடிக்க முடிந்தது என வியந்து பார்த்த அழகப்பனின் நாசிக்குள் குருவிச்சாதழையின் வாசம் வேகமாய் ஊடுருவிக்கொண்டு இருந்தது.

பொன்னழகியின் நாக்கும் உதடுகளும் சிவந்து போயிருந்தது. விழிகளால் ஊதி அவளின் உதடுகளை மேலும் ஈரமாக்கிக்கொண்டிருந்தான் அழகப்பன்.

வயல்நாடு பொன்னழகிக்கு பழக்கமில்லாத பகுதி. ஓரிடத்திலிருந்து மற்றொரு இடத்திற்கு குடிபெயர்ந்து செல்லும்போது அதற்கேற்ற வாழ்வியல் முறைகளை பின்பற்றிக் கொள்ள வேண்டும். ஆழம் தெரியாமல் காலைவிட்டால் ஆபத்தில் கூட முடிந்துவிடலாம். அதனால் பொன்னழகியைத் தனது மார்பில் தலைசாய வைத்து, வயல்நாட்டில் கண்டதையும் கேட்டதையும் சொல்ல ஆரம்பித்தான் அழகப்பன். அவன் உதடுகளை உற்றுநோக்கி ஊனான் கொடியாக அவன் மேல் படர்ந்து கிடந்தாள் பொன்னழகி.

கீழக்குடியிருப்பில் குழந்தை பிறந்தால் பெரியதனம் வாளனார் வீட்டிலிருந்துதான் குழந்தைக்கு காடா துணி கொடுப்பார்கள். கஞ்சிப்பசை போட்டது போல் மடமடவென்று இருக்கும். நாலு முழம் காடா துணியை கொஞ்சம் கொஞ்சமாக கிழித்து குழந்தையின் இடுப்பில் கட்டி விடுவதற்காகத்தான் அது. பிறந்த குழந்தைக்கு பெரியதனம் வீட்டார் தரும் முதல் சீதனம் காடாத்துணிதான். தீத்தானிடம் ஏற்கனவே இரண்டு காடாத்துணிகள் இருந்தன.

மேலக்குடியிருப்பில் யாராவது இறந்துபோனால் சுடுகாட்டில் எரிப்பதற்கு முன்னால் அங்கு வரும் கீழக்குடிகாரர்களுக்கு ஆளுக்கு நாலுமுழம் என கிழித்துக் கொடுப்பார்கள். பெண்கள் இறந்துபோனால் எட்டு முழமாய் சேலைகளைக் கிழித்து கீழக்குடியிருப்பு ஆண்களிடம் கொடுப்பார்கள். கீழக்குடியிருப்புக்காரர்களுக்கு அந்தக் காடாத்துணியும் கிழிந்த சேலையும்தான் மேலக்குடியிருப்பினர் கொடுக்கும் மிகப்பெரிய சீதனமாக இருந்தது.

நீண்ட நாட்களாய் நோய்வாய்ப்பட்டுக் கிடந்த குமரேசனின் அப்பா இறந்தபோது ஒரு கோழிக்குஞ்சும், இரண்டு காடாத்துணியும் தீத்தானுக்கு கிடைத்திருந்தது.

அந்த ஊரில் முடிதிருத்தம் செய்யும் குடும்பம் ஒன்றும் இருந்தது. வயல்நாட்டின் பத்தொன்பது ஊர்களுக்கும் ஊழியம் செய்பவர்களாக இருந்தார்கள்.

அறுவடை முடிந்து மறு முழுநிலா நாளுக்கு முன்தினம்தான் வயல்நாடு முழுவதும் சென்று தங்களுக்கான கூலியை தானியங்களாக பெற்றுக் கொள்வர். அவ்வப்போது தோட்டங்களில் விளையும் காய்கறிகளில் பூச்சி துளைத்த காய்கறிகளும் அதிகமாகவே கிடைக்கும்.

முடிதிருத்துதல், முகச்சவரம் செய்தல், மொட்டை அடித்தல் என அனைத்தும் தோத்தப்பன் குடும்பம்தான் செய்து வந்தது.

“இருக்குறவன் ஒழுங்கா இருந்தா செறைக்கிறவன் ஒழுங்கா செறைப்பான்...” தோத்தப்பன் தனக்குள் சொல்லிக் கொண்டாலும், வாளனாருக்கு முடி வெட்டும்போதும் சவரம் செய்யும்போதும் தனக்குள் நடுநடுங்கித்தான் போவார்.

ஒருநாள் அப்படித்தான், “சாமி... கொஞ்சம் கீழ குனிங்க...” என்றபோது “ஏ...ன் ஒங்க மொகரையும் கத்தியும் கீழக் குனியாதோ...” வாளனாரின் வாயிலிருந்து தெறித்த சொற்களால் சவரக்கத்திக்கும் வேர்த்துத்தான் போயிருந்தது.

அப்போதெல்லாம் அவருக்கு, கண்டவனார் சொன்னதுதான் நினைவுக்கு வரும். “தோத்தப்பா... ஓம்புட்டு கத்திக்கி எப்பேர்ப்பட்டவனும் வளஞ்சு கொடுத்துதாயா போகணும்... ஓங்கத்தி சொல்றபடி கேக்கலனா... இந்த மூஞ்சில மசுர எப்புடி செரைக்க முடியும். கொஞ்சம் கோணமாணலா போனாலும் பாக்குறவனுக எல்லாம் சிரிக்க ஆரம்பிச்சுருவானுக... கேலிக்கார பொம்பளப் புள்ளைகளுக்கு ரொம்ப தொக்கா போயிருமே...” அவர் சொன்னதை நினைத்து தனக்குள்ளேயே சிரித்துக்கொள்வார்.

குமரேசனின் அப்பாவை பாடைகட்டி உச்சி வெயிலுக்குப் பிறகு ஆத்தங்கரைக்கு தூக்கிக்கொண்டு வந்தார்கள். தீத்தானின் பங்காளிகள் சிலர் தப்பை தோளில் மாட்டி அடித்துக்கொண்டு வந்தார்கள். தீத்தானும் அவரோடு சேர்ந்த சிலரும் மரங்களை வெட்டி பிணத்தை எரிப்பதற்கு வசதியாக அடுக்கிக் கொண்டு இருந்தார்கள்.

தோத்தப்பன் தனது கத்தியை தீட்டுக்கல்லில் வைத்து தீட்டிக் கொண்டு இருந்தார். அது விண்மீனைப் போல் மின்னிக்கொண்டு இருந்தது. கத்தியை தலையில் வைத்ததும் முடியெல்லாம் மழித்துவிடுவது போலிருந்தது. சுடுகாட்டில் நடக்க வேண்டிய இறுதிச் சடங்குகள் தொடங்கியிருந்தன.

“மாமன் மச்சினனுக வாய்க்கரிச போடுங்கப்பா... பங்காளிக கடசியா போடலாம். அதுக்குள்ள தோத்தப்பனக்கூப்புட்டு கொமரேசனுக்கு தலமுடிய நல்லா எடுக்கச் சொல்லுங்க...” சின்னச்சாமி சொல்லவும் தோத்தப்பன் ஆயத்தமானார்.

“தெக்கிசீமகாரருக்கு நம்ம பழக்கவழக்கம் மறந்துருச்சோ...! சோத்தாங்கையில வாய்க்கரிசிய போட்டுட்டு நொண்டாங்கைய குண்டியில தொடச்சுட்டுப் போறீக...” செம்பியனார் சொன்னதும், அடுத்து வந்தவரோ இரண்டு கைகளையும் ஒன்றாக வைத்து இடது கையால் நெல்லை கொஞ்சம் அள்ளி மூன்று முறை பிணத்தின் மேல் விரிக்கப்பட்ட துணியில் போட்டுவிட்டு பக்கத்தில் இருந்த கலயத்தில் கைகளை விட்டு நனைத்து எடுத்தபோது " மாப்ள கெட்டியா... புடுச்சுக்கிட்டாருயா... நம்ம பயலுகளுக்குக் கூட இவ்ளோ பக்குவம் தெரியாதுயா... தெக்கிசீமைகாரங்க சோட போகலங்கிறத... காம்புச்சுப்புட்டாப்ளயா...” மீண்டும் செம்பியனார் சொன்னபோது எல்லோரும் சிரித்துக்கொண்டனர்.

“கை மாத்தி கால மாத்தினு வாய்க்கரிசி போட்டா செத்தவரு எந்திரிச்சு வரப்போறாரா. ஏங்க மச்சான் நீங்களும் வந்த எடத்துல வெளையாட்டுக் காட்டிக்கிட்டு இருக்கீங்க. ரொம்பநாள நோக்காடுல கெடந்தவரு. இப்பவே நாத்தம்புடிக்க ஆரம்பிச்சிருச்சு. காலகாலத்துல ஆக வேண்டியத முடிச்சுட்டு போனாத்தானே அவனுகளும் சட்டுப்புட்டுனு காரியத்த முடிச்சுட்டு பொண்டாட்டி புள்ளைகிட்ட போவானுங்க. நம்ம பயலுகள்ல ஒருத்தன ராத்திரில இவனுககூட ஊடமாட ஒத்தாசையா இருக்கச் சொல்லுங்க. சுடுகாட்டுல தங்குறதுனா எல்லாப் பயலுகளுக்கும் நாக்குத்தள்ளிப் போயிரும். ராத்திரி பூரா நின்னு மிச்சமீதி இல்லாம எரிச்சுப்புட்டு வரணும்ல. நமக்கு ஊழியம் பாக்குறானுகங்குறதுக்காக ரொம்பவும் அவனுகள தொக்கா நெனைக்கக் கூடாதுல” கண்டவனார் பேசியதும், யாரும் எதிர்த்து வாய் திறக்கவே இல்லை. பங்காளிகள் வாய்க்கரிசி போடத் தொடங்கியிருந்தனர்.

தோத்தப்பனின் கத்தி குமரேசன் தலை முடியையும் மீசையையும் முழுவதுமாய் மழித்திருந்தது. குமரேசன் தனது இரண்டு கைகளையும் தூக்கி கமுக்கூடை மழிக்கச் சொன்னபோது அது பிசுபிசுவென்று வெள்ளையும் கருப்புமாய் படிந்து நாற்றமெடுத்தது. பொடுகு தலை, சீல் தலைகளுக்கு முடி எடுக்கும்போது கூட அவ்வளவாக எதையும் நினைத்தது கிடையாது. இது நமது தொழில் என்றே மனதுக்குள் நினைத்துக்கொண்டு மனப்பூர்வமாக மழிப்பதுண்டு. தோத்தப்பன் தனது மூச்சை அடக்கிக் கொண்டதை வெளிக்காட்டாமல்

கமுக்கூட்டிலிருந்த முடியை சுத்தம் செய்தார். முகம் சுழித்தால் தேவையில்லாத பிரச்சினைகள் வரும் என்று அவருக்கும் தெரியும்.

குமரேசனோ இரண்டு மூன்று முறை மண்கலயத்தில் இருந்த தண்ணீரில் உத்துஉத்து முகத்தைப் பார்த்துக் கொண்டார். "இந்த மீசய வளக்க எவ்ளோ பாடுபட்டேங்கிறது எனக்குத்தான் தெரியும். கெழட்டுப்பய செத்துத் தொலையவும் எடுக்க வேண்டியதாயிருச்சு... மொட்டத்தலயா திரிஞ்சாலும் பரம்பரை கவுரவத்த மட்டும் விட்றக் கூடாது..." தனக்குள் எண்ணிக் கொண்டார்.

"அந்த கோழிக்குஞ்ச அவுக்காம என்னடா பண்ற... அதுபாட்டுக்கு வந்த எடத்துல வீல் வீல்னு கத்திக்கிட்டே கெடக்குதுல..." சின்னச்சாமி சொன்னதும் அவிழ்த்து செடி மறைவில் கட்டினார் தீத்தான்.

"சனிப்பொணம் தனியா போகாது"ங்கிற நம்பிக்கைல சனிக்கிழமை செத்தா வெட்டியானுக்கு கோழிக்குஞ்சு கொடுத்தா உடனே இழவு விழுகாது என்பது அவர்களுடைய வழக்கமாக இருந்தது. சனிக்கிழமை தூக்கியதால் தீத்தானுக்கு ஒரு கோழிக்குஞ்சும் இரண்டு காடாத்துணியும் கிடைத்திருந்தது. குமரேசன் கொள்ளி வைத்ததும் அவரது அக்கா புருசன் குமரேசன் தலையில் வேட்டியை பொத்தி சுடுகாட்டை திரும்பிப் பார்க்காமல் ஆத்துக்குள் குளிப்பதற்காக அழைத்துக் கொண்டு போனார். எல்லோரும் குமரேசனைப் பின் தொடர்ந்து குளிப்பதற்குச் சென்றனர்.

"ஏன்.....டா.... ஏழுபான தென்னங் கள்ளக் குடிச்சுப்புட்டு, காடாத்துணிய இழுத்துக் கட்டிக்கிட்டு மல்லாக்கப் படுத்துறாம, பெருப்பெருத்த சாவுடா... நின்னுதான் எரியும். முழுசா எரிச்சுப்புட்டு போங்கடா. மிச்சம் மீதி கெடந்து நரிகிரி இழுத்துக்கிட்டுப் போயி தின்னுப் போட்ருறாம..." செம்பியனார் சொல்லிக்கொண்டே போனார்.

சனிக்குஞ்சாக கொடுத்த கோழிக்குஞ்சு பெருசானதும் அடித்து ரசம் வைத்துவிட வேண்டும் என்று தீத்தான் தனக்குள் தீர்மானித்துக் கொண்டார். நெருப்பு கொழுந்துவிட்டு எரிந்துகொண்டு இருந்தது.

"என்னய்யா... மனுசன். கட்டையில போட்டதும் திகுதிகுனு எரியுறாரு" எல்லோரும் பேசிக்கொண்டே குளித்து கரை ஏறினார்கள்.

6

“டேய் தீத்தா....” யாரோ ஒத்த குரல் வைத்து கூப்பிடவும் அந்த திசையை நோக்கினார் தீத்தான்.

கூழையன் அண்ணன் தான் கூப்பிடுகிறார் என்பதை புரிந்து கொண்டு வேக வேகமாய் நடை போட்டார். அவர் தோளில் மண்வெட்டி லாகவமாய் தொங்கிக் கொண்டிருந்தது. வரப்பிலிருந்து தவளைகள் இரு பக்கமும் தாவிக் குதித்தன. தண்ணீர் பாம்பு ஒன்று வரப்பு ஓரமாக பெரிய தவளை ஒன்றை பாதி விழுங்கியபடி வேகமாய் பாயந்து சென்றது. ச்சூ....சூ.... என்றவாறு போய்க்கொண்டு இருந்தார். வாய்க்குள் மாட்டிக்கொண்ட தவளை க்யீங்...க்யீங்... என கத்திக்கொண்டே இருந்தது.

கூழையண்ணன் எப்போதும் இப்படி கூப்பிட்டது இல்லை என்று தீத்தானுக்குத் தெரியும். ஒரு வேளை பாலாயி வரச் சொல்லி இருப்பாளோ. புள்ளைக்கி ஏதாவது ஆச்சோ. காலையில வரும்பொழுது புள்ள நல்லாதானே இருந்தான். இல்ல அவளுக்குத்தான் சுகம் இல்லையா... என்னவென்று புரியாதவராய் நடை போட்டுக் கொண்டிருந்தார். ஒரு வழியாக கூழையனும் வந்து சேர்ந்தார்.

“எதுக்குண்ணே...இப்படி தொண்டத்தண்ணி வத்த கத்திக்கிட்டு வர்ற. அப்படி என்ன தலை போற காரியம். புள்ள ஏதும் கத்துறானா...? பிச்சாயி அண்ணிகிட்ட சொன்னாதான் ஏதாச்சும் கசாயம் வச்சுக் கொடுத்துருமே.”

“அது இல்லடா. நீ பாட்டுக்கு கோயில் செய் பக்கமெல்லாம் போயிடாத. முப்பது நாளைக்கு நமக்கு தீட்டுல. அந்த பக்கம் எல்லாம் அவுங்க பாத்துக்குவாங்க. அப்புறம் பெரியதனம் வீட்லருந்து உன்ன அந்த ஆத்தா வர சொல்லுச்சுடா. அதான்”

எதுக்காக இருக்கும் என்று தெரிந்து கொள்ள கேட்டார்.

“என்ன துணிமணி கொடுக்கவா இருக்கும். இல்லனா கஞ்சித் தண்ணி ஏதும் ஊத்த கூப்பிட்டு இருக்கும். எதுக்கும் ரெண்டு சட்டியை கையில புடிச்சுகிட்டு போயிரு”

தீத்தானிடமிருந்து வாங்கிய மண்வெட்டி கூழையன் தோளில் ஆடிக்கொண்டிருந்தது. தீத்தான் உடம்பெல்லாம் சேரும் சகதியுமாய் இருந்தது. “வாய்க்காலில் உட்கார்ந்து கால் கையை கழுவிக்கிட்டு வெரசா போயிட்டு வா. நான் பாத்துக்குறேன்” சொல்லிக் கொண்டே பக்கத்து வயல் பக்கமாய் சென்று கொண்டிருந்தார் கூழையன்.

வாய்க்காலில் உட்கார்ந்து முக்கி குளித்துவிட்டு நாலுமுழ வேட்டியை உட்கார்ந்தபடியே அலசி பிழிந்து இடுப்பில் கட்டிக்கொண்டார். ஓடும் வாய்க்கால் தண்ணீரில் வாய் கொப்பளித்து விட்டு இரண்டு முடக்கு அள்ளிக் கொடுத்தார்.

வரப்புகளில் ஏறி விளையாடிக் கொண்டிருந்த நண்டுகளை பிடித்து துணியில் கட்டிக் கொண்டார். பெரிய நண்டு ஒன்று பெருவிரல் இடுக்கில் அயிரை மீனை துடிதுடிக்க தின்று கொண்டிருந்தது. தீத்தானைப் பார்த்ததும் அது நடவு நட்ட வயலுக்குள் அங்குமிங்கும் ஓடி திருடர்கள் பதுங்குவது போல் பதுங்கியது. வயலுக்குள் அடிமேல் அடிவைத்து தடவினார். தண்ணீர் கலங்கலாக இருந்ததால் அது நுரை விடுவதை வைத்தே அதன் பாதையை கண்டறிய முடிந்தது. நுரைவிட்ட இடத்தில் கை வைத்தபோது அது சுரங்கப் பாதை போல தோடு நீண்டுகொண்டே போனது. சில நண்டுகளின் தோடுகள் ஒரு வயலில் இருந்து அடுத்த வயலுக்கு கூட செல்லும். நண்டு தோட்டுக்குள் முழங்கை வரை நுழைத்த போது தான் அது அகப்பட்டது. அதன் கால்கள் கத்தரிக்கோலை விரித்து வைத்தால் போல் இருந்தது. அதற்குள் விரல் மாட்டிக்கொண்டால் ரத்த காவு பார்த்துவிடும்.

மழைக்காலத்தில் தடுமன் புடிச்சுச்சுன்னா சாமானியத்துல விடவே

விடாது. அதுவும் அவளுக்கு புடிச்சுச்சுன்னா சளி ஊத்திக்கிட்டே இருக்கும். புள்ளைக்கு எப்படி பால் கொடுப்பா. சீரகம், சோம்பு, மிளகு போட்டு உரலில் இடிச்சு ரசம் வச்சு குடிச்சா புடிச்சிருக்க சளி எல்லாம் கட்டிக்கட்டியா வெளியே வந்துவிடும். துணியில் கட்டி தோளில் தொங்கப்போட்டு கொண்டு நடையை கூட்டினார்.

இந்தா... புள்ள. பய என்ன பண்ணுறான். சாப்டியா... இந்தரு அஞ்சாறு நண்டு குஞ்சுகள சட்டில போட்டு கமுத்து வச்சிட்டு பெரியதனம் வீட்டு வரைக்கும் போயிட்டு வந்துர்றேன். வந்ததும் இடிச்சு ரசம் வச்ச தாரேன் சொல்லிக்கொண்டே மண்சட்டி ரெண்டு எடுத்து கக்கத்தில் வைத்தவாறு கிளம்பினார்.

"ஏயா வரசா வந்துருய்யா. உப்பு கண்டத்துக்கு ஆசையா இருக்கு" பச்ச ஒடம்புக்காரிக்கு ஏதாவது திங்கனும்னு ஆசை இருக்கும்ல. அவளது பேச்சில் ஏக்கம் அதிகமாய் குடியிருந்தது. அவள் மடியில் இருந்த குழந்தை மேற்கூரையை வெறிக்க வெறிக்க பார்த்துக் கொண்டே இருந்தது.

ரெண்டு அம்மாசிக்கு முன்னாடிதான் வாளனாரின் காளங்கன்னு ஒன்று சப்பை நகண்டு நடக்க முடியாமல் கிடந்தது. இனியும் அது எழுந்து நடக்கும் என்ற நம்பிக்கை யாருக்கும் இல்லை. தீத்தானும் இடும்பனும்தான் காளங்கன்னின் கால்களை ஒன்றாகக் கட்டி மூங்கிக்குழாயில் தூக்கி வந்தனர். மாடு உறிப்பதில் கூழையனை யாரும் வெல்ல முடியாது.

கத்தியை லாவகமாக பிடித்து ஒரே அறுவையில் எப்பேர்பட்ட மாட்டையும் அறுத்துவிடுவார். கூழையன் கத்தி பிடிக்கும்போது ஒருசொட்டு ரத்தம் கூட கீழே சிந்த விட மாட்டார். ரத்தம் இளஞ்சூட்டில் கொறக்கொறக்வென கொட்டும்போது மண்குவளையில் ரத்தத்தைப் பிடித்து சின்னஞ்சிறு பிள்ளைகளுக்கு கொடுப்பார். ரத்தம் உறைவதற்குள் ஒரே மொடக்கில் குழந்தைகள் குடித்துவிடுவார்கள். இவ்வாறு குடித்தால் பித்த நோய்கள் வராது என்பது இவர்களின் காலம்காலமான நம்பிக்கை.

மாட்டின் தாரை எலும்பை எடுத்துதான் தப்பு அடிப்பதற்கும் மேளம் கொட்டுவதற்கும் பயன்படுத்துவார்கள். மாட்டில் வயிற்றின் ஓரமாய் ஒட்டியிருக்கும் செவரொட்டியை குழந்தை பிறந்தவர்களுக்கும்

பெண்களுக்கும் மட்டுமே கொடுப்பார். பொம்பளப்புள்ளைக செவரொட்டிய சுட்டுத்தின்னாதான் தாரை எலும்புமாறி உறுதியா இருக்க முடியும் என்று கூழையன் சொல்லி சிலாகிப்பார். தீத்தானின் குடிசையில் உப்பையும், மஞ்சளையும் தடவிக் காயப்போட்ட உப்புக்கண்டம் பெரிய கருப்பு பானையில் பாதி இருந்தது.

வெயில் உச்சியை நோக்கி நகர்ந்து கொண்டிருந்தது. மேகக் கூட்டங்கள் வெயில் மிகுதியால் அங்குமிங்கும் அல்லாடிக் கொண்டு இருந்தன. தீத்தானைப் பார்த்ததும் கள்ளிச்செடியில் இருந்த கரட்டான் ஒன்று தலையை மேலும் கீழும் ஆட்டியது. கள்ளியன் சிட்டுக்குருவிகள் அங்கும் எங்கும் தாவி கிளைகளை எண்ணிக் கொண்டிருந்தன. வெக்கை அதிகமாய் இருந்ததால் அவ்வப்போது இறக்கையால் விசிறி கொண்டன.

ஆத்தோ... தீத்தான் வந்திருக்கேன்.

கள்ளிச்செடி ஓரமாய் வெகு நேரமாய் நின்று அழைத்தபோதும் யாருமே வரவில்லை. இப்போது அவரது குரல் சற்றே ஓங்கி ஒலித்தது. அதற்கு மேலும் கத்தினாலும் சிக்கல்தான்.

வாளனாரின் அம்மா ஒரு முறை இடும்பனை சொற்களால் புரட்டி எடுத்தது நினைவுக்கு வந்தது.

“ஏன்... மெதுவா கூப்புட மாட்டிகளோ... எவனாச்சும் நாண்டுக்கிட்டு செத்துப் போயிட்டானா. நெஞ்சு அழுத்தம்டா உங்களுக்கு எட்டு எலவு விழுந்தாலும் கொழம்புச் சோறு கொட்டி கொடுக்குறோம்ல. அதான் இப்படி கத்தச் சொல்லுது” கிழவியின் பேச்சு இடும்பனுக்கு பழகித்தான் போயிருந்தது.

“பெரியாத்தோ... உங்க தோடு நீங்க பேச பேச நாட்டியக் குதிரை மாதிரி அங்குட்டு இங்குட்டுமா ஆடுது” இடும்பன் சொன்னபோது அவளின் முகம் வெட்கத்தால் விரிந்துபோயிருந்தது.

“ம்... உங்க கூட்டமே பசப்பு கார கூட்டம் டா. எங்க விட்டாலும் நீங்க பொழச்சுக்குவீங்கடா” வாளனாரின் அம்மா சொன்ன போது இடும்பன் உதடுகளும் சிரித்துக் கொண்டன. அருகில் நின்ற தீத்தானும் நமட்டுச்சிரிப்பு சிரித்துக்கொண்டார்.

ஆத்தோ... தீத்தான் வந்திருக்கேன். மீண்டும் குரல் கொடுத்தார்.

வீட்டுக்குள் இருந்து பத்து வயதுச் சிறுவன் காராளவேந்தன் எட்டிப் பார்த்தான். வயல் கருப்பருக்கு நூறு கிடாய் வெட்டி பூசை செய்த பிறகு பிறந்தவன் இவன்தான். அவனுக்கு பிறகு ஒரு புழு பூச்சி கூட பார்வதி வயிற்றில் தங்கவில்லை. மகனின் துணைக்கு ஒரு பிள்ளை இல்லையே என்ற வருத்தம் பார்வதிக்கு எப்போதும் உண்டு. இருக்கும் பிள்ளையாவது நீடித்து இருக்க வேண்டும் என்பதற்காக எல்லையில் இருக்கும் அய்யனார் கோயிலுக்குச் சென்று வெள்ளிக்கிழமை மாலை தோறும் விளக்கு போடுவதைத் தவறாமல் செய்து வந்தாள்.

ஆயா... தீத்தான் வந்திருக்கான்.

காராளவேந்தன் சொல்லிக்கொண்டு இருக்கும்போதே பார்வதியும் வாசலுக்கு வந்து விட்டாள்.

“வாடாப்பா... மயன்பொறக்கவும் பெரியதனம் விட்டு நெனப்பு இல்லாம போச்சோ.”

“இல்லங்க ஆத்தா...” தலையை சொறிந்துகொண்டார்.

“எங்களுக்கு சோறு போடுற குலசாமியை மறப்பேங்களா. நாலு நண்டு புடிச்சு வந்திருந்தேன். அவ உடம்புக்கு தேவையில்லாம நோக்காடு வந்துறக் கூடாதுனு இடிச்சு ரசம் வச்சுட்டு வர பொழுது குடுகுடுன்னு ஓடிருச்சு” மீண்டும் தலையை சொறிந்துகொண்டார்.

“சேரி சேரி... இந்தத் துணியை வச்சுக்க. தொட்டி கட்டினாலும் சரி, இல்ல குண்டி துணிக்கு வச்சுக்கிட்டாலும் சரி. இந்த சேலைத் துணியை அவளுக்கு மாத்திக்க கொடு...” அவள் அதிகாரமாய் சொல்வதாக இருந்தாலும் அகங்காரம் இல்லாதவளாக இருந்தாள்.

“எங்க சனக்கட்டுலேயே அப்படி ஒரு புள்ள இல்லையாமே. எப்படிடா உனக்கு வந்து பொறந்துச்சு. உன் புள்ளைய பத்தி தான் எங்க ஆளுங்க அப்படி பேசிக்கிறாங்க” பார்வதி சொல்லும் போது தீர்த்தானின் விழிகள் வியப்பில் விரிந்து இருந்தன. அவை வாடி வாசலில் திறந்து விட காத்திருக்கும் காளைகள்போல் இருந்தன.

“வயக்காட்டுல இருக்க நண்டு நத்தையும் இவன் பொம்பளையோட கால் தடம் கேட்டாலே ஓடி ஒளிஞ்சுக்குமே. அவளுக்கு மட்டும் எப்படித்தான் அம்புடுதோ. சட்டி சட்டியால புடிச்சுக்கிட்டு போவா.

நண்டு நத்தைய நெறையா தின்னா புள்ள அப்படிப் பொறக்குமோ என்னவோ” பார்வதி சொல்லிக்கொண்டிருந்தாள்.

“எவ்ளோ சிவப்பா இருந்தாலும் நாட்டுக்கு ராசாவா ஆக முடியாது. நமக்கு தானே தொண்டூழியம் பாக்கணும். நம்ம மண்ணுக்கு அந்த நெறமெல்லாம் எடுபடாதுடி. உதியன் பெருத்தாலும் உத்தரத்துக்கு ஆகாது” சொல்லிக்கொண்டே வாயை முகத்திற்கு இடப்பக்கமாக சிலிப்பிக் கொண்டாள் உடையம்மை.

“நம்ம பிள்ளைகளுக்கு என்னடி கொறச்ச. எட்டுக் குத்துக்கு எதிர்த்து நிற்க முடியுமா அவனுகனால...”

அங்கிருந்த பெண்கள் அவரவர் போக்கில் பேசிக்கொண்டனர். தீத்தான் எதுவும் காதில் விழாதவராய் வீடு திரும்பிக்கொண்டு இருந்தார்.

பார்வதிக்கு மகன் பிறந்திருந்த போது கருப்பர் கோயிலில் காலையும் மாலையும் சிறப்பு வழிபாடுகள் நடைபெற்றன. கோயில் வீட்டில் மாவிலை தோரணங்கள் கட்டப்பட்டு தென்னங்குருத்து ஓலைகள் அழகாய் பின்னப்பட்டு தெருக்களில் தொங்க விடப்பட்டு இருந்தன. ஒவ்வொரு நாள் மாலையும் கோயில் வீட்டுக்கு வடக்குப் பக்கம் உள்ள பொட்டலில் தப்படி சத்தம் கேட்டுக்கொண்டே இருந்தது. திருவிழா போல் வாளனார் கொண்டாடினார்.

தப்படிப்பதில் தீத்தானும் இடும்பனும் வேகமானவர்கள். அவர்களோடு போட்டி போட கீழக்குடியிருப்பில் மட்டுமல்ல, சுற்றுவட்டாரத்தில் உள்ள அவர்களது உறவினர்கள் கூட தயக்கம் காட்டுவார்கள். தப்பு அவர்கள் சொல்வதை எல்லாம் கேட்கும் படியாக இருந்தது.

சின்சுனுக்கான்... சினுக்குச்சிக்கான்

சின்சுனுக்கான்... சினுக்குச்சிக்கான்

சினுக்குச்சான்... சினுக்குச்சான்

சின்சுனுக்கான்... சினுக்குச்சிக்கான்

“அட்ரா...தீத்தா அட்ரா தீத்தா” என்று இடுப்பன் என்று சொல்வதும் அடிண்ணே... ம்...அடிண்ணே... என்று தீத்தான் சொல்வதும்

தப்பிலிருந்து பிறந்த இசை போல் எல்லோருக்கும் கேட்டது.

பூச்சியப்பன் தப்பு அடிப்பதை நிறுத்திவிட்டு சொற்கள் வாயில் உருவாகின்றதா? இல்லை தப்பில்தான் உருவாகின்றதா என்று குனிந்து கவனித்துக் கொண்டிருந்தார். அடி குச்சியால் பூச்சியப்பன் தலையில் ஒரு போடு போட்டார் இடும்பன். தலையில் அடிப்பது கூட, தெரியாத அளவுக்கு அவ்வளவு நுணுக்கமான வித்தையை பழகி இருந்தார் இடும்பன்.

அண்ணே நீயா அடிச்ச...?

உன்னைய நான் ஏன்டா அடிக்கப் போறேன்.....

இல்லண்ணே யாரோ என்னைய அடிச்சாங்கண்ணே...

ஆமாடா செத்துப்போன எங்க அப்பச்சி வந்து உன்னைய அடிச்சாரு. அவருடைய பேச்சில் சலிப்பு இருப்பதாகக் காட்டிக் கொண்டார்.

கண் சிமிட்டும் நேரத்தில் குனிந்திருந்த பூச்சியப்பனை அடிப்பதும் தப்பை தட்டுவதுமாக இருந்தார் இடும்பன். எல்லோரும் இவர்களைத்தான் பார்த்து சிரித்துக் கொண்டே இருந்தார்கள்.

“ஏம்பா போயா அங்கிட்டு. எல்லாம் ரத்தத்திலேயே ஊறுனதுய்யா. ஒரு மாட்டுக்கறியை உரிச்சு போட்டா உன்னால திங்க முடியுமா...? நான் எத்தனை மாட்டை உரிச்சு போட்டாலும் திம்பேன். சும்மா வந்து தொந்தரவு பண்ணிக்கிட்டு இருக்க. கழுத வாயப் பாத்தானாம் கந்தன், கவட்டுக்குள் இருந்ததும் காணாம போச்சாம்ங்கிற... கதையா வந்து முளைச்சிருக்க பாரு. அவரக்காய்க்கு கோமணம் கட்டின மாதிரி ஒரு ஒடம்பு” இடும்பன் நக்கலாக சொன்ன போது... நானும் சீக்கிரமா உங்களை விட மேல கத்துக்குறேண்டி என்றார் பூச்சியப்பன்.

“ஆமா இவரு கத்துக்கிட்டதும் கருப்ப கோயில் நடுவுல நிக்க வச்சு பெரியதனம் வீட்டுக்காரங்க பட்டயம் கட்ட போறாங்க. அப்புடியே கலச நாட்டுக்கும் மந்திரியா ஆயிருவாரு. என்னத்த கிழிச்சாலும் இந்த வேலிய தாண்டி ஓம்புட்டு காத்துகூட அந்தப் பக்கமா போக முடியாது.” இடும்பன் தனது குரலைக் தாழ்த்தி பூச்சியப்பனுக்குத் கேட்கும்படி சொன்னார்.

“அண்ணே நெசமாலுமே எத்தன மாடு உரிச்சுப் போட்டாலும்

தின்னுடுவியானே” தீத்தான் பேச்சை இழுக்க “ஏண்டா அவன் தான் வெவரங்கெட்டத்தனமா கேக்குறானா நீயுமா கேப்ப” தீத்தானின் முகம் சுருங்கிப் போனது.

“ஏன் உன்னால திங்க முடியாதா” நக்கல் அடித்தார் இடும்பன்.

“அதான் எப்படி அண்ணே...”

“அட, ஏம்பா நீ வேற. தப்படிக்க வந்த இடத்துல ஏட கூடமா பண்ணிக்கிட்டு இருக்கீங்க. உரிச்சு உப்புக் கண்டமா போட்டு சாவகாசமா தினமும் சுட்டு கடிச்சுக்க வேண்டியதுதானே. நான் என்ன ஒரே நேரத்துலயா திங்கிறேனு சொன்னேன். இன்னும் ரெண்டு வருசத்துல கல்யாணத்தைப் பண்ணி புள்ள குட்டி பெக்க போற. நீ என்னடானா பூச்சியப்பன் மாதிரியே இருக்கியே...”

தனது முகம் அப்போது சுருங்கிப் போனதை எண்ணித் தீத்தான் பல நேரம் தன்னை அறியாமலேயே சிரித்துக் கொள்வார்.

பாலாயியைத் திருமணம் செய்த நேரத்தில் உனக்கு மாட்டுக்கறி பிடிக்குமா என்று கேட்டார் தீத்தான். ம்..... உரிச்சுப் போட்டா ஒரு மாட்டுக் கறியைத் தின்னுப்புடுவேன் என்று சொன்னதும், எப்படி என்று தீத்தான் விழிகளை நிமிர்த்திக் கேட்டபோது, ம்..... உப்பு கண்டம் போட்டுத்தான் என்று சொல்ல இருவரும் நீண்ட நேரம் சிரித்துக்கொண்டே இருந்தார்கள்.

பொழுது சாய கீழக்குடியிருப்புக்குள் நின்ற பழங்காலத்து புளிய மரத்தடியில் துணியை விரித்து தன் குழந்தையைப் படுக்க வைத்திருந்தார் தீத்தான். கூழையன்தான் திருநீறு மந்துருச்சு கொடுப்பார். யாராவது பயந்து இருந்தால் கூழையனிடம்தான் வருவார்கள். மேட்டுக்குடியிருப்பு மக்கள் யாராக இருந்தாலும் கூழையனை வரச் சொல்லி திருநீறு போட்டுக் கொள்வார்கள்.

“புள்ளைய எந்த அரட்டி கோளாறும் இல்லாம காப்பாத்துப்பா. உன்னைத்தான் மலையா நம்பி இருக்கோம்” என்று சொல்லிக் கொண்டே, ட்...டேய்...... என்று புருவங்களை மேலே உயர்த்தி உரக்க கூழையன் கத்தியபோது, கீழக்குடியிருப்பு மக்கள் எல்லோரும் பயபக்தியோடு காலில் விழுந்து வணங்கினார்கள்.

குழந்தை திருதிருவென விழித்துக் கொண்டு இருந்தது. புளிய

மரத்துக்குக் கீழ் ஒரு ஈட்டி மட்டும் ஊன்றி இருக்கும் அதை பட்டவன் சாமி என்று அழைப்பார்கள். பட்டவன் சாமிக்கு கூழையன்தான் எல்லாமுமாக இருந்தார்.

“பூச்சி வட்ட, இவன் மேலே ஏறி இறங்க பொறந்த புள்ளையா இது. தாயிக்கும் பிள்ளைக்கும் ஒரு நோவும் வரக்கூடாது. உனக்கும் கை கால் சுகமா இருக்கணும். அழகப்பனு பேரு வையியா...” கூழையன் சொல்ல எல்லோரும் அழகப்பன்... அழகப்பன்... அழகப்பன் என்று அழைத்தார்கள். பல் முளைக்காத அந்தக் குழந்தை அழகப்பன் என்று சொன்னதும் வாயைத் திறந்து சிரித்துக் கொண்டிருந்தது.

7

வயல்நாட்டின் ஊர்களில் ஒன்றுதான் வயலூர். வயல்நாட்டு பெரிய கண்மாயின் தென்மேற்கு மூலையில்தான் வயலூர் அமைந்திருந்தது. வயலூரின் எட்டாம் திருவிழாவுக்கு மேலக்குடியிருப்பிலிருந்து பெரியதனம் வாளானார் குடும்பம் உச்சி வெயிலுக்கு முன்னரே குதிரை வண்டியில் வந்து சேர்ந்திருந்தார்கள். மேலக்குடியிருப்புக்காரர்கள் பலரும் மாட்டுவண்டி கட்டிக்கொண்டு வந்திருந்தனர். பெரியதனத்துக்கென்று ஏற்பாடு செய்யப்பட்ட மாளிகையில் வாளனார் குடும்பம் தங்கியிருந்தார்கள்.

சாயங்காலம் அரசமைந்தன் கோயிலின் எட்டாம் நாள் திருவிழா கும்மியடித்தல், சாமியாடுதல், என வெகு விமரிசையாக நடந்தது. பொழுதுசாயும் நேரத்தில் கல்யாணம் ஆகாத பெண்கள் ஒன்று கூடி கும்மியடிப்பார்கள். இரவு வந்ததும் சாமியாடி அரிவாளை தரையில் ஊன்றி அதில் ஏறி நின்றுகொண்டு நீளமான கம்பினை பிடித்துக்கொண்டு சாமியாடுவார். மக்கள் மடித்துக் கொடுக்கும் வெற்றிலையை சவக்குசவக்கு என போட்டு மென்றுகொண்டே மக்கள் கேட்கும் கேள்விகளுக்கு பதில் சொல்லுவார். ஒவ்வொருவராக வந்து தங்களுக்கான குறைகளைச் சொல்லி தரையில் விழுந்து வணங்குவார்கள். ஒவ்வொருவருக்கும் தேவையான பதிலைச் சொல்லுவார் சாமியாடி.

பெரியதனம் வாளனார் குடும்பம் சாமியாடி முன்னால் நின்று பக்தியோடு வணங்கியது. "ஓம்புட்டு நெழலுல இருக்கோம். மானம் மழையக்கொட்டணும். வெள்ளாமை வெளச்சல் நல்லா இருக்கணும்" என்றார் வாளனார். மடியை ஏந்தி நின்றாள் பார்வதி.

இன்னொரு பிச்சையக் கொடுத்தா ஒண்ணுக்கு ஒண்ணு தொணையா இருக்கும் என்பதுபோல் சாமியைப் பார்த்தாள். கண்களை மூடித்திறந்து ஒரு கைப்பிடி அளவு திருநீறை அள்ளி முந்தானையில் போட்டார் சாமியாடி. "நெலையிலக் கட்டி வையி தாயி. நெனச்சது நடக்கும்" என்றார். இதுபோல் நிறைய முடிச்சுகளை நிலையில் கட்டி வைத்திருக்கிறாள் பார்வதி. எதைப் பற்றியும் நினைக்காமல் வேடிக்கை பார்த்துக்கொண்டு இருந்தான் காராளவேந்தன். இரவு உணவினைச் சாப்பிட்ட பிறகுதான் காவு கூத்து நிகழ்ச்சி நடைபெறும்.

இரவு காவு கொடுக்கும் கூத்து நடைபெறுவதற்கான பணிகள் நடந்து கொண்டிருந்தன. கோயிலின் எதிர் திசையில் மேடை அமைக்கும் பணிகள் நிறைவு பெற்றிருந்தன. மேகாட்டுப் பகுதியில் இருந்து நாடகக் கலைஞர்கள் வந்திருந்தார்கள். நாடக கலைஞர்களைப் பார்ப்பதற்கு ஊரே திரண்டு வந்து வேடிக்கை பார்த்துச் சென்றார்கள்.

நாடகக் கலைஞர்களுக்கான உணவுகளை கோயிலில் தயார் செய்து கொண்டிருந்தார்கள். எட்டுநாள் திருவிழாவும் அசைவம் புழங்கமாட்டார்கள். காவு கூத்து முடிந்த பிறகுதான் ஒவ்வொருவரும் தங்கள் வீடுகளில் கறி சமைத்து உண்பார்கள். வெளியூரிலிருந்து வயலூருக்கு வரும் உறவினர்கள் எட்டாம் திருவிழாவுக்குத்தான் வருவார்கள். ஏனெனில், எட்டாம் திருவிழா முடிந்த பிறகுதான் கறி சமைப்பார்கள் என்பது எல்லோருக்கும் தெரியும்.

காவு கூத்து நிகழ்வினைக் காண்பதற்காக தீத்தானை நச்சரித்துக்கொண்டு இருந்தான் அழகப்பன். முதல் சாமம் தொடங்கும்போதுதான் காவுக்கூத்தும் ஆரம்பிப்பார்கள். மற்ற ஊர்களில் உள்ளவர்கள் சாயுங்காலமே வந்து சேர்ந்திருந்தார்கள்.

கூழையனும் இடும்பனும் காவு கூத்து பார்க்கப் போவதாக தீத்தானிடம் சொல்லியிருந்தார்கள். அழகப்பன் கிளம்புவதைப் பார்த்து சுருட்டையனும் பம்பையனும் ஆளுக்கு முதலாகக் கிளம்பினார்கள்.

நான்கு கல் தூரத்தில் இருக்கும் வயலூருக்கு இரவு நேரத்தில் நடக்க ஆரம்பித்தார்கள்.

இடும்பன் குச்சியால் தரையைத் தட்டிக்கொண்டே சென்றார். இடும்பனின் மகன் பம்பையன் பெரியவனாக இருந்ததால் நடந்து வந்தான். அழகப்பனைத் தீத்தானும் சுருட்டையனை கூழையனும் தோளில் தூக்கி வைத்துக் கொள்ள நடை வேகம் எடுத்தது. சுருட்டையனும் பெரியவன்தான் என்றாலும் தவமாய் பிறந்த பிள்ளை என்பதால் தோளில் தூக்கிக்கொண்டே நடந்தார் கூழையன்.

அரை நிலாவை மட்டும் உலாவ விட்டு வானம் பூமியின் மேல் இருளைப் போர்த்தி பயம் காட்டிக் கொண்டிருந்தது. மின்மினிப் பூச்சிகள் ஒன்று இரண்டு ஆங்காங்கே மின்னிக் கொண்டு திரிந்தன. வானத்திலிருந்து பூமியைப் பார்த்த நிலா விண்மீன்களை விட மிக உயர்ந்த இடத்திற்கு சென்று விட்டோமோ என்று எண்ணிக்கொண்டது. நீண்ட நேர குழப்பத்திற்கு பின் தனக்கு கீழே மின்னுவது மின்மினி பூச்சிகள் என்பதை உணர்ந்து கொண்ட போது நிலவுக்கு மேலே சில விண்மீன்கள் எட்டிப் பார்க்கத் தொடங்கியிருந்தன.

பகலை விட இரவில் பூமி அழகாக இருந்தது. பகல்வெளியில் சில இடங்களில் பசுமையும் சில இடங்களில் வெறும் பொட்டலுமாக ஏற்றத்தாழ்வுடன் இருக்கும். இரவு வேளையில்தான் பூமி ஒரே மாதிரி கருப்பு சீருடை அணிந்தது போல் இருந்தது.

இருளில் மரங்கள் அசைந்து மென் காற்றை வீசிக் கொண்டிருந்தன. அந்த மென் காற்று அவர்களுக்கு வழி துணைக்கு வந்த ஆகச் சிறந்த உறவாக இருந்தது

“அப்பா... நாம மாட்டு வண்டியோ, குதிரை வண்டியோ வச்சிருந்தா இந்நேரம் போயிருக்கலாம்ல. ஏம்பா நாம் வாங்க கூடாதா..?” அழகப்பன் கேட்டே விட்டான்.

‘மாட்டு வண்டியோ குதிரை வண்டியோ இருந்தா அப்பா தோள்ல உக்காந்துகிட்டு இப்படி மரம் செடி கொடி எல்லாம் பொறாமைப்படும் படி ஒய்யாரமா போக முடியுமா” தீத்தான் சொல்லிக் கொண்டு இருக்கும்போது “குடிக்கிற கூழு தண்ணிக்கும் குண்டில கட்டுற துணிக்கும் மேலக்குடியிருப்புகாரங்களை எதிர்பார்த்து நிற்கும்போது மாட்டு வண்டிக்கும் குதிரை வண்டிக்கும்ந்தான் இப்ப

குறைச்சலா இருக்கு. அதான் பெரியவுங்க சொல்றமாறி தாந்திங்க தவுட்டக் காணம்மாம்... வாரத்து பத்து பன்னிக்குட்டிய வாங்கி வளக்குறாங்களாம். இதெல்லாம் தேவையா நமக்கு...'' கூழையன் சொன்ன போது சுருட்டையன் புருட் புருட் என குசுவிட்டுக் கொண்டே இருந்தான். அது கூழையன் நாசிக்குள் நுழைந்து வாய் வழியாக வெளியேறியது. ஆ.....க் த்தூ... என காறித்துப்பினார் கூழையன்.

''கருவாட்டுக் குழம்ப தின்னுபுட்டு குசு விட்டு தள்ளுறானே. தோள்ல ஆயி போயிடாத. இருட்டுக்குள்ள தண்ணி தேட முடியாது. அப்புறம் ஆனாந்தழைய ஒடச்சுதான் தொடைக்கணும்'' இடும்பன் சொல்ல எல்லோரும் கக்கக்கென... சிரித்துக் கொண்டார்கள்.

'ம்... தோள்க்கு வளந்த பயல தோள்ல தூக்கிட்டு நடந்தா குசு விடாம என்ன பண்ணுவான்'' சொல்லிக்கொண்டே சுருட்டையன் குண்டியில் வலிக்காமல் ஒரு அடி அடித்தார் கூழைன். அவன் அங்கிட்டும் இங்கிட்டும் நெளிந்தான்.

புதர் ஓரத்தில் சரசரவென சத்தம் கேட்க. ''இடும்பா நல்லா தட்டிக்கிட்டு போ. வெளிச்சத்துக்கு ஒண்ணுமே கொண்டு வரல. கொஞ்சம் நின்னுதானா போ. அரவம் கிரவம் போகுப்போவுது. அதுகதான் ஆள் வாடை பட்டா அதுவா தலைதெறிக்க ஓடிப்போயிருமே'' கூழையன் சொன்னபோது ஊவ்... ஊவ்... ஊவ்... என ஊளையிடும் சத்தம் கேட்டது. அழகப்பன் தீத்தானின் தலையை இறுக்கிப் பிடித்துக் கொண்டான்.

''முடிமலை காட்டுப்பக்கம் தாண்ணே... கத்துது. ஏழெட்டு நரி நம்ம தெக்கி கலிங்கி பக்கம் ராத்திரில வெள்ளி மொளச்ச போது வந்துச்சுண்ணே. கம்பை எடுத்து விளாசுனேன்பாரு. வீச்சு வீச்சுன்னு கத்திக்கிட்டு நாலா பக்கமும் சிதறி ஓடுச்சுண்ணே...''நடையின் வேகத்தைக் கூட்டிக்கொண்டே சொன்னார் தீத்தான்.

''அப்பா... நான் பாரு குடுகுடுன்னு பெரிய ஆளாகி மாட்டு வண்டி வாங்கி உன்னையும் அம்மாவையும் உட்கார வச்சு சிக்குடிசிக்குடினு ஓட்டிக்கிட்டு போவேன்'' கால்களை ஆட்டிக்கொண்டே அழகப்பன் சொன்னான். அவனது இரண்டு கால்களையும் தனது கண்களில் ஒத்தி முத்தமிட்டுக் கொண்டார் தீத்தான்.

"ஊருநாட்டு சேதி தெரியாம பச்ச புள்ளைக் கிட்ட எதையாச்சும் சொல்லிடாதே. அப்புறம் பெரிய ஆளா வந்ததும் கம்பு கிம்ப எடுத்து மொறைச்சிக்கிட்டு இருக்கப் போறான். புள்ள பத்தரம்டா" இடும்பன் சொல்லிக் கொண்டிருந்தபோது வயலூரை அடைந்திருந்தார்கள்.

ஆங்காங்கே மாவிலைத் தோரணங்களும் தென்னங்குருத்தோலைகளும் கட்டி தொங்கவிடப்பட்டு இருந்தன. தீப்பந்தங்கள் கொழுந்துவிட்டு எரிந்துகொண்டு இருந்தன. வயலூர் விண்மீன்களால் மின்னுவது போல் மின்னிக்கொண்டு இருந்தது.

கூத்து மேடை எதிரே தென்னை மட்டையை பின்னிய தட்டியில் குடும்பம் குடும்பமாக உட்கார்ந்து இருந்தனர். கிழக்கு பக்கமாக மேற்கு முகம் பார்த்து கூத்து மேடை இருந்தது. அதில் தெற்கு பக்கமாகவே தீத்தானின் சொந்தபந்தங்கள் உட்கார்ந்து இருந்தார்கள். வடக்கு பக்கம் இருந்தவர்களில் பெண்கள் சிலர் கால்களை நீட்டிக்கொண்டும் புளுக்க மண்டி போட்டும் வெற்றிலையை மென்று விழுங்குவதும் துப்புவதுமாக இருந்தனர். சிலர் மண்ணை குவியலாக்கி அதில் குழி பறித்து வெற்றிலை எச்சிலை துப்பிக்கொண்டு இருந்தனர். வெட்டுப்பட்ட மண்ணிலிருந்து ரத்தம் வழிவதுபோல் எச்சில் வழிந்துகொண்டிருந்தது.

தெற்குப் பக்கமாய் இருந்தவர்கள் சிலர் தாவாயில் கை வைத்தபடி புளுக்க மண்டி போட்டவாறு வெறு வாயை மென்று கொண்டிருந்தனர். தெற்கு பக்கமாய் தனக்கென ஓர் இடத்தைத் தேடிக் கண்டுபிடித்து கால்களால் சுத்தம் செய்து உட்கார்ந்தனர். தீத்தான் போன்றோரைப் பார்த்ததும் அங்கிருந்தவர்கள் சிலர் நலம் விசாரிக்கத் தொடங்கி இருந்தனர்.

மேகாட்டு கூத்துக் கலைஞர் ஆறுமுகம் கோமாளி வேசம் போட்டு தனது வெண்கலக் குரலில் வேகமாக பாடி ஆடிக்கொண்டிருந்தார். வயல்நாட்டின் பெருமைகள் ஒவ்வொன்றாகச் சொல்லிக்கொண்டு வந்தார். அரசமைந்தன் கோயிலின் வரலாறைச் சொல்லி அதிகாலையில் சேவலைக் காவு கொடுப்பதுதான் காவு கூத்து. வயல்நாட்டை ஆண்ட அரசமைந்தன் என்பவர்தான் இரண்டு கலிங்கி மற்றும் இரண்டு மடை கொண்ட பெரியகண்மாயை வெட்டி வெள்ளாற்றிலிருந்து தண்ணீர் கொண்டு வந்தார். முதன்முதலாக வயலூர் வழியாக வெள்ளாற்றிலிருந்து கால்வாய் வெட்டி தண்ணீர் தலை வைத்த

சிறிது நேரத்தில் அரசமைந்தன் வயலூர் கால்வாயில் தடுமாறி விழுந்து இறந்து போனார். கால்வாய் வெட்டும்போது ஏதாவது உயிரினங்களை பலி கொடுத்துவிட்டு கால்வாய் வெட்டியிருந்தால் அரசமைந்தன் இறந்திருக்கமாட்டார் என எல்லோரும் எண்ணினர்.

அரசமைந்தனை அங்கேயே புதைத்துவிட்டு குதிரை சிலை வைத்தும் நடுகல் ஊன்றியும் தெய்வமாக வணங்க ஆரம்பித்தனர். அரசமைந்தன் இறந்த நாளிலிருந்து ஆண்டுதோறும் எட்டுநாள் திருவிழா நடக்கும். எட்டாம் நாள் திருவிழா அரசமைந்தன் பெருமைகளைச் சொல்லி காவு கொடுக்கும் கூத்தோடு நிறைவு பெறும். ஆரம்பத்தில் மூன்றுநாள் வரை காவு கூத்து நடைபெறும். கூத்து ஆரம்பித்த சிறிது நேரத்திலேயே தூக்கம் அழகப்பனைத் தொந்தரவு செய்து கொண்டு இருந்தது. அவன் தனது கண்களைத் திட்டிக்கொண்டே கூத்தைப் பார்க்க ஆரம்பித்தான்.

கூத்து பாதி நடக்கும் போது பம்பையனும் சுருட்டையனும் தூங்க ஆரம்பித்து விட்டார்கள். சுருட்டையன் தூங்கும் போது குசு விட்டுக் கொண்டே தூங்கினான். சங்கு இடிச்சு காலையில ஒரு முடக்கு ஊத்துனாதான் இந்த பயலுக்கு வயிறு சரியாகும். இப்போதைக்கி கூத்துப் பார்க்க விடமாட்டான் போலவே...! குசு விட்டது நம்ம பயனு தெரிஞ்சா இவனுங்க கூத்தையே நிறுத்தி விடுவானுகளே என பயமாக இருந்தாலும் தனக்குள் எண்ணி சிரித்துக்கொண்டார் கூழையன்.

கூத்து விறுவிறுப்பாக நடந்துகொண்டு இருந்தது. மூன்று நாள் நடக்க வேண்டிய கூத்தை இந்த ஊருல என்னமோ அதிசயத்திற்கு ஒரே நாளில் முடிக்கச் சொல்றாங்க, அதான் பாதி கதையை விட்டுட்டு நடிக்கிறாங்க. இடும்பன் சொன்னபோது அந்தக் கருத்தை ஆதரிக்கும் விதமாக ம்... என்றார் தீத்தான்.

பொழுது விடிய தொடங்கியபோது கூத்து கலைஞர் ஒருவர் அரசமைந்தன் வேசம்போட்டு சாமி வந்து ஆடிக்கொண்டு இருந்தார். இருவர் ஆளுக்கு ஒரு பக்கமாக அவரைப் பிடித்துக் கொண்டார்கள். ஒருவர் சேவல் ஒன்றை பயபக்தியோடு நீட்டினார்.

“கோயில் திருவிழா நல்லபடியா நெறஞ்சுருக்கு. இருக்கும்புள்ள பொறக்கும் புள்ளக்கி எந்தக் குறையும் வரக்கூடாது. சேவல காவு

கொடுத்ததும் எங்களப் புடுச்ச எல்லா குறையும் நீங்கிடணும்'' என்றார் ஒருவர். சேவலின் குரல் வளையில் கடித்து ரத்தத்தை உறிஞ்சினார். அதைப் பார்த்ததும் பெண்கள் சிலருக்கு சாமி வந்து ஆடினர். தலைமுடியை விரித்துக்கொண்டு வானத்துக்கும் பூமிக்குமாய் குதித்து குதித்து ஆடினர். சாமி வந்து ஆடும் பெண்கள் எழுப்பிய சத்தத்தில் தூங்கிக் கொண்டிருந்தவர்கள் திடுமுடுன்னு எழுந்தார்கள். கூட்டத்தில் இருந்தவர்கள் எழுந்து நின்று கைகளை கூப்பி வணங்கினர்.

பொழுது விடிந்த பிறகு கூத்து நிறைவுக்கு வந்தது. கூத்து முடிந்ததும் வீட்டுக்கு கிளம்பினர். அழகப்பனால் கூத்தை முழுவதுமாக பார்க்க முடியவில்லை. அரை தூக்கத்தில் தலையை ஆட்டி ஆட்டி தூங்கி விழுந்தவனை தீத்தான் தன் மடியில் படுக்க வைத்துக் கொண்டார். ராத்திரியில் கண்விழித்து பழகிப் போனதால் தீத்தானை அந்த தூக்கம் நெருங்கவே இல்லை. இடும்பனும் கூழையனும் அவ்வப்போது குட்டி தூக்கம் போட்டு எழுந்தார்கள்.

8

“ஏஞ்ச பய ரெண்டு நாளா பொன்னிவள நாட்டுக்கு போகணும்னு அழுதுகிட்டு இருக்கான். நீங்க என்னான்னா உங்க பாட்டுக்கு வம்பட்டியை தூக்கி தோள்ல வச்சுக்கிட்டு ட்ரியோ செவலக்காளைனு கிளம்பியற்றீக. அதுக்குத்தான் அவன்கிட்ட எதையும் சொல்லாதீங்கன்னு சொல்லி இருக்கேன். உங்கள மாதிரி ஒரு ஆம்பளையை நான் பார்த்ததே இல்லைய்யா. அவன் என்னடான்னா பெரிய சீமக்காரன் வீட்டுப் புள்ளை மாதிரி நடந்துக்கிறான். எனக்கு என்னமோ சரியா படல” பாலாயி சொன்னதும் தோளில் கிடந்த மண்வெட்டியை கீழே இறக்கி வைத்து விட்டு திண்ணையில் உட்கார்ந்தார் தீத்தான்.

“நீ சொன்னாலும் சொல்லாட்டியும் ஏம்புள்ள சீமைக்காரன் புள்ளைதான். இந்தத் தோள்பட்டையில ஏம்புள்ளைய தூக்கிக்கிட்டு இந்த ஊருநாடு எல்லாத்தையும் சுத்தி காட்டுவேன். நா பொறந்ததே ஏம்புள்ளைய தோள்ல சொமக்கத்தானே” பெருமிதம் கொண்டார் தீத்தான்.

“அவனுக்கு பத்து வயசுக்கு மேல ஆகுது. இன்னும் எத்தனை நாளைக்கு தான் தூக்கிட்டு திரிய போறீங்க. அவனுக்கு கல்யாணத்தை பண்ணி வச்சாலும் அவனை இறக்கிவிட மாட்டிக போல.”

“அதுக்குன்னு அவனுக்கு இப்பவா கல்யாணத்தை பண்ணி வைக்க போறோம். அதுக்குன்னு ஒரு வயசு வாலிபம் இருக்குல்ல. எவ்வளவு பெரிய ஆளா வந்தாலும் அவன் நமக்கு புள்ள தானே. அவன தூக்க முடியாத காலத்துல ஏம்புட்டு பேரப்புள்ளைகள தூக்கி சொமக்குறேன்”

“இந்த ஆம்பளையால எப்புடி இப்புடியெல்லாம் யோசிக்க முடியுது” தீத்தான் சொல்வதை வச்சகண் மாறாமல் பார்த்துக்கொண்டு இருந்தாள் பாலாயி.

“நாளைக்கு காலையில பொழுது விடிஞ்சதும் கூட்டிப் போறேன்னு சொல்லி வையி. இப்ப வயக்காட்டு பக்கம் போயிட்டு வந்தர்றேன்.” மண்வெட்டியை எடுத்துக் கொண்டு கிளம்பியவரை நிற்கச் சொன்னாள் பாலாயி.

மண் கலையம் நிறைய வரகு கஞ்சியை கரைத்துக் கொண்டு வந்தாள். உப்பு கண்டத்தை கடித்துக் கொண்டே மடமடவென கலயம் முழுவதும் இருந்த வரகு கஞ்சியை குடித்து முடித்தார். வரகு கஞ்சி மீசையில் ஒட்டி இருந்தது. “கருத்த மீசைய நரச்ச மீசையா ஆக்குறதுக்கு வரகு கஞ்சி நெனைக்குதோ” சொல்லிச் சிரித்தாள் பாலாயி.

“ம்... பாலாயி புருசனுக்கு நரச்ச முடிங்கிறது கனவுலகூட எட்டிப் பாக்காது” நாக்கால் ஒரு சுழட்டு சுழட்டி சப்பிக் கொண்டார். மடங்கி இருந்த மீசையை விரல்களால் துடைத்து உயர்த்தி விட்டார். “இந்த மீசையிலதான்யா நான் மயங்கிட்டேன்” சொல்லி சிரித்துக்கொண்ட பாலாயியை குறுகுறுவென பார்த்து ரசித்துவிட்டுச் சென்றார் தீத்தான்.

பொன்னிவள நாட்டுக்குச் செல்லப் போவதாக எல்லோரிடமும் சொல்லி பகல் முழுவதும் துள்ளித் திரிந்தான் அழகப்பன். இரவு முழுவதும் தூங்காமல் முண்டிக் கொண்டே கிடந்தான். கால்களை அமுக்கி அமுக்கி தூங்க வைத்தார். ஒரு வழியாக நடுச் சாமத்தில்தான் அழகப்பன் தூங்க ஆரம்பித்தான்.

பொழுது விடிந்ததும் பித்தளை தூக்கு சட்டியில் கேப்பை கூழையும் ஒரு துணியில் கேப்பை ரொட்டியையும் செஞ்சு கட்டிக்கொண்டனர். வாயை கொப்பளித்து விட்டு மடமடவென வயிறு முட்ட வரகு கஞ்சியைக் குடித்தார். பொன்னிவள நாட்டுக்கு செல்லும்

ஆர்வத்தில் அரைகுறையாகக் குடித்தான் அழகப்பன். கூத்துப் பாக்கப் போகணும்... ஊர்சுத்தப் போகணும்னு சொன்னா போதும் கொடலுல கூழும் தங்காது. கூரைக்கு கீழ காலும் நிக்காதே திட்டிக்கொண்டே இருந்தாள் பாலாயி.

உப்புக்கண்டத்தை வாங்கி நறுக்குமுறுக்கென கடித்து விழுங்கினான். உப்புக்கண்டத்தின் ருசி நாக்கில் உட்கார்ந்து கொண்டு நகர மறுத்தது. வரகு கஞ்சியை வாங்கி கடகடவென குடித்தான். இன்னும் குடிக்க வேண்டும் போல் இருந்தது. வயிற்றில் இடமில்லாமல் போதும் என்றான். ஒரு உப்புக்கண்டத்தை வைத்து தீத்தான் ரெண்டு கலையம் கூழை மடக்குமடக்கென குடித்து விடுவார்.

“வல்லுவதக்குனு தின்னாத்தானே வளரும் புள்ள தாக்குத்தா வளர முடியும். மியாம்மியாம்னு தின்னா ஒடம்புல கிள்ளிப்புடிக்கக்கூட எடம் இருக்காது” பாலாயி சொல்லிக்கொண்டு இருக்கும்போதே இன்னொரு உப்புக்கண்டத்தை தின்றான். “இப்புடித் தின்னாத்தானே பெத்தவ மனசு குளிரும்” உச்சி முகர்ந்தாள் பாலாயி. “பெத்தவ மனசு பித்துனு சொல்றாங்கள்ள அது வேற யாரும் இல்ல ஓங்க அம்மாதாய்யா” தீத்தான் சொன்னதும் வெட்கத்தால் முகத்தில் முழுநிலாவை மலரச் செய்தாள் பாலாயி.

“பொழுது சாய முன்ன பின்ன ஆகுறதுக்குள்ள நாங்க வந்துருவோம். பாத்து பத்தரமா இரு. எதுவும் நினைக்காத” பாலாயிடம் சொல்லிக்கொண்டே அழகப்பனை தூக்கி தோளில் வைக்கப் போனார்.

“ஏஞ்ச... காலங்காத்தால புள்ள நடந்து வரட்டுமே. வெயிலு சுட்டுச்சின்னா தோள்ல தூக்கிக்க வேண்டியதுதானே. பேசிக்கிட்டே நடக்கிறமுனு கல்லுகிள்ளு தட்டிக்காம பார்த்து சூதானமா போங்க. தண்ணி கண்ட எடத்தில குடிச்சுக்கோங்க. வயிறு பசி எடுத்தா கூழ குடிச்சிட்டு ஆற அமர உக்காந்து இருந்துட்டு கிளம்புங்க.”

ம்...ம்... தலையை ஆட்டிக் கொண்டு இருவரும் நடக்க ஆரம்பித்தனர். இருவரும் கிளம்பி போன சிறிது நேரத்தில் சுருட்டையன் மூச்சிரைக்க ஓடி வந்தான். இருவரும் அதிகாலையிலேயே கிளம்பி சென்றதால் ஏக்கத்தோடு வீட்டுக்குத் திரும்பினான்.

“ஏயா... நீயும் போறேன்னு ஒரு சொல்லு சொல்லி இருந்தா அவங்கள தக்க வச்சிருப்பல்ல. இந்நேரம் அவங்க போற

வேகத்துக்கு முடிமலைய தாண்டி போயிருப்பாங்க. எந்த வழியில் போறாங்களோ யாரு கண்டா. நீ போயி வீணா அலைய வேணாம். இன்னொரு நாளைக்கு சாவகாசமா போய்க்கலாம்'' சொல்லிக் கொண்டிருக்கும்போது நொண்டிக் கருப்பையாவும் வந்து சேர்ந்தான்.

“ஏஞ்சாமி... விடிஞ்சும் விடியாததுமா ஓடி வரணுமா. கொஞ்சம் நிதானிச்சு வந்தாதான் என்ன...? நேத்து பூரா ஒண்ணுமண்ணாதானே திரிஞ்சிங்க. எந்த சொல்லும் அவன் சொல்லலயா...?''

“எனக்கு எப்போதுமே இங்க தானே விடியுது. என்னமோ புதுசா சொல்றீங்களே அம்மா. எங்க அய்யாவும் ஆயாவும் எவ்வளவோ அணைய கட்டித் தடுத்துதான் பாக்குறாக, இந்த நொண்டிக் கருப்பன் ஒருகாலும் நிக்க மாட்டானே. அவுத்து விட்ட காளை மாறிப் புடுங்கி ஓடியாந்துட்டேனே. ஒரு ஓட்டம் ஓடுனோம்னா அழகப்பன் எந்தச் சீமைக்குப் போயிருந்தாலும் பிடிச்சுருவோம்.'' என்று சொன்ன நொண்டிக் கருப்பையாவை ஆச்சரியமாகப் பார்த்தாள் பாலாயி.

நொண்டிக் கருப்பையாவுக்கு ஒத்த காலு சூம்பி போயி இருந்தது. எல்லோரும் நொண்டி கருப்பனு கூப்பிட்டாலும் பாலாயி மட்டும் சாமி என்றுதான் சொல்லுவாள்.

“என்னையப் போயி சாமின்னு சொல்றியேம்மா. நான் என்ன கல்லா இல்ல கத்திக்கம்பா... அவன மாதிரி நானும் ஒரு புள்ள தானே. இனிமே நொண்டிக்கருப்பையான்னே நீயும் சொல்லும்மா. அதுதான் எனக்குப் பழகிப் போச்சு. அது இருக்கட்டும் ஓடி வந்ததுக்கு மூச்சுவாங்குது. சுருக்குனு குடிக்க ஏதாச்சும் இருந்தா குடும்மா. காலங்காத்தால வாசம் மூக்குக்குல போயி பல்லாங்குழி வேற ஆடுது'' என்றான்.

ஊனத்தை வைத்து ஒருவரை அடையாளம் சொல்வதிலோ, கூப்பிடுவதிலோ பாலாயிக்கு உடன்பாடு இல்லை. அதனால் “ஏம்மண்ட மண்ணுக்குள்ள போறவரைக்கும் அப்புடியே கூப்புட்டு போறேய்யா'' என்றாள்.

“எங்க அம்மாவும்தான் என்னன்னமோ செஞ்சு உப்புக்கண்டத்த காயப்போடுது. ஆனாலும் ஓம்புட்டு கைப்பக்குவம் ஒருத்தருக்கும் வராதும்மா'' என்றான் சுருட்டையன்.

“உனக்கு வேணும்னா வயிறார எடுத்து தின்னுய்யா. அதுக்காக எங்க அக்காவ கொற சொல்லி ஏங்கிட்ட திட்டு வாங்காத” கோபப்படுவதுபோல் காட்டிக்கொண்டாள்.

“இப்புடியே பேசிக்கிட்டே இரும்மா...” சொல்லிக்கொண்டே விருட்டென குடிசைக்குள் நுழைந்தான் நொண்டிக்கருப்பையா.

“யாராவது பார்த்தா என்ன நடக்குமோ சாமி தெரியலையே. நீ பாட்டுக்கு வந்து கூழோ தண்ணியோ குடிச்சிட்டு போயர்ற. நான் வயித்துல நெருப்பை கட்டிக்கிட்டு அலைய வேண்டிருக்கு. ஒருநாளு இல்ல ஒருநாளு ஒங்க அய்யாவும் ஆயாவும் கேட்டா நா என்ன செய்யப்போறேனு தெரியல” உள்ளே நுழைந்தாள் பாலாயி.

உப்புக்கண்டம் மணமணத்தது. சட்டியில் இருந்து ஒன்றை எடுத்து மூக்கில் வைத்து வாசனையை இழுத்தான். உச்சந்தலை முதல் உள்ளங்கால் வரை ஊடுருவி உடலில் பரவச நிலையை உண்டாக்கியது. பரவச நிலையில் முக்தியடைந்து எச்சில் ஊறியது. எச்சிலை உள்ளிழுத்துக்கொண்டே வாயில் போட்டு நாக்கைச் சுழட்டி சுழட்டி மென்று விழுங்கினான். கேப்பைக் கூழ்தான் இருந்தது. கலயத்தை தூக்கி கரைத்து மட மட வென குடித்தான். அதற்குள் அஞ்சாறு உப்புக்கண்டம் உள்ளே இறங்கியது.

“க்...கேவ்...க்...கேவ்...” என நொண்டிக்கருப்பையா விட்ட ஏப்பம் கூரையை ஆட்டம் காண வைத்தது.

முடி மலையின் மேற்குப் பக்கமாக நடந்து செல்லும்போது தீத்தானுக்கும் அழகப்பனுக்கும் தாகம் ஏற்பட்டது. இருவரும் பேசிக்கொண்டே சென்றதன் விளைவு நாக்கு வறட்சியை சந்திக்க வேண்டியதாகி விட்டது. எங்கு தேடியும் தண்ணீர் தென்படவே இல்லை. நாக்கு மரமரத்து போனது. எச்சில் வறண்டு நுரையாக இருந்தது. தூக்குச் சட்டியில் இருந்த கூழு தண்ணியை வாய் வைத்து சப்பிக் குடித்தனர். அப்படி இருந்தும் தாகம் நிற்கவில்லை.

“காலங்காத்தாலேயே இப்படின்னா இன்னும் சொச்சப் பொழுதுல நாக்கு செத்தேப் போயிருமோ” தனக்குள் தீத்தான் பேசிக் கொண்டிருந்த போதுதான் கள்ளான் ஊத்து நினைவுக்கு வந்தது.

முடிமலையின் மேற்கு பக்கமாக கள்ளானூத்து இருந்தது. கள்ளானூத்துக்கு அழகப்பனை கூட்டிக்கொண்டு வேக வேகமாய்

நடந்தார். எவ்வளவு வறட்சி ஏற்பட்டாலும் இந்த ஊத்தில் உள்ள தண்ணீர் ஒருபோதும் வத்தாது. அமைதியாய் கிடந்த ஊத்துத் தண்ணீர் இருவரையும் பார்த்ததும் மெல்லியதாய் அலை எழுப்பி வரவேற்றது. வயிறு முட்ட அள்ளி குடித்தனர். கொஞ்சம் தண்ணீரை அள்ளி தூக்குச் சட்டியில் ஊத்திக் கொண்டனர்.

ஊத்து தண்ணீரில் பலாச்சுளையை கலந்தது போல் ருசியாக இருந்தது. இருவரும் உதட்டை அடிக்கடி சப்பி கொண்டனர். தண்ணீரின் ஓரத்தில் கிடந்த மண்ணைத் தொட்டு நக்கினான். மண்ணும் ருசியாகவே இருந்தது. அழகப்பனைப் பார்த்து சிரித்துக்கொண்டே தீத்தானும் மண்ணைத் தொட்டு நக்கினார். கருப்பட்டியை கலந்து வைத்ததுபோல் இருந்தது. மீண்டும் ஒருமுறை தண்ணீரை அள்ளிக் குடித்தார். ‘க்...கேவ்...’ என்று ஏப்பம் வந்தது. ஏப்பத்திற்கு பின்னால் வந்த எச்சிலை விழுங்கிக்கொண்டே அழகப்பனை தோளில் தூக்கிக்கொண்டு நடக்க ஆரம்பித்தார்.

“ராசா பத்தரமா புடிச்சுக்க. தூக்கம் வந்தா சொல்லிருய்யா”

தூக்கு சட்டியை கையில் பிடித்துக் கொண்டு அழகப்பனையும் பிடித்துக் கொண்டு நடைபோட்டார். காலை வெயிலில் வேர்த்துக் கொட்டியது. அழகப்பனுக்கு களைப்பு வராமல் இருக்க பேசிக் கொண்டே சென்றார். வழியில் இவர்களைப் பார்த்ததும் புதருக்குள் ஒளிந்து கிடந்த முயல்களும் உடும்புகளும் தலைதெறிக்க ஓடின. மணல்மேடுகளில் நின்ற கீரிப்பிள்ளைகள் யார் இந்த விருந்தாளிகள் என்பது போல் பார்த்துக்கொண்டிருந்தன.

“ராசா... இப்ப மட்டும் சிவன் கோயில காவ காக்குறவங்க கண்ணுக்கு பட்டுருந்துச்சு அவங்க புடிக்கிறாங்களோ இல்லையோ அவங்க வேட்டை நாயி ஒரே கவ்வுல கவ்வி எடுத்துருக்கும். ஒரு தடவை அடைக்கன் மாமா வேட்டை ஆடப்போனப்ப அம்புட்ட ஒரு மொசல கொடுத்துச்சு. உரிச்சு போட்டு ஒங்க அம்மா கிட்ட கொடுத்தா நல்லாதான் வறுத்துருந்தா. அவன் என்னடா ரெண்டு துண்டத்துக்கு மேல எடுத்துக்கவே இல்லை. ஏன்னு கேட்டா எத்தன கறி இருந்தாலும் நம்மோட்டு கறி மாதிரி வருமானுட்டா. உனக்கு ஒரு நாளைக்கு அம்புட்டுச்சின்னா கொண்டு வர்றய்யா...”

பேச்சுக்கு பேச்சு ம்...ம்., என்று தனக்கான இருத்தலை அந்த ஓசையின் மூலம் பதிவு செய்து கொண்டே வந்தான் அழகப்பன்.

குறுக்கே ஓடிய பெரிய உடும்பு ஒன்று இருவரையும் ஏற இறங்கப் பார்த்துவிட்டு நிற்காமல் ஓடியது. உடும்பைப் பார்த்ததும் பாலாயி நினைவுக்கு வந்தாள்.

பனை மரத்து செய் பக்கம் சென்றபோது தீத்தானைப் பார்த்த உடும்பு ஒன்று புதருக்குள் ஒளிந்து கொண்டது. கையில் இருந்த ஈட்டி போன்ற மூங்கில் கம்பால் சாதுரியமாக குத்தி எடுத்து துணியில் கட்டிக் கொண்டார். அன்று தீத்தான் வீட்டில் பகல் விருந்து உடும்புக் கறிதான்.

“அமட்டிகிட்டு தின்னா மூச்சு அடைச்சுக்கும்” என்று சொல்லியே அழகப்பனை திங்க வைத்தாள் பாலாயி. அப்போதுதான் அவளும் முதன்முதலாக உடும்பு கறித் தின்றாள்.

“கறிய அலச அலசத்தான் நெறையா வருமோ. கறி பஞ்சு பஞ்சாய் இருக்கு. உடும்புக் கறியும் நல்லாதான் இருக்கு” பாலாயி சொன்னதை நினைத்துப் பெருமைப்பட்டுக் கொண்டார்.

9

தோளில் உட்கார்ந்து வந்த அழகப்பனிடமிருந்து பேச்சு வராமல் ம்... என்று மட்டுமே வந்தது. ஒருவேளை தூங்கிவிட்டானோ என்று உணர்ந்து "என்னய்யா... தூக்கம் வருதா" என்றார்.

"இல்லப்பா....." என்று இழுத்தவன் "ஒன்னு கேட்கவா" என்றான்.

எதை கேட்கப் போறானு தெரியலையே. பேச்சுல வேற சத்தம் குறைவா இருக்கு... எதைக் கேட்டாலும் சரி என நினைத்துக் கொண்டு "அப்பா கிட்ட கேக்குறதுக்கு எதுக்குய்யா தயங்குற"

"கள்ளான் ஊத்துனா என்னப்பா..."

இப்படி ஒரு கேள்வியைக் கேட்பான் என்று தீத்தான் நினைத்துக் கூட பார்க்கவில்லை. "இதைக் கேட்கிறதுக்கு தானா இவ்வளவு நேரம் தயங்குன... தயங்காம கேள்வி கேட்க கத்துக்கனும்யா. தயங்கித் தயங்கி திரிஞ்சேன்னு வையி தரையில போட்டு நசுக்கிட்டு போயிருவானுங்க. எதுக்க சிங்கத்தைப் பாத்தாக் கூட எதுத்து அடிக்கிறதுக்கு கத்துக்கணும். பயப்படக்கூடாதுயா..."

தோளில் உட்கார்ந்து இருக்கும் தனது பிள்ளையை கிரீடமாக எண்ணிக் கொண்டார். எதிரே தெரியும் நிழலின் அழகை பார்த்து பேரானந்தம் அடைந்தார். தனது மீசையை முறுக்கிப் பார்த்தார். அது முறுக்கியபடி கம்பீரமாக இருந்தது.

“என்னப்பா பண்ற கழுத்து வலிக்குதா நான் வேணா நடந்து வரவா?”

“நீ நம்ம வீட்டு அறிவுக்கு கொழுந்துயா. அழகா இருக்கவும் பொத்தாம் பொதுவாதான் அழகப்பனு பேரு வச்சேன். பேருக்கு ஏத்த மாதிரியே அழகாவும் அறிவாவும் இருக்குறத நெனைச்சா மனசு திக்குமுக்கு ஆடுதுயா. அந்தாப் பாரு தெரியுதுல. அந்த மலை மாதிரி ஒசந்து நிக்கணும்யா. இந்தத் தோள்ல எதையெதையோ தூக்கி இருக்கேன். உன்னைய தூக்கும் போதுதான்யா சொகமா இருக்கு.” அழகப்பனின் கால்களைத் தூக்கி முத்தம் கொடுத்தார். அவரின் தலையை நீவிவிட்டு உச்சந்தலையில் முத்தம் கொடுத்தான் அழகப்பன். இருவரது முகமும் மகிழ்ச்சியில் பூரித்துப் போய் இருந்தது.

தலைநிமிர்ந்து பெண் ஒருத்தி தனது கூந்தலை விரித்து காற்றில் உலர்த்தியதுபோல், தூரத்தில் நீண்டு கிடக்கும் அந்த பெரிய மலைத்தொடரைப் பார்த்து அது என்ன மலை என்று கேட்டான் அழகப்பன்.

நீண்டு கிடக்கும் அந்த மலைதான் மேகாட்டு மலை. மேலக்குடியிருப்புக்காரங்களுக்கு அந்த பக்கம் நெறைய சொந்த பந்தம் இருக்குது. அவுங்கள்ல யாராச்சும் எறந்துட்டா கேதம் சொல்லி அந்த பக்கம் போறது. அந்த மலையில் ஏறி இறங்குறதுக்கே ஒரு நாள் ஆயிரும். இங்கிருந்து நடந்தே போயிட்டோம்னா அங்கிருந்து வரும்போது, ஏதாவது மாட்டு வண்டியில் நம்மள தொத்திக்க சொல்லுவாங்க அப்படியே ஓடி வந்துடலாம். மேகட்டு மலைகளை ரசித்துக்கொண்டே சென்றான் அழகப்பன்.

தீத்தான் சிறுவனாக இருந்தபோது முடிமலை பக்கமாக ஆடு மாடு மேய்த்துக் கொண்டிருந்தவர்கள் ஊத்து வெட்டி இருப்பதைக் கண்டு ஊருக்குள் ஓடி வந்து சொன்னார்கள். அக்கம் பக்கத்து ஊரே திரண்டு வந்து ஊத்து தோண்டிய இடத்தை அதிசயமாகப் பார்த்துக் கொண்டிருந்தனர். தண்ணீர் தழும்ப தழும்ப கிடந்தது.

வெக்கை காலத்துல இப்படி ஒரு அதிசயமா. அங்கிருந்தவர்களில் ஒருவர் “ஏப்பா யாராவது இதை தோண்டுனீங்களா. இல்ல யாராவது தோண்டுனத பாத்தீங்களா” சத்தமாக கேட்டார். அங்கிருந்தவர்கள் ஒருவர் முகத்தை ஒருவர் பார்த்துக் கொண்டனர். யாருக்கும் தெரியவில்லை என்பதை உணர்ந்துகொண்டு அவரே பேசினார்.

“அப்படின்னா இது எப்படி நடந்து இருக்கும். ஏதாவது சாமி வந்தா தோண்டி வச்சிருக்கும். மாடுகளோட கால் தடம் வேற இருக்கே”

“நம்ம கொலசாமி கருப்பருதாய்யா சச்சுருவா வந்து நம்ம வெக்கையை ஊத்து தோண்டி தணிச்சுருக்காரு”

“வல்லுருமன் சாமி தான்யா நேத்து எம்புட்டு கனவுல வந்து வேடக்காலத்துல தண்ணியக் கொண்டாந்து தரேன்னு சொன்னுச்சு. அதுவாத்தான் இருக்கும்”

“ஓத்தமுனி எப்பேர்பட்டவங்குறத காட்டிபுட்டாள்ள அவளுக்கு தாய்யா தெரியும், நா வறட்சியோட அருமை. பெத்தவளுக்குத்தான் தெரியுமாம் புள்ளையோட அருமைங்கறது ஓத்தமுனிக்குதான் ஒத்து போகும்”

“வடக்கு பக்கமா இருக்க நாலு கிடா கருப்பனுக்கு கீழதாயா எல்லா சாமியும். நாலுகிடா கருப்பன பகைச்சுக்கிட்டா பொல்லாப்புதாய்யா. அவன்தான்யா தண்ணிய காமிச்சிருக்கணும்”

“நம்ம ஊரு நாட்டுக்காரப்பயலுக ஏதோ வம்பு தும்புக்கு வெட்டி வச்சிருக்க போறானுங்கப்பா. கொஞ்சம் அதையும் விசாரிச்சுக்கணும். எல்லார்கிட்டயும் ஒரு வார்த்தை கேட்டுக்கோங்க. அவங்களுக்கு எதுவும் தெரிஞ்சுருக்கப் போகுது. அப்புறம் அது நோட்ட இது நோட்டனு முட்டிக்கிட்டுக் கிடக்காம”

“எதுக்கும் ஒரு எட்டு போயி நம்ம தட்டுக்குடி கோடாங்கிக்கிட்ட காணிக்கை வச்சுப் பாத்துக்கிறதுதான் நல்லதுன்னு தோணுது.”

இவ்வாறாக அங்கிருந்தவர்களிடம் பேச்சுக்கள் அடிபட்டன. யார் வெட்டியிருந்தால் என்ன... தாகம் தீர்க்க ஊத்து கிடைத்ததில் எல்லோருக்குமே மகிழ்ச்சிதான்.

தட்டுக்குடி கோடாங்கியின் குடிசை முன்னால் எல்லோரும் கூடியிருந்தனர். முடிமலையின் ஒருகல் தொலைவில் இருக்கும் தட்டுக்குடி வேலக்கோடாங்கியிடம், நல்லது கெட்டது எது என்றாலும் ஒரு பார்வை பார்த்துவிட்டுத்தான் செய்வார்கள். யாருக்கும் தெரியாமல் திடீரென உருவாகியிருக்கும் ஊத்து மகிழ்ச்சியைக் கொடுத்தாலும் யாராக இருக்கும் என தெரிந்துகொள்ள ஆவலாக இருந்தனர். தட்டுக்குடி வேலக்கோடாங்கி சொல்லிவிட்டால் மறுபேச்சுக்கே இடமில்லை.

நெற்றி நிறைய விபூதி பூசி இருந்தார். கைகள், நெஞ்சு என உடல் எங்கும் விபூதியால் கோடுகள் போட்டிருந்தார். தனது கூந்தலை அள்ளி முடித்து கொண்டை போட்டு கம்பீரமாய் உட்கார்ந்து இருந்தார் வேலக்கோடாங்கி. இடது கையால் இடது பக்க காதை மூடிக்கொண்டு வலது கையை நீட்டியபடி கண்களை மூடிக்கொண்டு உடலை அசைத்து அசைத்து ராகம் எடுத்து பாடினார் கோடாங்கி. எல்லோரும் அமைதி காத்து அந்த ராகத்தை உற்று கவனித்துக் கொண்டிருந்தனர். கைகளில் அணிந்திருந்த ஐந்தாறு காப்புகள் மோதி மோதி மெல்லிய இசையை எழுப்பிக்கொண்டே இருந்தன.

கொஞ்ச நேரம் ராகத்தை நிறுத்திய கோடாங்கி மனசுக்குள் எதையோ நினைத்துக் கொண்டிருந்தார். சிறிது நேரத்தில் கைகளை முறுக்கிக் கொண்டு தலையை விரித்தபடி கண்களைத் துருத்தி “நான்தாம்பா வந்துருக்கேன்” என்று வானத்தைப் பார்த்து உரக்கக் கத்தினார் வேலக்கோடாங்கி.

எல்லோரும் அவரைப் பார்த்து கைகட்டி நின்றனர். என்ன சொல்லப் போகிறார் என்பதைத் தெரிந்து கொள்ள விழிகளை விரிகோணமாக்கி காத்திருந்தனர். “நான்தாம்பா தண்ணிய தொறந்துவிட்டேன். ஒருகாலும் இந்த ஊரு நாட்டுக்கு தண்ணிப்பஞ்சம் வந்துராது.” சொல்லிக்கொண்டே கைகளை முறுக்கிக்கொண்டு ஊத்து இருக்கும் இடம் நோக்கி வெரசா நடந்தார். அவரின் நடைக்கு ஈடு கொடுக்க முடியாமல் எல்லோரும் ஓடி வந்தனர். ஊத்து அருகே நின்றுகொண்டு முடிமலை உச்சியைப் பார்த்து “ம்... ஆய்...” என கத்திக்கொண்டு மேலும்கீழுமாய் தரையில் குதித்து அமைதியானார். எல்லோரும் விலகியே நின்றார்கள்.

“தண்ணிய அள்ளிக் குடிங்க பா.” சொல்லிக்கொண்டே எல்லோரையும் உருட்டு விழியால் ஒரு உருட்டு உருட்டினார். சிலருக்கு அந்தக் கண்களைப் பார்த்ததும் அச்சம் தொற்றிக் கொண்டது. ஊத்து தண்ணியை அள்ளிக் குடிக்க எல்லோரும் தயங்கினர். எல்லோரும் தண்ணீரை அள்ளிக் குடிக்க தயக்கம் காட்டுவதை உணர்ந்து ஊத்து தண்ணியை அள்ளி குடித்து அமைதியானார் வேலக்கோடாங்கி. சாமி எச்சி வைக்காமல், நாம் எப்படி எச்சி வைத்து குடிப்பது என்ற தயக்கம்தான் அவர்களைத் தண்ணீர் குடிக்க விடாமல் தடுத்தது.

எல்லோரும் தண்ணியை அள்ளிக் குடித்தனர். தண்ணீர் குடிக்க

குடிக்க ஊறிக்கொண்டே இருந்தது. தண்ணீரைச் சுவைத்து சப்பு கொட்டினர். பதனியைக் காய்ச்சிப் பாகு எடுத்து சப்பியதுபோல் இருந்தது.

அப்போது அரக்கப் பரக்க ஓடி வந்த ஒருவனைப் பார்த்ததும் எல்லோரும் வாயடைக்கி அவனையே பார்த்துக்கொண்டிருந்தனர்.

நின்று நிதானித்து மூச்சு வாங்கியவன் நடந்ததைச் சொல்ல ஆரம்பித்தான்.

வயல் நாட்டின் வடக்குப் பகுதியில் பத்து கல் தொலைவில் இருக்கும் ஈசநாட்டின் அன்னூர் மக்கள் பசுமாடுகளையும் எருமை மாடுகளையும் சந்தேகத்திற்கிடமாக ஓட்டிக்கொண்டு சென்ற மூன்று பேரை மடக்கிப் பிடித்தனர். எங்கே செல்கின்றீர்கள்? எந்த ஊர்நாடு என கேட்டதற்கு பதில் சொல்லாமல் தப்பிக்க நினைத்தனர். மூன்று பேரையும் ஊரின் நடுவில் இருக்கும் நிலைக்கல்லில் கட்டி வைத்தனர்.

மூன்று பேரை கட்டி வைத்திருப்பதாக அன்னூர் கட்டியக்காரருக்கு தகவல் போய் சேர்ந்தது. தாமதிக்காமல் குதிரையில் வந்து இறங்கினார் கட்டியக்காரர் காவண்ணா. ஈசநாட்டின் ஒரு பகுதிதான் அன்னூர். அன்னூரின் பெருந்தலைவனாக விளங்கினார் கட்டியக்காரர் காவண்ணா.

கட்டியக்காரர் காவண்ணாவை பார்த்ததும் மூன்று பேரும் குலை நடுங்கி போயிருந்தார்கள். தனது கையில் வைத்திருந்த சாட்டையை ஒரு சுழட்டு சுழட்டினார் கட்டியக்காரர். இன்று மூன்று பேரும் சாட்டையால் அடிபட்டு சாகப் போகிறார்கள் என்று எல்லோரும் நினைத்துக் கொண்டனர். அன்னூரில் யாராவது சந்தேகத்திற்கு இடமாக வந்தாலோ அல்லது பொருள்களை திருடியவர் பிடிபட்டாலோ நிலைக்கல்லில் உட்கார வைத்து விடுவார்கள். தப்பித்து ஓட நினைத்தால் நிலைக்கல்லில் கட்டி வைத்து விடுவார்கள்.

புருவத்தை மேலே உயர்த்தி கண்களை துருத்திக் கொண்டு நிலைக்கல்லை நோக்கி நடந்து வந்தார் கட்டியக்காரர் காவண்ணா.

“ராவுத்தரே... உண்மையை சொல்லிப்புடுறோம்... உண்மையை சொல்லிப்புடுறோம்... உண்மையை சொல்லிப்புடுறோம்...!” என அலறினர். கட்டியக்காரர் காவண்ணாவை ராவுத்தர் என்றுதான்

அன்னூர் மக்கள் அழைத்தார்கள். மூன்று பேரும் கத்துவதை காதில் வாங்காதவராக சாட்டையை சுழற்ற ஆரம்பித்தார். மூன்று பேருக்கும் மரண பயம் தொற்றிக் கொண்டது. ராவுத்தர் என்று மூன்று பேரும் அழைப்பதைப் பார்த்தால் தன்னைப் பற்றித் தெரிந்தவர்களாகத்தான் இருக்கும் என எண்ணினார்.

மேகட்டு மலை பக்கம் இருக்கும் ஊருநாடுகளில் மாடுகளை திருடியதாகவும், வரும் வழியில் கிடைத்த பழங்களை தின்று கொண்டு ஆடு மாடு மேய்ப்பவர்கள் போல் திரிந்து இரவுக்குள் தலையூருக்கு சென்றுவிட திட்டமிட்டதாகவும் ஒப்புக்கொண்டனர். தலையூர், அன்னூரில் இருந்து முப்பது கல் தொலைவில் இருக்கும் ஓர் ஊர்.

மூன்று பேரும் தலையூர் என்று சொன்னதும் கட்டியக்காரர் காவண்ணாவின் முகம் சிடுசிடுத்தது. அன்னூரின் கிணத்து நீர் பால் போல் இருப்பதை கேள்விப்பட்டும், அந்த நீரைக் குடிப்பதால்தான் அன்னூர் மக்கள் வீரமாகவும் செழிப்பாகவும் இருக்கிறார்கள் என்பதை உணர்ந்த தலையூரைச் சேர்ந்த சிலர் அன்னூரில் ஒதுக்குப்புறமாய் இருந்த குடிதண்ணீர் கிணற்றில் மாட்டுச் சாணிகளை அள்ளி வந்து ராத்திரியில் கூடை கூடையாய் கொட்டினர். காலையில் கிணத்துக்கு தண்ணீர் எடுக்க சென்ற மக்கள் கிணற்றிலிருந்து சாணி வாடை வருவதாக சொல்லி கட்டியக்காரர் காவண்ணாவிடம் முறையிட்டனர். கிணறைப் பார்த்த கட்டியக்காரர் காவண்ணா அதிர்ச்சி அடைந்தார். அன்னூருக்கு தலையூர் பக்கம் இருந்துதான் அடிக்கடி தொந்தரவுகள் வருவதை எண்ணி மனதுக்குள் திட்டம் ஒன்றை திட்டினார்.

தலையூர் வறண்ட பூமியாக இருந்தது. அங்கிருப்பவர்கள் பலரும் பக்கத்து ஊருநாடுகளுக்கு வேலைக்கு சென்று விட்டு திரும்புபவர்களாக இருந்தார்கள். அன்னூருக்கு வந்து போகிறவர்களில் யாரோ சிலர்தான் ராத்திரி நேரத்தில் இந்த வேலையை செய்திருப்பதாக எண்ணினார். அன்னூரின் அருகில் இருக்கும் சித்தர்மலையின் உச்சியில் உள்ள சுனையிலிருந்து ஆண்கள் தண்ணீர் எடுத்து வந்தனர். தண்ணீர் தூக்கும் வேலையிலிருந்து நான்கைந்து நாள் பெண்களுக்கு ஓய்வு கிடைத்தது.

தலையூரிலிருந்து தினந்தோறும் அன்னூருக்கு வேலைக்கு வந்து செல்பவர்கள் யார்யாரென்று கணக்கெடுக்கப்பட்டது. கணக்கெடுக்கும்

விபரம் ரகசியமாகவே இருந்தது. கணக்கெடுக்கும் விபரங்களை மலையப்பனும் வைகறையாளனும் கணக்கச்சிதமாக செய்தனர். இந்த நிகழ்வுக்குப் பிறகு மூன்று பேர் அன்னுருக்கு வேலைக்கு வரவில்லை என்றும், அவர்கள் மீதுதான் சந்தேகம் இருப்பதாகவும் சொன்னார்கள். கட்டியக்காரர் காவண்ணாவுக்கும் அந்த மூன்று நபர்கள் மீதுதான் சந்தேகம் இருந்தது. அந்த மூன்று பேரும் ஈசநாட்டின் பெருங்கண்மாய் காட்டுக்குள் இருப்பதாக வைகறையாளன் சொன்னான். ராத்திரியோடு ராத்திரியாக மலையப்பன் மற்றும் வைகறையாளனுடன் சேர்த்து ஆட்கள் சிலரையும் அனுப்பி தலையூரிலிருந்து தூக்கி வரச் சொன்னார் கட்டியக்காரர்.

பொழைக்க வழி தேடி வந்த இடத்துல வேலையக் கொடுத்து வாழ வச்சா குடிதண்ணிக் கெணத்துல சாணியக் கலக்கிருக்கான்னா எவ்வளவு நெஞ்சு அழுத்தம். ராவுத்தன் செத்தாப் போயிட்டான். எத்தனையோ தலைமுறை தலைமுறையா உசுருகள காப்பாத்துன கெணத்த நாத்தம்புடிக்க வச்சுட்டானுகளே... கோபம் கொப்பளித்து காத்திருந்தார் கட்டியக்காரர் காவண்ணா.

மூன்று பேரையும் தூக்கி வந்து நடுக்கல்லில் நிற்க வைத்தனர். பயத்தில் மூன்று பேருக்கும் மூத்திரமும் பீயும் கால்களில் வழிந்தது. தலையூரில் நல்ல தண்ணி என்பது மழைக்காலத்தில் மட்டுமே ஊரணிகளில் கிடைத்து வந்தது. அதுவும் மழைக்காலம் நின்ற சில தினங்களிலேயே தண்ணீர் வற்றி விடும். வறட்சி மிகுந்த பகுதி என்பதால் செழிப்பான மரங்களை காண்பதும் அரிதுதான்.

“ஒங்க ஊருநாட்டுல நல்ல தண்ணீ கெடைக்கலன்னா நல்ல தண்ணி கெடைக்கிற ஊருநாட்ட அண்டிப் பொழைக்க வேண்டியதுதானே. அப்புடி அண்டிப் பொழைக்க முடியாதவன் நாண்டுக்கிட்டு சாகனும். அதவிட்டுட்டு காலங்காலமா பொழங்கி வந்த தண்ணில போயி கண்டத கலந்து எங்கக் குடிகள கெடுக்கத் துணுஞ்ச உங்க மூணு பேரு தலையவும் வெட்டி அந்த சித்தர்மலை உச்சியில் வச்சாதான் ராவுத்தன் யாருங்கிறது எல்லாருக்குமே தெரியும்.” சொல்லிக்கொண்டே உடைவாளை உருவினார் கட்டியக்காரர் காவண்ணா. உடைவாளுக்கு பயந்து என்ன சொன்னாலும் செய்யுறோம்... என்ன சொன்னாலும் செய்யுறோம்... என்ன சொன்னாலும் செய்யுறோம்... என்று கீழே குனிந்து கதறினர்.

மூன்று பேரும் யானையின் நிறத்தை ஒத்தும் ஏழெட்டு காட்டெருமைகளைக் கட்டி இழுக்கும் வலிமை படைத்தவர்களாகவும் இருந்தனர்.

உடைவாளை உள்ளே சொருகி நடுக்கல்லை நோக்கி நடந்தார். ஒரு நாளைக்கு ஒரு கிணறுனு பத்து நாளைக்குள்ள பத்துக் கிணறு தோண்டணும் என உத்தரவிட்டார். கிணறு தோண்டுவதற்கு வெடத்தலாம் கம்பால் செய்த ஈட்டிகளும் மண்வெட்டியும் கூடையும் கொடுக்கப்பட்டது. உச்சிப் பொழுதில் ஆளுக்கு அஞ்சு கட்டி கேப்பக்கூழும் மலை நார்த்தங்காய் ஊறுகாயும் மட்டுமே கொடுக்க வேண்டும் எனவும் தண்ணி தவிச்சு கத்துனா அந்தக் கெணத்துத் தண்ணிய அள்ளிக் கொடுங்க... குடிச்சுக்கட்டும் எனவும் உத்தரவிட்டிருந்தார் கட்டியக்காரர்.

உசுருக்கு பயந்து வேக வேகமாய் கிணறு தோண்டினர். இரண்டாள் மட்டம் தோண்டிய கிணறுகளில் தண்ணீர் பெருக்கெடுத்து ஊறியது. பகலில் கிணறு தோண்டுவதும் ராத்திரியில் அன்னூர் மக்கள் கொண்டுவந்து வைத்திருக்கும் சொறிக்கான் கல்லைக் கொண்டு கிணறைக் கட்டி எழுப்புவதுமாக இருந்தனர். ஒவ்வொரு நாளும் கிணறு தோண்டும் பணிகள் குறித்து கட்டியக்காரரிடம் தகவலைச் சொல்லி வந்தான் வைகறையாளன்.

மூன்று பேரையும் கண்காணிப்பதும் அவர்களுக்கு கூழ் கொண்டு வந்து கொடுப்பதும் மலையப்பனின் வேலையாக இருந்தது. பத்தாவது நாள் கிணறு தோண்டும் போது உச்சி சாய்ந்து கொண்டிருந்தது. கூழு குடிக்க மேலே ஏறி வருவார்கள் என காத்திருந்தான் மலையப்பன். நீண்ட நேரம் ஆகியும் யாரும் வரவில்லை. கிணற்றுக்குள் எட்டிப் பார்த்தபொழுது கிணற்று தண்ணீர் ரத்தமாக காட்சியளித்தது. மூன்று பேரையும் காணவில்லை. வேக வேகமாய் கட்டியக்காரரை நோக்கி ஓடினான் மலையப்பன். கிணற்றில் ரத்தம் நிறைந்து கிடக்கும் செய்தி காட்டுத்தீயாய் பரவியது. அன்னூர் மக்கள் திரண்டு வந்தனர்.

கட்டியக்காரர் வந்து பார்த்தபோது மூன்று பேரும் சடலமாக மிதந்தனர். சற்றும் யோசிக்காமல் கிணற்றுக்குள் இறங்கினார் கட்டியக்காரர். கட்டியக்காரர் இறங்கியதும் வைகறையாளனும் இறங்கினான். மூன்று பேரையும் தூக்கிப் பார்த்த போது வெடத்தலான் ஈட்டியால் கழுத்தில் குத்திக்கொண்டு இறந்திருந்தனர். மூன்று

பேரையும் தூக்கி அன்னூர் எல்லையில் புதைத்தனர். பத்தாவது கிணறை மண்ணை அள்ளிப் போட்டு மூடினர். நாவல் மரம் ஒன்றை அதில் நட்டு வைத்தனர்.

அந்த நிகழ்வுக்குப் பிறகு தலையூரிலிருந்து யாரும் அன்னூருக்கு வருவதே இல்லை. கட்டியக்காரர் காவண்ணாவுக்கு தலையூர் பற்றிய சிந்தனை ஓடிக்கொண்டு இருந்தது.

மூன்று பேரும் மாடுகளை திருடிக் கொண்டு வரும் வழியில் தண்ணீர் தாகம் எடுத்தபோது எங்கு தேடியும் தண்ணீர் கிடைக்கவில்லை. செத்து விடுவோம் என உணர்ந்தபோது எருமை மாடு ஒன்று மூத்திரம் அடித்தது. அதை மூன்று பேரும் போட்டி போட்டு குடிப்பதற்குள் பாதியிலேயே மூத்திரம் அடிப்பதை எருமை மாடும் நிறுத்திக் கொண்டது. உதடுகளை எவ்வளவோ சப்பியும் நாக்கில் எச்சில் ஊறவில்லை. மாடுகளும் நாக்கு வறண்டு தண்ணீருக்காக கத்தி ஊருநாட்டை ராத்திரி நேரத்தில் கூட்டிவிடுமோ என்று பயந்தனர்.

முடி மலையின் மேற்கு பகுதியில் ஒவ்வொரு இடமாக வெடத்தலாம்கம்பு ஈட்டியால் தரையை குத்தி நீர் இருக்குமா எனத் தேடினார். ஈட்டி செய்வதற்கு வெடத்தலாங்கம்புதான் உறுதியாக இருக்கும். ஆப்பு செய்வதற்கும் வெடத்தலாங்கம்பைத்தான் தேர்ந்தெடுப்பார்கள். வச்சா வெடத்தலான் ஆப்புதான் வைக்கனும் என்று பெரியவர்கள் சொல்லும் வழக்கம் உண்டு.

ஓரிடத்தில் ஈரம் இருப்பது தெரிந்தது. ஈரம் இருந்த இடத்தில் வெடத்தெல்லாம் கம்பால் மூன்று பேரும் வேக வேகமாக தோண்டினர். இடுப்பளவு தோண்டியபோது, பாறையின் ஓரத்தில் இருந்து அயிரை மீன்களும் கெண்டை மீன்களும் சலசலவென துள்ளி குதிப்பது போலவும் இளம் வயது பெண் ஒருத்தி இடையில் ஒட்டியானம் கட்டி கால்களில் தண்டை அணிந்து, கைகளில் சங்கு வலைகள் அணிந்து நடப்பது போல், கொயங்கொயங் என உற்று நீரின் ஓசை இருந்தது. நீர் மளமளவெனப் பெருகியது.

வானத்து நிலவு தனது உடலை முழுவதுமாய் மேகக் கூட்டுக்குள் மறைத்து மெல்லியதாய் எட்டிப் பார்த்துக் கொண்டிருந்தது. ஒருவேளை நிலவுக்கும் தாகம் எடுத்து கருக்கள் வழியாக தரை

நோக்கி வந்து கொண்டிருப்பதாக எண்ணிக் கொண்டனர். நிலவு வருவதற்குள் இடத்தை விட்டு நகர வேண்டும் என எண்ணினர். தண்ணீர் பெருகி தரையில் வழிய ஆரம்பித்தது. நாக்கு வறண்டு கிடந்த மாடுகள் தாகம் தீர குடித்தன. தண்ணீர் குடித்த மகிழ்ச்சியில் மாடுகள் சில "ஆ...க்...வ்..." என ஏப்பம் விட்டுக் கொண்டு இருந்தன. இலை தழைகளை மேய்ந்த மாடுகள் தண்ணீரைக் குடித்ததும் இரை விட்டன. "என்னப்பா மனுசன் நாத்தத்தை விட மாட்டு நாத்தம் பெருசா இருக்குது." என்றான் ஒருவன்.

"இப்போ அதுதான் ரொம்ப முக்கியமாக்கும். மாடுக ரொம்ப கத்துச்சுன்னா நாம மாட்டிக்குவோம். அதனால வெரசா வெரட்டி ஓட்டிக்கிட்டு போயி நம்ம ஊருநாட்டு எல்லையத் தொட்டுறனும்." சொல்லிக்கொண்டே மாடுகளை வேக வேகமாக பத்திக்கொண்டு சென்றனர். அன்னூர் காட்டுக்குள் போகும் போது விடிய தொடங்கியது. காட்டு பக்கமாக வந்த அன்னூர் மக்கள் சிலர் இவர்களைப் பார்த்ததும் சந்தேகம் அடைந்து ஊருக்குள் தகவலைச் சொன்னார்கள். ஊர் மக்கள் சுற்றி வளைத்து மூன்று பேரையும் ஊரின் நடுவில் இருக்கும் நடுகல்லிற்குக் கொண்டு வந்திருந்தார்கள்.

திரும்பவும் மாடுகளைக்கொண்டு போயி மேகட்டு மலையில் விடுறது சாதாரண வேலை இல்ல. அதுக்கு இடையில எத்தனையோ நாடுகளை கடந்து போகும் போது ஏடாகூடமா சச்சரவு வந்தாலும் வந்துரும். அதனால இந்த மூணு பேரையும் அன்னூரில் வச்சிருந்து இந்த மாடுகளை மேய்க்க விடுவோம். அதுக்குள்ள ரெண்டு பேரு மேகாட்டுமலைக்கு போயி தகவல் சொல்லுவோம். யாரோட மாடுகளை காணோம் என்று நினைக்கிறார்களோ அவர்கள் வந்து ஓட்டிகிட்டு போகட்டும். அதுவரைக்கும் இவனுக இங்க தான் இருக்கணும். கட்டியக்காரர் காவண்ணா சொன்னதும் இரண்டு வீரர்கள் மேகட்டுக்கு செல்வதற்கு தயாராக இருந்தார்கள். அவர்களுக்கான இரண்டு குதிரைகளும் தயாராக இருந்தது.

"களவாணிக தோண்டுனா ஊத்த போயி சாமிதான் தோண்டுச்சுன்னு நினைச்சு ஆளாளுக்கு அவங்க அவங்க சாமிய ஒசத்தி பேசி கடைசில ஏமாந்துட்டாங்களே"னு கதை கேட்ட அழகப்பன் சொல்லி சிரித்தான். மகனின் சிரிப்பை கேட்டு தீத்தானும் கக்க கக்கவென சிரித்துக்கொண்டார்.

“ஏய்யா... உனக்கு சாமி பிடிக்காதா”

“புடிக்கும்பா. ஆனா சிவன் கோயிலுக்குள்ள நம்மள விடமாட்டாங்களே. அந்த சாமி கண்ண தொறந்து ஏன் விட மாட்ரீங்கன்னு கேட்காதா. எங்கிட்டோ இருந்து பொழைக்க வந்தவங்க நம்ம ஊருநாட்ட ஆளுறாங்க. நாம என்னப்பா வேலைக்காரங்களா.” அழகப்பனின் பேச்சுக்கு பதில் எதுவும் சொல்லாமல் அவனது கால்களை நீவிக்கொண்டே வந்தார் தீத்தான்.

இவ்வளவு நேரம் உட்கார்ந்து வந்தது அப்பாவுக்கு வலிக்கும் என்பதை உணர்ந்து தோளை விட்டு இறங்கி கீழே நடக்க முயன்றான் அழகப்பன். இறக்கிவிட மனம் இல்லாமல் இறக்கிவிட்டார் தீத்தான்.

வயலூரில் நடைபெற்ற காவு கூத்து நிகழ்ச்சியில் கலைஞர் ஒருவர் பொன்னி வளநாடு செழிப்பு மிகுந்ததாகவும் கோயில்கள் நிறைந்து இருப்பதாகவும் கூறி அதன் பெருமைகளை சொல்லிக் கொண்டிருந்தார். கூத்து பார்த்ததிலிருந்து பொன்னிவள நாட்டை பார்க்க வேண்டும் என்று ஆசைப்பட்டுத்தான் இப்போது கிளம்பி போய்க் கொண்டிருக்கின்றனர்.

உச்சி வெயிலுக்கு முன்னரே பொன்னிவள நாட்டுக்கு போய் சேர்ந்தனர். எங்கு பார்த்தாலும் குதிரை வீரன் சாமியும் வேல் கம்பும் ஈட்டியும் நட்டு வைத்த கோயில்களும் காட்சியளித்தன. கோயில் பூசாரி இவர்களை பார்த்ததும் நலம் விசாரித்து குடிப்பதற்கு தண்ணீர் கொடுத்தார். இவ்வளவு தூரத்திலிருந்து பையனைக் கூட்டி வருகிறீர்களே, கால் வலிக்கவில்லையா என்று கேட்டு உண்பதற்கு கொஞ்சம் பழங்களையும் கொடுத்தார் பூசாரி.

இருவரும் பழங்களைக் கொஞ்சம் தின்றுவிட்டு மீதி பழங்களை கொண்டு வந்த துணியில் கட்டி வைத்துக்கொண்டனர். ஓரமாய் உட்கார்ந்து கொண்டுவந்த கூழைக் குடித்தனர். பொன்னிவள நாட்டின் குதிரை வீரன் சாமிக்கு உச்சி கால பூசை நடைபெற்றது. பூசையில் கலந்து கொண்ட இருவருக்கும் திருநீரும் புளி கரைத்து கிண்டிய பெரிய சோத்து உருண்டைகளை ஆளுக்கு ஒன்றாக கொடுத்தனர். ஒவ்வொரு உருண்டையும் யானையின் வாயிக்கு போதுமானதாக இருந்தது. இவ்வளவு உபசரிப்பு நடக்கும் என்று இருவரும் எதிர்பார்க்கவே இல்லை.

தூக்குச் சட்டியில் ஒரு உருண்டையை வைத்துக்கொண்டும் இன்னொன்றை இலையை விரித்து துணியிலும் இறுக கட்டிக் கொண்டிருந்ததைப் பார்த்த பூசாரி இன்னொரு பெரிய உருண்டையை இலையில் வைத்துக் கொண்டுவந்து கொடுத்தார். இந்த உணவ இருவரும் சாப்பிட்டுவிட்டு செல்லுமாறு கேட்டுக் கொண்டார்.

கோயிலுக்குள் நுழையக்கூடாது என்று தடுத்து நிறுத்திய வயல்நாட்டை எண்ணி வேதனை அடைந்தனர். ‘மக்க மனுச எல்லாரையும் ஒன்னா நெனைக்கிறதாலத்தான் பொன்னிவள நாடு செல்வச்செழிப்பா இருக்கு’ என்று தீத்தான் சொல்லிச் சொல்லி ஆனந்தம் கொண்டார். எப்போதும் நெற்றியில் பட்டவன்சாமி திருநீறு தவிர, வேறு எந்தத் திருநீரும் பூசிக்கொள்ளாத அழகப்பன் முதல் முறையாக நெற்றி முழுவதும் பூசிக் கொண்டான். மகனைப் பார்த்த தீர்த்தான் தன் மார்போடு அணைத்துக் கொண்டார்.

கீழக்குடியிருப்பில் பட்டவன் சாமிக்கு பெரிய கோயில் ஒன்றைக் கட்டி அதில் எல்லா ஊருநாட்டு மக்களையும் வரவழைத்து சமமாக சாமி கும்பிட வைக்க வேண்டும் என எண்ணிக்கொண்டான் அழகப்பன். குதிரைவீரன் சாமி அருகில் கிணறு ஒன்று இருந்தது. அந்தக் கிணற்றில் கவளையில் மாட்டி தோப்பறை ஒன்று தொங்கியது. தோப்பறையில் தண்ணீர் இறைத்து வயிறார குடித்தனர். பெரிய அத்தி மர நிழலில் ஒரு குட்டி தூக்கம் போட்டனர். நேரம் ஆகிவிட்டதாக பூசாரி எழுப்பியதும் முகத்தை கழுவிக்கொண்டு கிளம்பினர்.

உடலுக்குள் ஏதோ புதிய ரத்தம் ஓடுவதாக எண்ணினான் அழகப்பன். தீத்தானின் தோள்பட்டையில் ஏறாமல் பொன்னி வளநாட்டு அரசரைப் போல், கம்பீரமாக வயல் நாட்டை நோக்கி நடந்து சென்றான் அழகப்பன்.

அழகப்பனின் வருகைக்காக காத்திருந்த சுருட்டையனுக்கும் பம்பையனுக்கும் நொண்டிக்கருப்பையாவுக்கும் துணியில் முடிந்து வைத்திருந்த சோத்து உருண்டையைக் கொடுத்தான். அவர்கள் அதை சுவைத்து சாப்பிட்டனர். இவ்வளவு சுவையான உணவை இதுவரை சாப்பிட்டதில்லை என்றனர். மூவருக்கும் எச்சில் ஒழுகியது. ஒழுகிய எச்சிலை உள்ளிழுத்து சுவைத்தனர்.

பாலாயி குளித்துவிட்டு வந்தாள். கண்களை மூடி எதையோ முணுமுணுத்தாள். தீத்தான் கொண்டு வந்த திருநீறை அள்ளி நெற்றியில் பூசிக்கொண்டாள். சோத்து உருண்டையை தூக்குச் சட்டியிலிருந்து திறந்து தீத்தானுக்கும் அழகப்பனுக்கும் ஊட்டி விட்டுக்கொண்டே தானும் சாப்பிட்டாள். “ஏஞ்ச நம்மலயும் மதிச்சு இதெல்லாம் கொடுத்தாங்களா...” என ஆந்து ஆந்து போனாள் பாலாயி. இரவு முழுவதும் பொன்னிவள நாட்டிலேயே தன் மனதைப் பதியம் போட்டு வைத்திருந்தான் அழகப்பன்.

10

மூக்கையா செட்டியார் ஒவ்வொரு முழுநிலா நாளில் இரண்டு நாள் வயல்நாட்டில் இருக்கும் மேலக்குடியிருப்புக்கு வந்து போகிறவராக இருந்தார். அவரின் வருகைக்காக வயல்நாட்டிற்கு உட்பட்ட பத்தொன்பது ஊரிலிருந்தும் பெரியதனம் என்று சொல்லக்கூடிய வாளனார் உறவினர்களின் குழந்தைகள் அனைவரும் பெரியகண்மாயின் தென்கிழக்கில் உள்ள மேலக்குடியிருப்பின் ஆறாம் வீதிக்கு வந்துவிடுவார்கள். ஆறாம் வீதியில் உள்ள கோயில் வீட்டில்தான் குழந்தைகளுக்கான பாடசாலை இயங்கியது. வெள்ளாற்றின் தெற்கே அமைந்துள்ள கானாட்டின் சாந்தூர் என்ற ஊரில் இருந்துதான் மூக்கையா செட்டியார் பாடம் சொல்லிக் கொடுக்க வருவார்.

கோயில் வீடு தென்னங்கீற்றுகளால் கட்டப்பட்டு கேழ்வரகு தக்கையால் அழகுற வேயப்பட்டிருக்கும். கோயில் வீட்டின் கூரையை வேய்வது கூழையனும் தீத்தானும்தான்.

“கூழையா இது சாமி இடம்டா. பய பக்தியோட கட்டணும்.” பத்து பதினைந்து நாளைக்கு சுத்த பத்தமா இருக்கணும். தினமும் தீத்தானும் நீயும் குளிச்சுப்புட்டு தான்டா மேலே ஏறணும். பெரியதனம் வாளனார் சொன்னதைக் கூழையனும் தீத்தானும் கோயில் வீட்டின் ஓரமாய் இருக்கும் இட்றை வழியாக செல்லும்போதெல்லாம் அசை போட்டுக்கொள்வார்கள். கோயில் வீட்டின் கூரை வேய்ந்த பிறகு மேலக்குடியிருப்புக்காரர்களைத் தவிர வேறு யாரும் செல்ல முடியாது.

கோயில் வீட்டின் உள் அறைக்குள் ஈட்டி, வேல், கம்பு, வீச்சருவாள் இருந்தது. வாசலில் மழை வெயிலுக்கு அஞ்சாத குதிரைக் கொட்டகை போன்ற பெரிய கூரை இருந்தது. அந்த பந்தலில்தான் பாடசாலை இயங்கியது. கோயில் வீட்டின் வாசலில் பறந்து விரிந்த பூவரச மரம் ஒன்றும் இருந்தது. அதன் கீழ் வெள்ளாற்றிலிருந்து கொண்டுவரப்பட்ட மணல் பரப்பப்பட்டு இருந்தது. அந்த மணலில்தான் குழந்தைகள் எழுத்துக்களை எழுதிப் பழகுவார்கள்.

வானத்து வெண்மேகங்களை வாரி சுருட்டி அள்ளி வந்து விரித்தார் போல், கோயில் வீட்டில் வாசல் இருந்தது. காலைக் கதிரவனின் வருகை என்பது மணல் விரிப்பு மீது ஒளி வீசியது. கார்மேகக் கூட்டங்கள் கதிரவனை சூழ்ந்து கொள்ளும் போதெல்லாம் அந்த மணல் குளிர்ச்சியால் ஆனந்தத் தாண்டவம் ஆடியது. இரவு நேரத்தில் மணற்பரப்பு குழந்தைகளின் ஆடுகளமாக மாறிப் போயிருந்தது. குழந்தைகள் விளையாடும்போது வெண்பஞ்சுகள் பறப்பது போல் புழுதி கிளம்பி அவர்களோடு நடனமாடிக் கொண்டே இருக்கும்.

அதிகாலையில் வரும் மூக்கையா செட்டியார் ஓர் இரவு கோயில் வீட்டில்தான் தங்குவார். மறுநாள் சாயங்காலம்தான் ஊருக்கு கிளம்பி செல்வார்.

எப்போதாவது மேலக்குடியிருப்பு மக்கள் கேட்டுக் கொண்டால் உச்சிக்குப் பிறகு கோவலன் கண்ணகி கதையை கொஞ்சம் எடுத்து விடுவார். அவர் கதை சொல்லும் அழகே தனிதான். அவர் கதை சொல்ல ஆரம்பித்து விட்டால் எல்லோரும் வாயை மூடாமல் திறந்தபடி தன்னிலை மறந்து இருப்பார்கள். அந்த அளவுக்கு கதை சொல்வதில் கெட்டிக்காரர். கதை கேட்பவர்களிடமிருந்து 'ம்... ம்... ம்...' என்ற ஓசை மட்டுமே வெளிவரும். அந்த அளவுக்கு மனசை கட்டிப் போட்டு விடுவார். 'ம்... ம்...' ஓசை அதிகமாக இருக்கும் போது மூக்கையா செட்டியார் கதை சொல்லும் வேகத்தையும் அதிகரித்துக்கொண்டே இருப்பார்.

மரத்தால் செய்யப்பட்ட பெரிய இருக்கையில் வந்து உட்கார்ந்தார் பெரியதனம் வாளனார். அருகில் இருந்த மரப்பலகையில் செம்பியனாரும் வந்து உட்கார்ந்தார். மூக்கையா செட்டியாரின் இருக்கை வாளனாரின் இருக்கையைவிட சற்றே பெரியதாக இருந்தது. எழுத்தைச் சொல்லிக்கொடுப்பவர் உயரத்தில் இருந்தால்தான் குடி

உயர்ந்து நிற்கும் என்பது வாளனாரின் நம்பிக்கையாக இருந்தது. கொடுப்பவர் உயரத்தில் இருந்து கொடுக்க வேண்டும். வாங்குபவர் தாழ்ந்து நின்று வாங்கினால்தான் கொடுப்பவர் மனம் மகிழ்ச்சியின் உச்சத்திற்குச் சென்று நிறைய கொடுக்க வேண்டும் என்ற மனசு வரும் என்பதும் வழக்கமாக இருந்தது.

“அந்தப் பெருங்கடல் அலை அப்படியே தாவி குதிச்சு ஊருக்குள்ள வந்து முத்தம் கொடுத்துட்டு வந்த வழியாவே திரும்புச்சு. அங்கே இருந்தவர்கள் எல்லாம் கன்னத்துல கைவச்சு பெருமூச்சு விட்டாங்க. ஆனா அந்த அலை அவங்கள ஒண்ணுமே பண்ணல. இப்படி அடிக்கடி அலை சின்னதாகவும் பெருசாவும் வந்து வந்து போகும்”

“அந்த அலைல வர்ற தண்ணி யாரையும் எதுவுமே பண்ணாதா” கதை கேட்டுக் கொண்டிருந்தவர்களில் ஒருவர் ஆர்வத்தோடு கேட்க, “அலை வந்தால் அங்கே இருக்கவங்களுக்கு ஒதுங்கிக்க தெரியும். அந்த அலைய சமாளிக்கவும் அவங்களுக்குத் தெரியும்”

“ம்... கடலு நம்ம பெரிய கண்மாயை விட பெருசா இருக்குமோ”

“நம்ம கண்மாயை விட ரொம்ப ரொம்ப பெருசுதான் கடலு... அதுக்கு நம்ம கண்மாய் கரை மாதிரி எல்லாம் கரை இருக்காது. கடல் எங்க ஆரம்பிக்கிது, எங்க முடியுதுனு யாருக்குமே தெரியாது. கடல் ஓரமா சில இடங்கள்ல பெரிய பொட்டல தான் இருக்கும். பல இடங்கள்ல ஓரமா பெரிய காடுகள் இருக்கும். அந்தப் பொட்டலையும் காடுகளையும் அலை வந்து அப்ப அப்ப பாத்துட்டுப் போகும். அது வந்து பாத்துட்டு போற இடம் தான் கரை. அங்கிருந்துதானே நமக்கு மாட்டு வண்டியில் உப்பு கருவாடு எல்லாம் வருது...”

“ஏங்க செட்டியாரே... நீங்க கடலுக்குப் போயிருக்கீங்களாக்கும்.”

“உங்க ஊருக்கு வந்துட்டுப் போறதுக்கே காலமும் நேரமும் பத்தல. இதுல நான் எங்க போறதாம். எல்லாம் போயிட்டு வந்தவங்க சொன்னதைவச்சு உங்ககிட்ட சொல்றேன்...”

“சாமி... அந்தக் கடலுக்கு நாம போகணும்னா எத்தனை நாள் ஆகும்” கோயில் வீட்டில் வேலியோரமாய் இருந்த இட்றையிலிருந்து ஒரு குரல் கேட்டது.

“ஆமாடா, நீங்களும் இப்போ கதை கேட்க ஆரம்பிச்சிட்டீங்களா.

நம்ம ஊரு நாடு வெளங்கிடும்'' செம்பியனார் சொன்னதைக் கேட்டு வேலியோரமாய் வந்த சத்தம் நின்று போனது. வேலி ஓரமாய் நின்ற தீத்தானைப் பார்த்து கரட்டான் ஒன்று தலையை ஆட்டி ஆட்டிச் சிரித்தது.

"அஞ்சாறு நாலாவது ஆகுமுனு எங்க அப்பச்சி சொன்னாரு. அவுங்கதான் போயிட்டு வந்தாங்க. நீ பாட்டுக்கு குடும்பத்தைக் கூட்டிட்டு கிளம்பிடாதடா. உங்க ஊரு நாட்டுல இருக்குற வேலையை யாரு பாக்குறது'' தீத்தானுக்குக் கேட்கும்படி உரக்கச் சொல்லி சிரித்துக் கொண்டார் மூக்கையா செட்டியார்.

கூழு வாசமும் மாட்டுக்கறி வாசமும் நிறைந்த கீழக்குடியிருப்பு மக்களுக்கு ஏட்டுக் கல்வி என்பது எட்டாக்கனியாகவே இருந்தது. முறைப்படி ஏட்டுக்கல்வி இல்லையென்றாலும் பரம்பரை பரம்பரையாக கணக்கு வழக்குகளில் கெட்டிக்காரர்களாகவே இருந்தார்கள்.

"ம்... அப்படிப்பட்ட ஊர்லதான் ரெண்டு பேரும் வாழ்ந்தாங்க'' என்று கதையைச் சொல்ல ஆரம்பித்தார் மூக்கையா செட்டியார்.

"அந்த ஊருக்கு கிழக்குப் பக்கமா பாத்தோம்னா பாக்குற இடமெல்லாம் கடல்தான். கடல் ஓரத்துல எல்லாரும் கண்ணுல ஒத்திக்கணும் போல இருக்கும். அவ்வளவு அழகான ஊரு. அந்த ஊருதான் பட்டணம். நாமெல்லாம் பொறந்ததுலருந்து என்னத்த பாத்தோம். இந்தக்காடு கரடு, கண்மாய் இதவிட்டா வேறு ஏதாச்சும் பார்த்திருப்போமா. ஒரு முறையாச்சும் கடலுல போய் குளிச்சு எந்திரிக்கணும். அதுவும் பட்டணத்தோட கடல்ல குளிச்சு எந்திரிக்கணும்.'' மூக்கையா செட்டியார் சொல்லச் சொல்ல எல்லாரும் அவரையே குறுகுறுன்னு பார்த்துக் கொண்டிருந்தார்கள்.

"நம்ம ஊருநாட்டுல வெள்ளாமை போடுறோம். பானை சட்டி செய்யுறோம். நமக்கு மிஞ்சுனது போக மத்த ஊருநாடுகள்ல போயி வித்துட்டு நமக்குத் தேவையானத வாங்கிக்கிறோம்ல. அதுமாதிரிதான் பட்டணத்துலயும் உப்பு யாவாரமும் சங்கு மாணிக்கம் யாவாரமும் கருவாடு மீனு யாவாரமும் கொடி கட்டி பறக்குதாம். கோவலன் எப்படி தெரியுமா இருப்பான். உன்ன மாதிரி என்ன மாதிரி இல்லையாம். அவன் நடந்து போனா இப்படி ஒரு புள்ள எனக்கு

பொறக்கலையே அப்படின்னு நினைக்கிற மாதிரி இருப்பானாம். வயசுப் பிள்ளைங்க அவனப் பாத்தா என்னையவும் கட்டிக்கிட்டா நானும் ஒரு ஓரமா இருந்துட்டாவது போவேன்ல அப்படின்னு சொல்ற மாதிரி வயசுப் புள்ளைக மனச தூண்டுற மாதிரி அம்புட்டு அழகா இருப்பானாம்.

சரி... கோவலன்தான் அப்படினு நினைச்சா. கண்ணகி மட்டும் என்ன சாதாரண அழகா. நம்ம பயலுக எல்லாம் அந்த புள்ளைய பாத்தா தூக்கத்தை விட்டு பத்து நாளைக்கு எந்திரிக்க மாட்டானுங்க. அப்படியே கனவுல மெதப்பானுங்க. அந்த அளவுக்கு அழகுன்னா அழகு அவ்வளவு அழகு. கண்ணகியோட கண்ண பாத்தா ஆம்பள பையனுக அப்படியே சுருண்டு விழுந்துடுவானுங்க. அப்புறம் என்ன தண்ணி தெளிச்சு விட்டாதான் எந்திரிப்பாங்க. அழகுல மட்டும் இல்லை. குணத்துலேயும் அவ்வளவு பெரிய குணம்'' மூக்கையா செட்டியார் சொல்லும்போது ஒருத்தி குறுக்கிட்டாள். "எங்க பார்வதி ஆயாவைவிட பெரிய குணக்காரியா...? சொல்லுங்க செட்டியாரே.''

நம்ம ஏதாவது சொல்லி பிரச்சனை வந்துவிடக்கூடாது என்பதை உள்வாங்கிக் கொண்ட மூக்கையா செட்டியார் "நம்ம வயல்நாட்டுக்கு பார்வதி அம்மா எப்படி பெரிய குணம் படைச்சவங்களோ அந்த மாதிரிதான் பட்டணத்துக்கு கண்ணகி பெரிய குணக்காரி'' என்று சொன்னார். பார்வதியின் முகம் குப்பென மலர்ந்தது. தேனடையைச் சுற்றி மொய்க்கும் தேனீக்கள் போல் முகத்திற்கு மேலே இன்பம் பூத்து குலுங்கியது.

சிறிது நேரம் பார்வதிக்கு என்ன பேசுவதென்றே தெரியவில்லை. கொட்டகையின் ஓரமாய் இருந்த திண்ணையிலிருந்து எழுந்தாள் "செட்டியாரே... பேசிக்கிட்டே இருங்க. உங்களுக்கு குடிக்க நன்னாரி தண்ணி கொண்டு வரேன்'' சொல்லிக் கொண்டே சென்றாள் பெரியதனம் வாளனாரின் மனைவி பார்வதி. அவள் வெட்கப்படுவதை ரசித்துக் கொண்டிருந்தார் வாளனார். தன்னைப் பற்றி பிறர் காதுகள் கேட்க புகழ்ந்து பேசினால் யாருக்குத்தான் வெட்கம் வராது. யாராவது தொட்டால் தன் மேனியின் அழகினை மூடி மறைத்துக்கொள்ளும் தொட்டால்சிணிங்கியைப் போல் சேலையை இழுத்துப் போத்திக்கொண்டே மாளிகைக்குள் சென்றாள்.

பெண்களை மகிழ்ச்சியாக வைத்துக்கொள்வதும் ஒரு கலைதான். பெண்கள் மகிழ்ச்சியாக இருந்தால் எதிர்பாராத இன்பமெல்லாம் கிடைக்கும். வாயார ரெண்டு சொற்களை தேனில் நனைத்து பேசினாலே போதும் அன்றைய நாள் முழுவதும் மகிழ்ச்சியாக இருப்பார்கள். பெண்கள் சொற்களில் இருக்கும் ஈர்ப்பு சக்தியை நம்புகிறவர்கள். சொற்கள் பொய்யென்று தெரிந்தால் எவ்வளவுதான் இனிக்க இனிக்க பேசினாலும் அள்ளிஅள்ளிக் கொடுத்தாலும் எதையும் உள்வாங்காமல் உதடுகளை பிதுக்கி நமட்டுச் சிரிப்பு சிரித்துவிட்டு நகர்ந்து விடுவார்கள்.

ஒரு பெரிய கண்டத்தில் இருந்து தப்பித்ததாக எண்ணி பெருமூச்சு விட்டார் மூக்கையா செட்டியார்.

“ஏங்க செட்டியாரே, அந்தப் புள்ள என் மகளை விட செவப்பானவளா...? இதுக்கு பதில சொல்லிட்டு மீதி கதையை சொல்லுங்க” என்றாள் ஒருத்தி.

அடுத்த சிக்கல் வருவதை எண்ணி கதையை தொடரலாமா, இல்லை இதோட நிறுத்திக்கலாமா என்று யோசித்துக் கொண்டிருந்தார்.

“என்னங்க செட்டியாரே நான் கேட்டதுக்கு ஒன்னத்தையுமே சொல்லல. ஏதோ யோசனைல இருக்கீங்களே”

“இல்லத்தா யோசிச்சு பார்த்தேன். அந்த புள்ள உன் மகள விட நெறத்துல குறைச்சதான். அங்கே உள்ள பட்டணத்து பசங்களுக்கு அந்த புள்ள அழகா தெரிஞ்சு இருக்கா. நம்ம புள்ளைய அவனுக பாத்து இருந்தாங்கன்னா கண்ணகிய எப்புடி கொண்டாடி இருப்பானுங்க...? உன் புள்ளயோட அழக வானத்து நிலா மட்டும் வந்து நின்னு பார்த்துச்சுன்னா நீதான் அழகுனு சொல்லிட்டு ரொம்ப தூரம் ஓடிரும்” மூக்கையா செட்டியார் சொன்னபோது எல்லோருமே கலகலவென சிரித்துக் கொண்டனர்.

இரண்டு பீங்கான் குவளைகளில் நன்னாரி தண்ணியை கொண்டு வந்தாள். ஒன்றை மூக்கையா செட்டியாருக்கும் இன்னொன்றை வாளனாருக்கும் கொடுத்தாள் பார்வதி. இவ்வளவு நேரம் தொண்டை வலிக்க பேசிய மூக்கையா செட்டியாருக்கு நன்னாரி தண்ணி குளுகுளுவென இருந்தது. கதை கேட்டுக் கொண்டிருந்த வாளனாருக்கும் தொண்டை வலிக்கத்தான் செய்தது. ஏனென்றால்

பேசுபவர்களைவிட கேட்பவர்களின் வாய் தன்னையறியாமல் திறந்தே இருக்கும். காதுகளில் கேட்கிறார்களா இல்லை வாயில் கேட்கின்றார்களா என்றே ஐயம் ஏற்பட்டுவிடும். இன்னொரு மொடக்கு நன்னாரி தண்ணி கொடுத்தா நல்லாதான் இருக்கும் என மூக்கையா செட்டியார் நினைத்தபோது செட்டியாரே இருங்க இன்னொரு மொடக்கு கொண்டு வந்துடுறேன் என்று சொல்லிக் கொண்டே மாளிகைக்குச் சென்றாள் பார்வதி.

மழைக்காலங்களில் ஊசி இலைகளைக் கொண்ட நன்னாரி கொடிகள் வேலியோரங்களிலும் பெரிய கண்மாய் கரைகளிலும் மண்டிக்கிடக்கும். கொடிகள் எவ்வளவு தூரம் நீண்டு கிடக்கிறதோ அதைப் பொறுத்து மண்ணுக்குள் பெரிதாகவும் சிறிதாகவும் நன்னாரி வேர் பெருத்தும் சிறுத்தும் இருக்கும். அவற்றைப் பறித்து நிழக்காய்ச்சலாக காய வைத்து பத்திரப்படுத்தி வைப்பார்கள். வெயில் காலங்களில் அந்த வேரில் ஒன்றை எடுத்து அதிரி உதிரியாக நச்சு பானைக்குள் போடுவார்கள். நன்னாரி வேரை நச்சு அள்ளும்போதே வாசம் ஆளைத் தூக்கும். வெயில் காலத்தில் குளிர்ச்சியாகவும் இருக்கும்... தண்ணீர் வாசனையாகவும் இருக்கும். நன்னாரி வேர் கலந்த தண்ணீரைக் குடிக்கும்போது தோல் சம்பந்தமான நோய்கள் ஒருபோதும் அண்டாது.

நாக்கில் ஒட்டியிருந்த நன்னாரி கலந்த தண்ணீரை சப்பிச் சுவைத்தார் மூக்கையா செட்டியார்.

“நாம கூட பேச்சுவாக்குல ஆமா... இவ பெரிய... கண்ணகி. அப்படின்னு சொல்லுவோமே அந்தக் கண்ணகி பட்டணத்துக்காரிதானா. நான் என்னமோ அர்த்தம் பொருத்தம் தெரியாம பேசுறோமோ அப்படினு நெனச்சுக்கிட்டேன். அப்படின்னா... உலகத்துல உள்ள அழகை எல்லாம் ஒட்டுமொத்தமா சேர்த்து பொறந்தவனு சொல்லுங்க செட்டியாரே...” என்று சத்தமாகச் சொல்லி ஆச்சரியமாகப் பார்த்தாள் செம்பியனார் மனைவி உடையம்மை.

ஆமத்தா... அப்படின்னு வச்சுக்கவே.

“செட்டியாரே விட்டாக்க விடிய விடிய கதை கேட்டுகிட்டு இருப்பாங்க. பொழுது சாய்ராப்புல இருக்கு. நீங்க கிளம்புவதற்கான வழியை பாருங்க” பெரியதனம் வாளனார் சொன்னபோது பார்வதி நன்னாரி தண்ணியைக் கொண்டு வந்து நீட்டினாள். நன்னாரி

தண்ணீரை மீண்டும் ஒரு முறை சுவைத்துக் குடித்தார் மூக்கையா செட்டியார்.

மூக்கையா செட்டியாரை வெள்ளாத்துக்குத் தெற்குக் கரையில் விட்டு விட்டு வருவதற்கு நான்கு ஐந்து இளவட்டங்கள் தயாராக நின்றார்கள். மூக்கையா செட்டியாருக்கு தேவையான பொருட்களை ஆளுக்கு ஒரு மூட்டையாக கட்டித் தலையில் வைத்துக் கொண்டார்கள். கானாட்டிலிருந்து வண்டிக்காரர்கள் யாராவது வெள்ளாற்றின் தெற்கு கரைக்கு வந்தால் வண்டியில் மூட்டைகளை ஏற்றி செட்டியாரையும் வழி அனுப்பி வைத்துவிட்டு வருவது இளவட்டங்களின் வேலை. ஒருவேளை மாட்டு வண்டிக்காரர்கள் யாரும் வரவில்லை என்றால், சாந்தூருக்கே சென்று மூட்டைகளை இறக்கி வைத்து விட்டு வருவார்கள்.

நமக்கு கண்ணகி மாதிரி ஒருத்தி கிடைக்க மாட்டாளா என்று இளவட்ட ஆண்களும், கோவலன் மாதிரி ஒருத்தனையும் காணோமே என்று இளசுகளையும் கதையால் கட்டிப் போட்டுவிட்டு ஏங்க வைத்துக் கிளம்பிச் சென்றார் மூக்கையா செட்டியார்.

11

முழுநிலா நாளுக்கு முதல் நாள் பகலில் மேலக்குடியிருப்பு கோயில் வீட்டில் குழந்தைகள் கத்தும் சத்தம் கேட்டது. சிறுவர்களான அழகப்பன் , சுருட்டையன், பம்பையன் மூவரும் கிளுவை மரங்கள் வளர்ந்து இருக்கும் இட்றை வழியாக சென்று மறைவில் நின்று பார்த்தனர். இரண்டு பக்கமும் வேலி அமைத்து நடுவில் பாதை செல்வதையே இட்றை என்று சொல்வதுண்டு.

மூவருக்கும் கோயில் வீட்டின் அருகில் சென்று பார்க்க வேண்டும் என்று ஆசை. கோயில் வீட்டில் என்ன நடக்கிறது என்று காண வேண்டும் என்பதில் ஆர்வமாக இருந்தனர். இட்றை வழியாக யாரும் வராததால் கோயில் வீட்டில் அருகே சென்று பார்த்து விடுவது என்ற முடிவுக்கு வந்தனர்.

சுற்று முற்றும் பார்த்துக் கொண்டே கிளுவை மர வேலி அருகே சென்று கொண்டிருந்த அழகப்பனை கூழையன் மகன் சுருட்டையன் தடுத்தான். யாராவது நம்மை பார்த்து விட்டால் மாட்டிக் கொள்வோம். பிறகு புளியமாறால் அடி விழுகும் என எச்சரித்தான்.

உங்க அப்பாவும் எங்க அப்பாவும்தானாமே அந்தக் கோயில் வீட்டையே கட்டுனாங்களாம். மேலக்குடியிருப்புக்காரங்களுக்கு கிடுகு பின்னவும் தெரியாது. செவரு வைக்கவும் தெரியாது. கீழ வீட்டுக்காரர் ஆத்தா எத்தனை தடவை எங்க வீட்டுக்கு நடையா

நடந்துருக்கு தெரியுமா... சொல்லிக்கொண்டே வேலி ஓரத்தில் குனிந்தான் அழகப்பன்.

எப்போதும் அழகப்பனோடு சுத்தும் நொண்டிக்கருப்பையாவோ இன்று வரவில்லை. நொண்டிக்கருப்பையா அருகில் இல்லாதது அழகப்பனுக்கு மிகவும் வருத்தமாக இருந்தது.

“ஆமாடா ஏதாச்சும் கடிச்சுச்சின்னா எங்க அம்மாவதான்டா வரச் சொல்லுவாக.” இடும்பன் மகன் பம்பையன் தன் பங்குக்கு சொல்லி முடித்தான்.

உச்சி வெயில் இறங்குவதற்கான சூழ்நிலையை உருவாக்கிக்கொண்டு இருந்தது. குமரேசன் மனைவி அங்காயி வயலில் கிடந்த பனம்பாளையை எடுக்கும்போது வெடுக்கென ஏதோ காலில் குத்தியது. பாளையை அதே இடத்தில் போட்டு விட்டு அலறி துடித்தாள். கொட்டாங்கரண்டி செடிகளும் காட்டுப்பூண்டு செடிகளும் முழங்காலுக்கு கீழ் வரை நெருக்கமாக முளைத்திருந்ததால் கடித்தது என்னவென்று அவளால் கண்டுபிடிக்க முடியவில்லை.

குத்திய இடத்தில் ரத்தம் கசியத் தொடங்கியது. கால் விறுவிறுவென கடுத்தது. சேலையை கிழித்து முழங்காலுக்கு கீழ் இறுக கட்டினாள். கீழே கிடந்த பனங்கறுக்கை எடுத்து ரத்தம் வரும் இடத்தை மேலும் கீறினாள். வலியோடு வீடு வந்து சேர்ந்தவர்களுக்கு கைப்பிடி அளவு நஞ்சுமுறிவு பச்சிலையைக் கொடுத்து மென்று திங்கச் சொன்னாள் பிச்சாயி. இரவு முழுவதும் ஆகாரம் எதுவும் அங்காயிக்கு கொடுக்காமல் விழித்தே இருந்தாள் பிச்சாயி. அரவம் எதுவும் தீண்டியிருந்தால் நாக்கு வறட்சி ஏற்படும். உதடுகள் காய்ந்து விடும். அப்போது குடிப்பதற்கு ஆகாரம் எதுவும் கொடுத்தால் நஞ்சு உடல் முழுவதும் பரவி உயிரே போய்விடும். ஏதேனும் தவறு நடந்துவிடக் கூடாதென்று நஞ்சு இறங்கும் வரை கூடவே இருப்பாள் பிச்சாயி.

“ஆத்தா... உங்கள நல்லது தீண்டி இருக்கு. நஞ்சு பூரா இறங்கி முடிஞ்சிருச்சு” என பிச்சாயி சொன்னபோதுதான் போன உசுரு பிச்சாயி மூலமாக கிடைத்ததாக சொல்லிக்கொண்டே பெருமூச்சு விட்டாள் அங்காயி.

இட்றையில் நின்று கொண்டு கோயில் வீட்டில் நடப்பதை மூன்று

பேரும் பார்த்துக் கொண்டிருந்தனர். குழந்தைகள் கத்திக்கொண்டு இருந்தனர். மேல ஊரணியிலிருந்து பானையில் தண்ணீர் தூக்கிக்கொண்டு வந்த செம்பியனார் மனைவி உடையம்மை மூவரையும் பார்த்து விட்டாள்.

“ஈனப்பயலுக நடு ஊருநாட்டுக்குள்ள ஆட்டம் கட்டி ஆடுறானுங்க. யாரு மூத்திரத்த குடிச்சுபுட்டு கெடக்குறீங்க” உரக்க கத்தினாள் உடையம்மை. அவளின் சத்தம் கேட்டு மூன்று பேரும் ஓட்டம் பிடித்தபோது எதிரே வந்த முரட்டு மீசை சின்னச்சாமியின் கைகளுக்குள் சிக்கிக் கொண்டனர்.

மூன்று பேரின் முதுகும் வீங்குமாறு கையால் ஓங்கி அடித்தான் சின்னச்சாமி. “இடுப்பு ஒடையிறவரைக்கும் கும்புட போட்டாத்தான் துமுரு ஒடுங்கும்” கத்திக்கொண்டே கும்பிட்டு விழச் சொன்னான் சின்னச்சாமி. ‘இனிமேல் தண்ணி பானை வந்தால் ஓடி ஒளிஞ்சுக்குவோம்னு சொல்லி கும்புட்டு விழுங்கடா’ அதட்டினாள் உடையம்மை.

கண்ணீர் தாரைதாரையாய் வழிந்தது. முழங்காலில் ரத்தமும் கசிந்து கொண்டு வந்தது. முதுகு வலிக்கும் வரை கும்பிட்டு விழுந்தனர். இனிமேல் கும்பிட்டால் மூன்று பேரும் மயங்கி விழுந்து விடுவர் என தெரிந்ததும் ‘ஓடுங்கடா’ என மிரட்டிக்கொண்டே மீசையை தடவினான் சின்னச்சாமி.

“உங்க கோயில் வீட்டுக் கூரை இத்துப்போனா எங்க அப்பாவத்தானே கூரையக் கட்ட கூப்பிடுவீங்க. அப்போ தீட்டு ஒட்டாதா... அந்தக் கோயில் வீட்டு கூரையில் சீக்கிரம் நான் உட்கார்ந்து உங்ககிட்ட வேலை வாங்குறேன்டா...” நினைத்து ஓடிக்கொண்டே சின்னச்சாமியை திரும்பிப் பார்த்தான் அழகப்பன்.

தண்ணீரை தரையில் கொட்டி விட்டு மேல ஊரணி நோக்கி போய்க் கொண்டிருந்தாள் உடையம்மை.

மூன்று பேரும் வேர்க்க விறுவிறுக்க ஓடி வருவதை பார்த்தார் தீத்தான். ஏதோ நடந்திருக்கிறது என்பதை அவர் உணர்வதற்குள் மூன்று பேரும் தீத்தானை கட்டிப் பிடித்துக் கொண்டனர். சின்னச்சாமியும் நெருங்கி வந்து கொண்டிருந்தான்.

“ஈவு இரக்கமில்லையா உங்களுக்கு. இப்படி பச்ச புள்ளைகளை கதற விட்டுட்டீங்களே. என்ன செஞ்சு இருந்தாலும் என் முகத்துக்காக விட்டு இருக்கக் கூடாதா” என்ற தீத்தானை ஏளனமாய் பார்த்துவிட்டு சென்றான் சின்னச்சாமி.

“இவங்களுக்கு நாம ஒழச்சுப் போடுறோம்ல. ஒழைக்காம திங்கிறவங்களுக்கு உசுரு எது, மசுரு எதுனு தெரியுமா. வயக்காட்டுல வம்பாடு பட்டு ஒழைக்கிற ஒழமை நமக்குத்தான் தெரியும். முடிமலையோட ஒசரத்தையே எங்கேயோ இருக்குற கதிரவன் சாச்சுப்புடுது. இவங்கள்லாம் எம்மாத்தரம்.” சின்னச்சாமிக்கு கேட்கும்படி முணுமுணுத்துக்கொண்டே மூன்று பேரையும் கக்கத்துக்குள் அணைத்துக்கொண்டு சென்றார் தீத்தான்.

என்னடா முணங்குற... என்பது போல் திரும்பிப் பார்த்தான் சின்னச்சாமி. “ஊருநாட்டுல பாத்து சூதானமா நடந்துக்கனும்னு புத்திமதி சொன்னேங்க” தீத்தானின் பதிலைக் கேட்டு ‘ம்...’ என்று தலையை ஆட்டி மீசையைத் தடவிக்கொண்டே சென்றான் சின்னச்சாமி.

ஊரணிக்குள் உடையம்மை இறங்கிய போது செவலை நாய் ஒன்று நீச்சல் அடித்து திரிந்தது. உடையம்மையைப் பார்த்ததும் தண்ணீரை விட்டு வெளியேறிய வேகத்தில் கால் ஒன்றை தூக்கி ஒய்யாரமாய் மூத்திரம் அடித்தது. மூத்திரமும் தண்ணீரும் இரண்டறக் கலந்ததை முகர்ந்து உள்ளே இழுத்தது செவலைநாய்.

செவல நாய்க்கித் துமுரப் பாரு. தண்ணிக்குள்ள வட்டம் அடிக்குது. நல்லா தூக்கிக்கிட்டு மூத்தரம் வேற அடிக்குது... சொல்லிக்கொண்டே தண்ணீரை அள்ளி முகத்தை கழுவினாள். வாய் கொப்பளித்து ஒரு மொடக்கு அள்ளிக் குடித்தாள். ஒரு பானைத் தண்ணீரை தூக்கி சும்மாடு கோலிய தலையில் தூக்கி வைத்து கரை ஏறினாள். கரை ஏறியவள் கீழே கிடந்த ஏதோ ஒன்றில் கால் மிதிக்க பிசுபிசுத்தது. கருமம் கண்ட இடமெல்லாம் நாய்க பேண்டுத் தொலஞ்சுருதுக... தண்ணீர் பானையை இறக்காமல் தண்ணீருக்குள் இறங்கி கால்களை ஒன்றோடொன்று தேய்த்து கழுவிக் கொண்டாள்.

12

அழகப்பன், சுருட்டையன், பம்பையன் மூன்று பேரும் தூக்கம் வராமல் தவித்துக் கொண்டு இருந்தனர். பகல் பொழுதில் நிகழ்ந்தது அவர்கள் நெஞ்சை விட்டு அகலவே இல்லை. பட்டவன்சாமி புளிய மரத்தடியில் நீண்ட நேரம் பேசிக் கொண்டே இருந்தார்கள்.

ஒரு நாளும் திட்டாத பாலாயி தன் மகனை அடிக்காத குறையாக திட்டி தீர்த்து விட்டாள். எங்கே தன் மகனுக்கு எதுவும் ஆகி விடுமோ என்ற பயம் அவளை இவ்வாறு பேச வைத்திருந்தது. திருமணமான புதிதில் தீத்தானும் பாலாயும் பட்ட வேதனையைச் சொல்லி சாயங்காலம் அழகப்பனிடம் கத்திக்கொண்டே இருந்தாள். சின்னப் புள்ளைகளுக்கு என்ன தெரியும். அதுதான் நான் போய் கூட்டி வந்துட்டேன்ல. தீத்தான் சமாதானம் செய்தது அழகப்பன் மனதை வாட்டி எடுத்தது.

அழகப்பனுக்கு திட்டு மட்டுமே கிடைத்தது. சுருட்டையனை நாரங்கி ஒரு கை பார்த்து விட்டுத்தான் மனசு ஆறினாள். "அவன்தான் சின்னபுள்ள. பம்பையனுக்கும் உனக்கும் பச்சப்புள்ளனு நெனப்போ. அந்த மனுசன் மட்டும் அந்நேரத்துக்கு வரலைன்னா... அம்மாடி... என்ன நடந்திருக்குமோ. நினைத்துப் பார்த்தாலே திக்திக்குனு இருக்கு" என்று சொல்லி நாரங்கி தலையில் கைவைத்து உட்கார்ந்ததை சுருட்டையனும் நினைத்துப் பார்த்துக் கொண்டான்.

நான் வாக்கப்பட்டு இந்த ஊருநாட்டுக்கு வந்தநாளா ஏம்பூட்டு வயசுக்கு எத்தனையோ உசுர காப்பாத்தி விட்டுருக்கேன். நம்ம சனம்தாயா காலங்காலமா விசுவாசமா இருக்கு. அவுங்கள்ல இருக்க அஞ்சாறுபேரு என்னமோ அவுங்கதான் ஒசந்த குடின்னு நம்மள இளக்காரமா பாக்கிறாங்க. சூதானமா நடந்துக்கைய்யா பிச்சாயி சொன்னதை பம்பையனும் நினைத்து பார்த்துக் கொண்டிருந்தான்.

“ஏங்க... பையனுக பட்டவன் சாமி கிட்ட உக்காந்து பேசிகிட்டு இருக்கானுங்க. அர்த்த ராத்திரி ஆயிருச்சு போய் கூட்டிட்டு வாங்க” புலம்ப ஆரம்பித்தாள் பாலாயி.

“அட விடு...ஞ்ச...... இன்னைக்கு பூரா அவன கத்தி எடுத்து புட்ட. கொஞ்ச நேரம் அவனுகளோட இருந்துட்டு காலையில் வரட்டும். நான் வயக்காட்டு பக்கம் போயிட்டு அப்புடியே ஒரு எட்டு கம்மாய்கரைய பாத்துட்டு கோழிகூப்புட வந்துர்றேன். பாத்து பத்திரமா இரு. அவனப் போயி திட்டிப் புடாத” சொல்லிவிட்டு ராத்திரி நேர காவலுக்கு சென்றார் தீத்தான்.

“உழைக்கிறதும் நாமதான். உசுர காப்பாத்துறதும் நாமதான். ஆனா நம்மளதான் தூக்கிப்போட்டு மிதிப்பானுங்க. அந்த ஆள ஏதாச்சும் பண்ணுனாதாண்ணே தூக்கமே வரும்” அழகப்பன் சொன்னபோது சாமக்கோழி கூவ தொடங்கி இருந்தது.

சின்னச்சாமி எப்போதும் மாமரத்து வயலில்தான் கட்டில் போட்டு தூங்குவார். இந்நேரம் அவர் தூக்கத்தின் உச்சத்துக்கு சென்று இருப்பார் என்பதை சுருட்டையன் உணர்ந்து இருந்தான்... மேலும் ராத்திரி நேரத்தில் தொண்டைக்குள் ஏதாவது இறக்கி போதையை ஏத்திக்கொண்டுதான் தூங்குவார் என்பதால் அவரை பழிவாங்க இதுதான் சரியான நேரம் என்று அவர்களிடம் சொல்லிக் கொண்டிருந்தான். தங்களுக்கான திட்டத்தை அவர்கள் வகுக்க தொடங்கினர்.

ராத்திரியில் மூன்று பேரும் மாமரத்து வயலை நோக்கி நடக்க ஆரம்பித்தனர். பின்னால் ஏதோ காலடி ஓசை கேட்டது. மூவருக்கும் உள்ளுக்குள் நடுக்கம் ஏற்பட்டது. யாரோ நம்மை பின் தொடர்கின்றனர் என்று தீர்க்கமாக நம்பினர். யாராக இருந்தாலும் பதட்டப்படாமல் பேச வேண்டும் என்று எண்ணினர். கைகளில் எந்தப் பொருளும்

இல்லை. ஆனால் இடுப்பில் இருந்தது. இடுப்பில் இருப்பதை தொட்டால்தான் தெரியும். ராத்திரி நேரம் கும்மிருட்டாக இருப்பதால் யாராலும் கண்டு பிடிக்க முடியாது என்கிற துணிச்சலில் திரும்பிப் பார்த்தனர்.

நொண்டிக்கருப்பையா இவர்களை நோக்கி வந்து கொண்டிருந்தான். நொண்டிக்கருப்பையா இல்லாமல் அழகப்பன் எங்குமே செல்ல மாட்டான். ராத்திரியில் இவன் எதுக்கு வர்றான் என்பதுபோல் பார்த்தனர். வேகமாய் வந்தவன் வேர்த்துப் போயிருந்த அழகப்பன் கைகளை இறுகப் பிடித்தான். எங்கேயோ என்னம்மோ நடந்திருக்கிறது என்பதாக உணர்ந்தான் சுருட்டையன். வேறு யாராவது வருகின்றார்களா என்று நோட்டமிட்டான் பம்பையன். நொண்டிக்கருப்பையாவைப் பார்த்ததும் அழகப்பன் எப்போதும்போல் தனது மகிழ்ச்சியை வெளிப்படுத்தினான்.

உச்சிபொழுதில் நடந்ததை நொண்டிக்கருப்பையா கேள்விப்பட்டிருந்தான். எல்லோரும் தூங்கியபிறகு வீட்டுக்குத் தெரியாமல்தான் ராத்திரியில் அழகப்பனைப் பார்த்து ஆறுதல் சொல்ல வந்தான். பட்டவன்சாமி கோயிலிலிருந்து மூன்றுபேரும் கிளம்புவதைப் பார்த்தான். வேகமாக நடந்துவந்தான். எங்கே செல்கின்றீர்கள் என்று தெரியாமல் ராத்திரியில் கூப்பிட்டால் ஏதாவது சிக்கல் வந்துவிடும் என்பதற்காகத்தான் அமைதியாக பின்தொடர்ந்ததாகக் கூறினான்.

நொண்டிக்கருப்பையாவை இறுக அணைத்துக் கொண்டான் அழகப்பன். இவன் நமக்கு ஆயிரம் யானைகளுக்குச் சமம். இவன்கிட்ட நடந்ததை சொல்லியிருக்கணும். இன்னக்கிநேத்தா நாங்க பழகுறோம். பொறந்ததிலிருந்து எனக்காக அவனும் அவனுக்காக நானும் நேந்துவிடப்பட்டிருப்பதாகச் சொன்னான் அழகப்பன். நொண்டிக்கருப்பனின் காலைப் பார்த்து மேலக்குடியிருப்பில் உள்ளவர்கள் யாரும் அவனோடு பழகுவதில்லை. அழகப்பன் மட்டும்தான் நொண்டிக்கருப்பனோடு பழகினான். அதனால் நொண்டிக்கருப்பனுக்கு அழகப்பன் மேல் அளவுகடந்த அன்பு.

சிறுவர்கள் அனைவரும் நாவல் மரத்தில் ஏறி பழங்களைப் பறித்து தின்றுகொண்டு இருந்தனர். சிறுவர்களில் சிலர் “டேய் நொண்டி இந்தாடா புடுச்சுக்கோ... புடிக்கலய்யா... அப்புடினா இந்தாப்

புடுச்சுக்கோ... என்று நொண்டிக்கருப்பையா மேல் எறிந்தனர். எறியப்பட்ட பழங்கள் மண்ணில் விழுந்து நசுங்கிப்போயிருந்தன. ஒவ்வொன்றாக எடுத்து ஊதிஊதி தின்றுகொண்டு இருந்தான். ‘என்னடா ரொம்ப சுடுதோ...’ என கிண்டல் அடித்தனர்.

இதைப் பார்த்த அழகப்பனுக்கு கோபம்... நாவல் மரத்தின் உச்சிக்கே சென்றது. நீளமான இரண்டு மூங்கில் மரங்களைத் தூக்கி வந்தான். கனமான குச்சிகளை துண்டுதுண்டாக வெட்டினான். படர்ந்து கிடந்த கொடிகளை அறுத்து ஏணியை உண்டாக்கினான். அருகிலிருந்த நாவல் மரத்தில் சாய்த்து வைத்தான். நொண்டிக்கருப்பையாவை ஏணியில் ஏற்றிவிட்டான். வானத்தையே தொட்டுவிடுவது போல் ஏறிய நொண்டிக்கருப்பையா மரத்தின் கிளையில் உட்கார்ந்தான். நாவல் பழங்கள் அவன் முகத்தில் முத்தமிட்டன. எட்டாத உயரத்தில் நாவல் பழங்கள் இருப்பதாக எண்ணிய நொண்டிக்கருப்பையாவுக்கு வானத்து விண்மீன்கள் தனது முகத்தில் விளையாடுவதாக உணர்ந்தான்.

அழகப்பனோடு இருந்தால் வானத்து நிலவையும் தொட்டுவிடலாம் என எண்ணினான். கிளையில் உட்கார்ந்து கால்களை ஆட்டிக்கொண்டே பழங்களைப் பறித்துத் தின்பதை சிறுவர்கள் எல்லோரும் வேடிக்கை பார்த்தனர். அப்போதிருந்து அழகப்பனை விட்டு பிரிவதே இல்லை. ஆரம்பத்தில் அழகப்பனோடு பழகுவதை மேலக்குடியிருப்புக்காரர்கள் கண்டித்தாலும் காலப்போக்கில் விட்டுவிட்டனர். அவனோ ஒன்னத்துக்கும் ஆகாத நொண்டிப்பய. இவனோ வேண்டாத பய. தொலஞ்சுட்டுப் போறானுக என்றே தண்ணி தெளிச்சு விட்டுவிட்டனர்.

காலடி ஓசை மண்ணுக்கும் கேட்காதவாறு நால்வரும் நடக்க ஆரம்பித்தனர். சின்னச்சாமி மாமரத்துக்கு கீழே கட்டிலில் மல்லாக்க படுத்திருப்பது ராத்திரியிலும் நன்றாகவே தெரிந்தது. சின்னச்சாமியின் குறட்டை சத்தத்திற்கு ஏற்ப அந்த முறுக்கு மீசை ஆடிக்கொண்டிருந்தது.

“அண்ணே... எங்க அப்பா வச்சிருக்க முறுக்கு மீசையை பார்த்து இந்தாளு மொறைச்சு பாப்பான். எதுக்கு வம்புனு எங்கப்பா மெதுவா மீசையை தடவி கீழ வீட்டுக்கும். நம்ம மீசை வச்சா அவனுக்கு பொறுக்கலல. இவனுக்கு மட்டும் மீசை ஓசந்ததா. மண்டையில இருக்கிற மாதிரிதானே இந்த மசுரும்னு அவனுக்கு

நெனக்க தோணலயே” முணங்கினான் அழகப்பன்.

நாலுபேரும் மூச்சை அடக்கிக்கொண்டு சின்னச்சாமி அருகே சென்றனர். மூச்சுக்காற்று கூட தங்களை காட்டிக் கொடுத்து விடக்கூடாது என்பதில் தெளிவாக இருந்தனர். கட்டிலுக்கு கீழே கருப்பு மண் கலையம் இருந்தது. அது தேங்காய் கொட்டாச்சியால் மூடப்பட்டிருந்தது. அது சாயங்காலம் இறக்கப்பட்ட ஈச்சங்கள்ளின் மீதி என்பதைப் புரிந்து கொண்டனர்.

ஈச்சங்கள்ளு முடிமலைக்கு மேற்கில்தான் கிடைக்கும். ஈச்சங்கள்ளுக்கும் உடும்புக்கறிக்கும்தான் ஒத்துப்போகும். உடும்புக் கறியைத் தின்று கொண்டே ஈச்சங்கள்ளைக் குடித்தால் போதும். முடிமலையையே தூக்கிவிடலாம் என்கிற வீரம் பிறந்துவிடும். ராத்திரியில் தூங்கும்போது யானையே எட்டி மிதித்தாலும் அவ்வளவு எளிதாக எழுந்திருக்க முடியாது. தன்னை முற்றிலுமாக மறந்து சின்னச்சாமி தூங்கிக்கொண்டிருப்பது நால்வருக்கும் தோதாக அமைந்தது.

நாளைக்கு நிகழப் போவதை இப்போதே நினைத்து கணக்கில்லாமல் கண்களால் சிரித்துக் கொண்டனர். மறைத்து கொண்டுவரப்பட்ட கத்தியால், முறுக்கு மீசையை கரையான் கடித்து துண்டாக்கியது போல் சுருட்டையன் வெட்டினான். தலையிலும் ஆங்காங்கே சொட்டை சொட்டையாக வெட்டினான். பார்ப்பதற்கு மாடு புல்லை மேய்ந்தது போல் இருந்தது. கரையான் புத்து எங்கெங்கே இருக்கிறது என்று சுருட்டையனுக்குத் தெரியும். நாலுபேரும் ஆளுக்கு ஒரு கைப்பிடி அளவு கரையான்களை நள்ளிரவில் அள்ளி வந்து கட்டிலில் கொட்டினர்.

சிறு குச்சியை கொண்டு ஐந்தாறு இடத்தில் தரையில் கரையான் தடம் போல கோடு போட்டனர். மாமரத்துக்கு பக்கத்தில் ஒரு கரையான் புத்தும் இருந்தது. கோட்டின் ஓரத்தில் வெட்டிய முடிகளை ஒன்றிரண்டை சிதறவிட்டனர். மீதியை புற்றுக்குள் போட்டனர். தலையிலும் மேல் உதடு, கீழ் உதடு என ஆங்காங்கே காரை முள்ளால் கரையான் கடித்ததுபோல், மெல்லியதாய் குழிப்பணியாரத்தை குத்தி எடுப்பதுபோல் சாய்வாக குத்தி எடுத்தனர். கையில் துணியை சுத்திக்கொண்டு மாமரத்தில் இருந்த முசுறு கூட்டிலிருந்து கையளவு அள்ளி கட்டிலில் தூவினர். கடைசியில் கள்ளு பானையை சாய்த்து விட்டனர். மீதி இருந்த கள்ளு பூமியை நனைத்துக்கொண்டு இருந்தது.

சின்னச்சாமி இப்போது அளவுக்கு அதிகமாகவே குறட்டை விட்டுக் கொண்டிருந்தார். மாமரத்துக்கு மேற்கே தப்பு சத்தம் கேட்டது.

பூமிக்கு வலிக்காமல் நடந்து வந்து பட்டவன் சாமி புளிய மரத்தடியில் மூன்று பேரும் படுத்துக் கொண்டனர். யாருடைய கண்களிலும் தென்படாமல் நொண்டிக்கருப்பையாவும் எப்போதும்போல் கொல்லைப்புற திண்ணையில் படுத்துக்கொண்டான்.

ராத்திரி முழுவதும் கரையானும் முசுறும் சின்னச் சாமியை மேய்ந்து கொண்டிருந்தன. ஈச்சங்கள்ளு குடித்த கிரகத்தில் சின்னச்சாமி புரண்டு புரண்டு படுத்தார். கருமத்துல... என்ன உடம்பெல்லாம் மசமசன்னு ஏறுது சொல்லிச் சொல்லி கைகளால் தேய்த்தார். ஆனாலும் கண்ணை விழித்துப் பார்க்க முடியவில்லை. கள்ளின் போதை உச்சத்தில் இருந்ததால் கரையானையும் முசுறையும் தேய்த்து தேய்த்து ஆழ்ந்து உறங்கிக் கொண்டிருந்தார் சின்னச்சாமி.

பொழுது விடிந்து ரொம்பநேரம் ஆகித்தான் சின்னச்சாமி எழுந்தார். உடம்பெங்கும் கரையான்களும் முசுறும் செத்துகிடப்பதை பார்த்து அலறினார். மீசை, தலைமுடி சிதறி கிடந்தது. கட்டிலை விட்டு இறங்கி வேட்டியை அவிழ்த்து உதறினார். வேட்டியில் இருந்து கரையான்களும் முசுறும் செத்துக் கீழே விழுந்தன. கரையான்களும் முசுறும் ஒன்றிரண்டு உயிரோடு இருந்தன. உடலில் ராத்திரி முழுவதும் தேய்த்ததால் முருங்கைப் பிசினைப்போல் வாடை வந்தது. வாந்தி குமட்டிக்கொண்டு வந்தது. கள்ளுப் பானை சாய்ந்து கிடந்ததால் கள்ளு உறைந்து கிடந்தது. கோபத்தின் உச்சிக்கு சென்ற சின்னச்சாமி உயிரோடு இருந்த கரையான்களை காலால் மிதித்து தேய்த்துக் கொன்றார்.

“கண்ணு மூக்கு தெரியாம கள்ளக் குடிச்சுப்புட்டு கட்டிலில் படுத்துருந்த மனுசன கரையானும் முசுறுமா மேஞ்சிருக்கு”

“ஊருநாட்டுக்குள்ள தோத்தப்ப அண்ணனும் இல்ல. எப்படியும் ஊருக்கு போன அவரு வர ரெண்டு மூனு நாள் ஆயிடும். அவரு வர்ற வரைக்கும் ஊருநாட்டுக்குள்ள சின்னச்சாமி முக்காடு போட்டுக்கிட்டுத்தான் திரியணும்”

“மீசையில தான் அவரோட கவுரவமே இருக்குன்னு முறுக்கிக்கிட்டு திரிஞ்சாரு. எந்த மசுரக் கடிக்கணும், கடிக்கக்கூடாதுனு கரையானுக்குத்

தெரியுமா...?'' பலவாறு கீழக்குடியிருப்புக்குள் பேசிக்கொண்டனர்.

“இப்ப சின்னச்சாமி கவுரவம் தோத்தப்பன் கையிலல இருக்கு. அவர் வந்து மொட்டை அடிச்சு மீசையச் செறச்சாத்தான் பாக்குறதுக்கு மனுசன் மாதிரியாச்சும் தெரியும். நம்ம பிள்ளைகளை அந்த மனுஷன் படுத்துன பாடு கொஞ்சம் நெஞ்சமா. அதான் நம்ம பட்டவன் சாமி கரையானையும் முசுறையும் அனுப்பி இவ்வளவு சீக்கிரமா பழி தீத்துட்டு வந்து இருக்காரு. இனிமேலாச்சும் நம்ம சனக்கட்டுக்கு பயப்படாட்டியும் சாமிக்கு பயப்படுவாங்கள்ள'' பாலாயி சொன்னபோது அழகப்பன் தனக்குள்ளேயே சிரித்துக்கொண்டான்.

சின்னச்சாமி நான்கு நாட்களாக வீட்டை விட்டு வெளியில் வரவே இல்லை. பெட்டிப் பாம்பாய் வீட்டுக்குள் முடங்கி கிடந்தார்.

“சின்னச்சாமி இப்பதான்ப்பா வயசுக்கு வந்து இருக்காப்புல. தாய்மாமன் தோத்தப்பனுக்கு சொல்லி அனுப்புங்கப்பா... அவரு எங்கேருந்தாலும் குதிரை வண்டி புடிச்சாவுது குச்சுக்கட்ட வந்துருவாப்ல'' சின்னச்சாமியின் முறைக்காரர்கள் சொல்லி சிரித்துக்கொண்டார்கள்.

“அட போங்க மச்சான். நானே வெளியில தல காட்ட முடியலனு வேதனையில இருக்கேன்'' என்று சொல்லிக் கொண்டே தலையில் முக்காடு போட்டுக் கொண்டார் சின்னச்சாமி.

“மச்சான்... சொல்றேனு தப்பா நெனச்சுக்காதீக. கரையானும் முசுறும் உங்கள வேட்டையாடி இருக்குன்னா. ஏதோ உங்க வம்சத்துல பெரிய கொறை விழுந்துருக்குனு தோணுது. பழிபாவமா இருந்தாலும் இருக்கும். ஒரு எட்டு தட்டுக்குடி கோடாங்கிகிட்ட போயி ஒரு பார்வை பாத்துக்கிறது சரினு படுது. என்ன சொல்றீக'' வளந்தான் சொன்னதும் சின்னச்சாமிக்கும் சரினு பட்டது.

வளந்தான் பேருக்கு ஏற்றார்போல் வளர்ந்து இருப்பார். வளந்தானின் தங்கைதான் வேலாயி. சின்னச்சாமியின் மீசைக்கும் கோரை முடியின் அழகிலும் மயங்கித்தான் வேலாயியை பொண்ணுக் கேட்டதும் கட்டிக்கொடுத்தார் வளந்தான். முடியில்லாத தலையையும் மீசையையும் வளந்தானால் கற்பனை செய்துகூட பார்க்க முடியவில்லை. மணல் மேட்டை மழித்ததுபோல் தெரிந்தது. முடி வளர்ந்ததும் சொல்லி அனுப்புங்கள் என்று சொல்லிவிட்டு கிளம்பினார் வளந்தான்.

சின்னச்சாமிக்கு ஈச்சங்கள்ளு மீதும், கரையான் முசுறு மீதும் கடும் கோபம் வந்தது. உச்சியில தென்னங்கள்ளு குடிச்ச கிறக்கமே தெளியல. அதுக்குள்ள ஈச்சங்கள்ளயும் குடிச்சா தன்னை மறந்து அசத்தாம வேற என்ன பண்ணுமாம்... அதுவும் மொசக்கறி வேற... நாக்குக்கு சுருக்குனு இருந்துச்சு...'' தனக்குள்ளேயே பேசிக்கொண்டார் சின்னச்சாமி.

சில நேரங்களில் தென்னங்கள்ளையும் ஈச்சங்கள்ளையும் கலந்து குடிக்கும் பொழுது போதை தலைக்கு ஏறி தலைச்சுற்றல் வந்து மயக்கம் வந்துவிடும். நெஞ்சு அடைத்துக் கொண்டு உயிரையே பதறவும் வைத்துவிடும். கரையானையும் முசுறையும் எங்கு பார்த்தாலும் தீயை வைத்து கொளுத்திவிட வேண்டும் என எண்ணிக் கொண்டார்.

பல்லு விலக்கிக் கொண்டிருந்த அழகப்பனிடம் ‘‘சாமி, பார்த்து பதனமா நடந்துக்கய்யா. அவங்களோடு மோதிக்கிட்டு கிடந்தா நம்ம வாழ்க்கைதான் சீரழிஞ்சு போயிரும்'' தீத்தான் சொல்லிக்கொண்டு இருக்கும்போதே ராத்திரியில் நாலுபேரும் மாமரத்து வயலில் செஞ்ச நிகழ்வு அவர் முன்னால் வந்து போனது.

மாமரத்தின் மேற்கு பக்கம் கூப்பிடு தொலைவிலிருந்து தீத்தான் வந்துகொண்டு இருந்தபோது நாலுபேர் நடந்து போவதை பார்த்தார். யார் என்று பார்த்துவிட வேண்டும் என்ற நோக்கில் செடிகளின் மறைவில் சத்தமில்லாமல் ஓடி வந்தார். குமரேசு மகன் நொண்டிக்கருப்பையாவை முதலில் அடையாளம் கண்டு கொண்டார். அடுத்தடுத்து யார் என்பதையும் உணர்ந்து கொண்டார். ராத்திரி நேரத்துல இவனுக எதுக்கு வந்துட்டுப் போறானுக என்று எண்ணிக்கொண்டே சின்னச்சாமியைப் பார்த்தார். அலங்கோலமாக கிடந்த சின்னச்சாமியை கண்டும் காணாததுபோல் கடந்து சென்றார். கீழே ஏதோ ஒன்று கிடப்பது தெரிந்தது. மகிழ்ச்சியில் கத்தியை அப்படியே போட்டுவிட்டு சென்றுள்ளனர். நல்ல வேளை நம் கண்ணுல பட்டுச்சு. வேறெதுவும் கிடக்குதா என்று பார்த்தார். எதுவும் இல்லை. கத்தியை எடுத்து இடுப்பில் சொருகிக்கொண்டார். வடக்கி கலிங்கு பக்கமாய் சென்றார் தீத்தான்.

‘‘நாமெல்லாம் அந்த சிவனோட பரம்பரைனு கண்டவனாரு சொல்லுவாக. சொல்லி என்ன பண்றதுக்கு. அந்த சிவன் நம்மள

காப்பாத்துவாரா. அவனவன் பாவத்த அவனவன் அனுபவிப்பான். நமக்கு எதுக்குய்யா ஊருநாட்டு வம்பெல்லாம்...” சொல்லிக்கொண்டே கத்தியை நீட்டினார். பல்லுக் குச்சியை கீழே போட்டுவிட்டு இறுக கட்டிப்பிடித்துக் கொண்டான் அழகப்பன்.

“பாலாயி... மேலக்குடியிருப்புக்குள்ள போயிட்டு வந்தர்றேன். நாலு உப்புக் கண்டத்த சுட்டு வையி” சொல்லிக் கொண்டே கிளம்பி போனார் தீத்தான்.

தீத்தானை மலைத்துப்போய் பார்த்துக் கொண்டு இருந்தான் அழகப்பன்.

13

அது ஓர் அறுவடை காலமாக இருந்தது. சாஞ்ச புளிய மரத்தின் ஓரமாக கீழக்குடியிருப்பு மக்கள் அனைவரும் தலையை தொங்க போட்டு கொண்டு நின்றனர். பெண்கள் வாயில் துணியை வைத்துக் கொண்டு தேம்பித் தேமி அழுது கொண்டிருந்தனர். மாட்டு வண்டிகளில் வெளியூரில் இருந்தெல்லாம் மக்கள் வந்து கொண்டிருந்தனர். கைகளில் மாலையும் கடகாப்பொட்டியில் தானியங்களையும் கொண்டு வந்தனர்.

கண்டவனாரின் மரணம் கீழக்குடியிருப்புக்காரர்களை அசைத்துப் போட்டு விட்டது. சீவாத்தாள் இறந்ததிலிருந்து அவர் யாருடனும் பேசுவதே இல்லை. தனிமையிலேயே இருந்து வந்தார்.

“நம்ம சனக்கட்டுல அண்டாத ஆளவே மனுசன் கடைசி வரைக்கும் இருந்து சாதிச்சுட்டாருய்யா. கீழக்குடிகாரனுங்கள அப்படி இப்படி மிரட்டி வச்சாதான் நம்ம சொல்லுக்கு கட்டுப்பட்டு இருப்பானுங்க. நம்மளுக்கும் வேலவெட்டிக்கி தோதா இருக்கும்னு பாத்தோம். வயவாய்க்கானு நாம எறங்கி வேலவெட்டி செய்ய முடியுமா. ஆனா இந்த மனுசன் இருக்கவரைக்கும் நமக்கு கொடச்சல்தானே கொடுத்துக்கிட்டு இருந்தாரு” அங்கிருந்தவர்களிடம் குமரேசன் பேசிக்கொண்டு இருந்தார்.

“ஏன்... நயந்து பொழைக்கிறதுக்கு அவனுகளுக்கு ரொம்ப வலிக்குதோ...? இந்தாளு மாறி இன்னும் ஒன்னுரெண்டு பேரு

இருந்தா போதும். அவனுக உச்சாணிக் கொம்புல ஏறி உக்காந்துகிட்டு நம்மள வெரட்ட ஆரம்பிச்சுருவானுக. நாம கொஞ்சம் வளஞ்சம்னு வையி தறுக்குதறுக்குனு போட்டு மிதிச்சுப்புடுவானுக. நம்மோட வெரப்புதான் நம்மள யாருனே காட்டும்'' கணேசனும் தன் பங்குக்கு சொல்லி முடித்தான்.

“குடி கொலமுன்னு பாக்காம நாயையும் பேயையும் நடு வீட்டுக்குள்ள கூட்டியாந்து வச்சதுக்குதான் நம்ம வயலுக்கருப்பரும் அந்த ஈசனும் புள்ள குட்டியே இல்லாம ஆக்கிட்டாங்க. நம்ம சாமியோட சக்தி என்னனு ஊருநாட்டுக்கு தெரிஞ்சுப்போச்சுல. இனிமே எவனாச்சும் இந்தாளுமாறி நடக்க யோசிப்பானுகளா'' வெள்ளையனார் சொல்லிக்கொண்டு இருக்கும்போதே சின்னச்சாமி குறுக்கிட்டார்.

“இப்போதைக்கி இவ்ளோ பேசுறோமே... இனிமே நம்ம ஊருநாட்டுல யாரும் கண்டவனார் மாறி நடக்கப் போறதில்ல. ஆனா குமரேசண்ணே மயன் நொண்டிக்கருப்பையா அங்கதானே நடையா நடக்குறான்...'' என்று இழுத்தார்.

“அட நீ வேறப்பா. நொண்டிக்கருப்பையா நடையப் பத்திதான் இந்த ஊருநாட்டுக்கே தெரியுமே. அவன் நடக்குறதும் ஒன்னுதான். ஒரே எடத்துலயே விழுந்து கெடக்குறதும் ஒன்னுதான். என்னண்ணே நா சொல்றது சரிதானே'' சொல்லி சிரித்தார் கணேசன்.

எல்லோரும் கலகலவென சிரித்தனர். குமரேசனால் சிரிக்க முடியவில்லை. முகத்தை ‘உம்'மென வைத்திருந்தார்.

“கண்டவனாருக்கு கொலங்கோத்துரமுனு எதுவும் புடிக்காது. நம்மள கூட முன்னுக்கு வச்சுக்காம கீழக்குடிகாரன்களையும் மத்தவங்களையும்தான் முன்னாடி வச்சுக்கிட்டு கல்யாணம் காட்சியே பண்ணுனாரு. எறந்து கெடந்தாலும் எனத்தானுக்கிட்டதான் கெடக்கனும். இப்ப எனத்தான்தானே ஓடிஆடி நல்லது கெட்டதுனு நிக்கிறான்'' சின்னச்சாமியின் பேச்சுக்கு மறுபேச்சு யாரும் பேசவில்லை.

கண்டவனாருக்கும் சீவாத்தாளுக்கும் கல்யாணம் நடந்தபோது கீழக்குடியிருப்புக்காரர்கள்தான் எல்லா வேலையையும் இழுத்துப்போட்டு செய்தார்கள். மேலக்குடியிருப்புக்காரர்களும்

உறவுக்காரர்களும் ஒப்புக்கு வந்து சென்றனர். அன்னூரிலிருந்து கட்டியக்காரர் காவண்ணா பதினோரு குதிரை வண்டியில் சீர்சனத்தை கொண்டு வந்தார். கண்டவனாரைவிட, வயதில் மூத்தவர் கட்டியக்காரர் காவண்ணா. மாமா என்றுதான் கண்டவனார் அழைப்பார். கட்டியக்காரரின் மனைவி கதிஜாவும் ஏழுவயது மகன் அன்சாரும் வந்திருந்தனர்.

கட்டியக்காரர் காவண்ணா யாரிடமும் பேதம் பார்க்க மாட்டார். கட்டியக்காரரின் பெருங்குணத்தை அறிந்துகொண்ட கண்டவனார்தான் அன்னூருக்குச் சென்று சந்தித்தார். அன்னூரும் வயல்நாடும் எவ்வித கொடுக்கல் வாங்கலும் இல்லாமல் இருந்து வந்தது. கண்டவனாரால்தான் அவ்வப்போது வயல்நாட்டுக்கு கட்டியக்காரர் காவண்ணா வந்து போனார். பல ஆண்டுகளுக்குப் பிறகு அன்னூரும் வயல்நாடும் கண்டவனாரால் நட்பு பாராட்டிக் கொண்டது.

கண்டவனாருக்கு செம்பியனார்தான் உடம்பங்காளி என்பதால் அவரே முன்னின்று காரியத்தைச் செய்தார். சீவாத்தாள் இறந்தபோது என் வூட்டுக்காரிக்கு நானே எல்லாத்தையும் செஞ்சுக்குறேன். ஒருபயலும் சொந்தம் கொண்டாடி வரவேண்டாம். செத்தா அழுவுறதுக்கு நாலு பேரும் வேணும். தூக்குறதுக்கு நாலு பேரு வேணும்னு சொல்லுவாங்க. எனக்கு கீழக்குடிகாரனுகளும் மத்த மனுசமக்களும் வந்து நின்னா அதுவே போதும். நா... போறனக்கி என்னயும் தூக்கிப்போட்டுட்டு காடுகரைய அவனுக பாடுபட்டு பொழச்சுட்டும் போறானுக. கூடப் பொறந்தேன், கொலத்துல பொறந்தேனு ஒருத்தனும் வம்புதும்புக்கு வரக்கூடாதுனு தீர்க்கமாக சொல்லியிருந்தார் கண்டவனார். ஆனாலும் கண்டவனார் பேச்சை கண்மாய் தண்ணியில் எழுதிய கணக்கா விட்டுட்டு செம்பியனார்தான் முன்னின்று செய்தார். சீவாத்தாளுக்கு கண்டவனார்தான் கொல்லி வைத்தார்.

"நம்ம சனக்கட்டுல இத்தன பேரு இருந்தும், அடுத்தவன தூக்குறதுக்கோ கொல்லி வைக்கிறதுக்கோ விட்டோம்னா இது என்ன தட்டுக்கெட்ட பொணமா. யாருயார எங்க நிக்க வைக்கனுமோ அங்கதான் நிக்க வைக்கனும். செம்பியனார்தான் அவருக்கு உடம்பங்காளி. அதுனால அவரே எல்லா காரியத்தையும் செய்யட்டும். கண்டவனாரோட காடுகரைய அவரே வெள்ளாம போட்டுக்கட்டும்" வாளனார் சொன்னதும் எல்லோரும் ஆமோதித்தனர். கண்டவனார்

உயிரோடு இருந்தவரை கீழக்குடியிருப்புக்காரர்களுக்கு ஆதரவாகவே இருந்தார். வாளனாருக்கு கண்டவனாரைக் கண்டாலே எரிச்சலாகத்தான் இருக்கும்.

“கீழக்குடிக்காரனுகதான் இந்த வயல்நாட்டோட உண்மையான குடியானவங்க. நாம உள்பட வந்தேறிகதான். ஆனா அவனுகள ஒதுப்புறமா குடியிருக்க வச்சுட்டு நாம நடுமணி அடிச்சுக்கிட்டு இருக்கோம். ‘ம்...’ இதெல்லாம் எத்தன காலத்துக்கு தாக்குப்புடிக்குமுனு இருக்கும்புள்ள பொறக்கும்புள்ள பாக்காமலா போயிரும்” கண்டவனார் சொன்னது வாளனாரின் நினைவில் வந்து போனது.

“எப்பப்பாத்தாலும் நம்மல கரிச்சுக்கொட்டுறதுலயே குறியா இருந்தாரு. போகும்போதும் அந்த மூஞ்சி நம்ம சனக்கட்ட மொறச்சுப் பாத்துக்கிட்டுதான் இருக்கு” நினைத்துக் கொண்டார் வாளனார்.

“சீவாத்தா பொறந்தையிலிருந்து யாராவது வந்தாங்கன்னா போதும். காரியம் செய்ய ஆரம்பிச்சிடலாம். சீவாத்தா பொறந்தைக்கு எழவு சொல்லி எவன்யா போயிருக்கான்” வாளனாரின் குரல் ஓங்கியது.

“சிலம்பனத்தான் அனுப்பி இருக்கோம். நடையும் ஓட்டமா அவன் போன போக்க பாத்தா மேகட்டு சீமையிலிருந்து அவங்க கிளம்பி இந்நேரத்துக்கு முடிமலைக்கிட்ட வந்துகிட்டு இருக்கணும்” சின்னச்சாமியின் பதிலுக்கு எல்லோரும் ‘ஆமாம்’ போட்டார்கள்.

ஆளுக்கு ஒன்றாய் ஒவ்வொருவரும் பேசிக்கொண்டு இருந்தார்கள். அப்போது. “இந்த ஈனப்பய மக்க ஒப்பாரி வைக்காம வாய பொத்திக்கிட்டு அழுதுகிட்டு இருக்காளுக. அந்த மனுசன் சாகுற வரைக்கும் உங்களுக்குத்தானடி வக்காலத்து வாங்குனான். ஓங்கி ஒப்பாரி வையிங்கடி” கணேசனின் குரல் கேட்டு கீழக்குடியிருப்புக்காரர்கள் அதிர்ந்துதான் போனார்கள்.

யார் செத்தும் அழுகாத தீத்தான், கண்டவனாரை நினைத்து அழுது கொண்டே தப்படித்தார். இடும்பனின் விரல்கள் தடுமாறின. “ஊருக்குள்ள நல்ல உசுரு ஒன்னு இருந்துச்சுன்னா அது கண்டவனராத்தான் இருக்கும். நம்ம சாமியே சாஞ்சு போச்சு. இனி எந்தச் சாமியக் கும்புட்டு என்ன வரப்போகுது. புள்ள குட்டி இல்லைங்கிற ஒரே காரணத்துக்காக சாமியோட பேச்சு பல

நேரங்களில் சபை ஏறாமலேயே போயிருச்சு. அடிடா... தம்பி'' தீத்தானைப் பார்த்து கண்ணீர் சிந்தினார் இடும்பன்.

ஒருமுறை கூட்டம் நடந்து கொண்டிருந்தபொழுது குமரேசன் எழுந்து கண்டவனாரைப் பார்த்து ''இந்த ஆள நம்ம சனத்துக்கே பெக்கலைய்யா. யாரோ ஒரு எச்சிக்கலக்கி இவுங்க ஆயா பெத்திருக்கா. நம்ம ரத்தமா இருந்தா மத்த எடுபட்ட பயலுகளுக்கு முட்டுக் கொடுத்து பேசுவாரா''

''மலையில ஒரு கூட்டம் மடுவுல ஒரு கூட்டமுனு இந்த மண்ணு பூரா அவனுக சனக்கட்டு அந்த வானத்து மீனு மாறி நெறஞ்சு கெடக்குறானுக. அவனுக ஒரு எடத்துல கூடுனானுகன்னா ஓங்க காடும் தாங்காது, கரையும் தாங்காது. வெள்ளாம செஞ்சு வாழ்ந்தவனுகள வெட்டும பாக்க வச்சு ஓடுக்குறீகளோ'' கனத்த குரலில் கத்திக்கொண்டே வேகமாய் எழுந்து துண்டை உதறி அங்கேயே போட்டுவிட்டு, கூட்டத்தினரை ஏற இறங்க தெனாவட்டாய் பார்த்துவிட்டு கிளம்பினார் கண்டவனார்.

''எங்கே போகப் போறாரு. நாளைக்கு செத்து கிடந்தா நாம தானே தூக்கிப் போடணும்'' சத்தமாய் சொன்னார் செம்பியனார்.

''ஒண்ணு சொல்றேன் நல்லா கேட்டுக்கோங்க. நீங்க கும்புடுறீங்களே அந்த செவன்ங்கூட அவனுங்க சாமிதான். ஓடி வரும்போது எந்த சாமிய தூக்கி தலையில வச்சுக்கிட்டு வந்தீக. அவனுகள வெரட்டிப்புட்டு அவன் சாமியே நீ கும்புடுற. உண்மையச் சொன்னா எங்க ஆயா அவனுகளுக்கு முந்தானை விரிச்சானு தூத்துவீங்க. போங்கடா நீங்களும் உங்க எழவு கொலமும். த்தூ...'' என்று காரித் துப்பினார் கண்டவனார்.

''நான் செத்தா நீங்க எவனும் தூக்கி போட வேணாம். அவனுக வந்து தூக்கிப் போடுவானுங்க. இல்லன்னா எம்புட்டு இடத்திலேயே செத்து கெடந்துட்டுப் போறேன். பறக்குறது ஊருறதுனு பிச்சு தின்னு பொழைச்சிக்கிட்டும்'' கண்டவனார் சொன்னது இன்று சொல்வது போல் இருந்தது. கண்டவனாரின் பேச்சும் முறுக்கு மீசையும் தீத்தானின் நினைவுக்கு வந்தது.

கண்டவனார் மனைவி சீவாத்தாளும் ஆடம்பர நெடி இல்லாதவள்தான். சாயங்காலம் நேரமொன்றில் ''ஏங்க... அந்த தேங்காய் எல்லாம்

உங்க சனக்கட்டுதானே தின்னு கொழுக்குது. கூடக்கொறச்சு கீழக்குடி சனத்துக்கு கொடுத்தா என் மாமனார் வீட்டு சொத்து கொறஞ்சு போயிருமாக்கும்'' சீவாத்தாள் சொல்லிக் கொண்டு இருக்கும்போதே நாரங்கி கொல்லைப் புறமாய் கூப்பிடும் சத்தம் கேட்டது.

“ம்... எல்லாம் நம்ம சனக்கெட்டுதான். அங்கிட்டுருந்து கூப்புடுது. போய்ப் பாரு'' சிரித்துக்கொண்டார் கண்டவனார்.

“ஏன்டி... எத்தனை மொறை சொல்லி இருக்கேன். வெளியிலிருந்து கத்தாதேனு. வீட்டுக்கு முன்னாடி வர வேண்டியதுதானே. ஓம் புருசனை வர சொன்ன உன்ன அனுப்புனானாக்கும். சரி சரி, இரு. உள்ள வானு கூப்புட்டா. வரமாட்டா வேற. உள்ள வந்தா பட்டுக்குமோ... தெரியல'' சொல்லிக் கொண்டே வீட்டுக்குள் போனவள் கடகா பொட்டியோடு வந்தாள்.

“வண்டி கட்டிக்கிட்டு பொறந்த சீமைக்கு போயிருந்தேன்ல. கொஞ்சோண்டு கொள்ளு கொண்டு வந்தேன்டி. என்னைக்கி ஒங்களை விட்டுட்டு ஒருவாய் திண்ணுருக்கேன்'' நாரங்கி முந்தானையை விரிக்க அதில் கொட்டினாள்.

“தீத்தான் பொண்டாட்டி பாலாயிக்கி கொள்ளுனா உசுரடி. அவளுக்கும் பிச்சாயிக்கும் அஞ்சாறு அள்ளிக் கொடுத்துரு. அஞ்சாறு நாளைக்கி கொழம்பு வச்சு குடிச்சாலும் சரி இல்ல அவிச்சு தின்னாலும் சரி'' என்று சீவாத்தாள் சொன்னதை அவளின் இறப்புக்குப் பிறகு சொல்லிச் சொல்லி பல நாள் அழுதிருக்கிறாள் நாரங்கி.

“இனிமேதான் ஊருநாடு நல்லா இருக்கும்யா. இந்தக் கெழடு இருக்குற வரைக்கும் நம்ம சனக்கட்டுக்கு ஈனம் தான்... வாய் பாக்காம தப்படிங்கடா'' சின்னச்சாமி கத்தினார்.

தீத்தான் மகன் அழகப்பனும் சக கூட்டாளிகளோடு தப்பு அடித்துக்கொண்டு தப்படிக்கி ஏற்றார்போல் ஆடிக்கொண்டிருந்தனர்.

இம்புட்டுத்தான்... இம்புட்டுத்தான்...
சிஞ்சினுக்கான் இம்புட்டுத்தான்
கையும் ஓடல காலும் ஓடல
சிஞ்சினுக்கான் இம்புட்டுத்தான்...

தப்படி சத்தம் இப்படி மாறி இருந்தது. அழுகையோடு தீத்தானால்

தப்பு அடிக்க முடியவில்லை. கண்டவனார் நம்ம சாமிடா அவரை நல்லபடியா அடக்கம் பண்ணனும். அழுகாம அடிடா என்று சொல்லிக் கொண்டே தப்பை அடித்துக் கொண்டிருந்தார் இடும்பன்.

அழகப்பன் அடித்துக்கொண்டிருந்த தப்பை வாங்கி நொண்டிக்கருப்பையா அடிக்க ஆரம்பித்தான். ‘டுண்டுக்கு டுண்டுக்கு டுண்டுக்கு டுண்டுக்கு டுண்டுக்கு டுண்டுக்கு’ என நொண்டிக்கருப்பையாவின் தப்பிலிருந்து இசை வந்துகொண்டிருந்தது. நொண்டிக்கருப்பையாவின் நடவடிக்கையைப் பார்த்து தீத்தான் சற்றே நடுங்கித்தான் போனார். எளவட்டப் பயலுக எழவு வீட்ல ஓரண்டைய இழுத்துருவானுகளோ என்ற பயம்தான் தீத்தானுக்குள் வாட்டி எடுத்தது.

“தப்பு யாரு அடிச்சாலும் ஓசை கொடுக்கும். தப்புக்கு யாரு அடிச்சா ஓசை கொடுக்கனும் கொடுக்கக் கூடாதுனு தெரியாது. நல்லா வாழ்ந்த எங்க அப்பச்சிக்கு பேரப்புள்ள நா அடிச்சாதான் சொகமா இருக்கும். அழகப்பா... நா அடிக்கிறேன். வா... சேர்ந்து ஆடலாம்” சொல்லிக்கொண்டே ஒத்தக்காலைத் தூக்கி தூக்கி தப்பை அடித்து நொண்டிக்கருப்பையா ஆட, அழகப்பனும் மற்றவர்களும் ஆடினர்.

குமரேசனுக்கு அங்காயி மேல்தான் கோபம் கொப்பளித்துக் கொண்டு வந்தது. “நா...கோமணத்த உருவுன நேரம் சரியில்லையா...? இல்ல கொழந்த பெத்த நேரம் சரியில்லையானு தெரியல. புள்ளய பெக்கச் சொன்னா ஏ...உசுர எடுக்குறமாறி கெரகத்த பெத்துவிட்டுருக்கா” புலம்பிக்கொண்டே அங்காயி பக்கம் திரும்பினார் குமரேசன். இதுக்கு நாந்தான் கெடச்சேனா என்பதுபோல் பார்த்தும் பார்க்காதது மாதிரி ஆட்களோடு சேர்ந்து அழுதுகொண்டு இருந்தாள் அங்காயி.

குமரேசனைப் பார்த்து தலையில் அடித்துக்கொண்டு வேறு பக்கமாய் போய் உட்கார்ந்தார் சின்னச்சாமி. எதைப் பற்றியும் கவலைப்படாமல் தப்படித்துக்கொண்டு ஆடினான் நொண்டிக்கருப்பையா.

வயல்நாட்டு காரக வச்சது எல்லாம்
வளரும்னு சொன்னாங்க ம்... ம்......
ரெண்டு போகம் வெளையுமுன்னு
நெஞ்சை காட்டி சொன்னாங்க ம்...ம்...
நல்லா வெளஞ்சிருந்தும்
எங்க சாமி சாஞ்சதென்ன ம்...ம்...

குத்தங் குறை ஒன்னும் இல்ல
எங்க குடிமூழ்கி போனதென்ன...ம்...ம்...
ஆறடி சாமி ஒன்னு
அப்படியே சாஞ்சதென்ன ம்...ம்...
ஆத்தா போயிட்டானு
அவுகளப் பாக்கப் போனீங்களோ ம்...ம்...

கீழக்குடியிருப்புக்காரர்களின் ஒப்பாரி பாடல்களை கேட்டும் கேட்காததுபோல், மேலக்குடியிருப்புக்காரர்கள் நின்றனர்.

எங்குட்டோ கொட்டுச்சத்தமும் ஒப்பாரியும் கேட்டா போதும் என்பதாகத்தான் இருந்தது.

மேலக்குடியிருப்பின் எல்லையில் தப்படி சத்தம் கேட்டது. அது மேகாட்டில் இருந்து வருகிறார்கள் என்பதை அறிவிப்பதாக இருந்தது. மேகாட்டுக்காரர்கள் கூடவே தப்படிக்காரர்களையும் அழைத்து வந்திருந்தார்கள்.

அதான் தப்பு சத்தம் கேட்குதில்ல. மேகாட்டுலருந்து வந்துட்டாங்க. ஆக வேண்டியது பாப்போம். வாளனார் சொல்லிக் கொண்டிருந்தார்.

மேகாட்டு சீமைக்காரர்கள் வந்ததும் செய்ய வேண்டிய முறைகளை செய்து கொண்டிருந்தனர். கொட்டுச்சத்தத்தின் நடுவே குதிரையின் குழம்படிச் சத்தம் கேட்டது. கூட்டத்திலிருந்து எழுந்து என்ன நடக்கிறது என்று எட்டிப் பார்த்தார் வாளனார்.

அன்னூரிலிருந்து கட்டியக்காரர் அன்சார் குதிரை வண்டியிலிருந்து இறங்கினார். "நமக்கும் அன்னூர்காரனுகளுக்கும் ஆகவே ஆகாது. கண்டவனாராலதான் அன்னூர்காரனுக வரப்போக இருக்கானுக. இனிமே யாருக்காக வரப்போறானுகனு பாப்போம். எப்புடியோ சேதியக் கேள்விப்பட்டு வந்துட்டான். அப்பங்காரன் கல்யாணத்தப் பண்ணி வச்சான். மயங்காரன் காரியத்த பண்ண வந்துருக்கான்" முணுமுணுத்துக்கொண்டே நின்றார் வாளனார்.

பதினோரு கூடைகளில் பூக்களும் நீளமான பட்டுத்துணியும் கொண்டுவந்து இறக்கினார் கட்டியக்காரர் அன்சார். பட்டுத்துணியை கண்டவனார் மீது போர்த்திவிட்டு தலை குனிந்து நின்ற கட்டியக்காரர் அன்சாரின் கண்கள் பொழபொழவென கண்ணீரைக் கொட்டியது.

சாய்ந்த புளியமரத்தின் ஓரமாய் நின்ற கீழக்குடியிருப்புக்கார்களை நோக்கி நடந்து வந்த கட்டியக்காரரை கையெடுத்து கும்பிட்டார்கள். தீத்தானின் கைகளையும் இடும்பனின் கைகளையும் பற்றிக்கொண்டு "எங்க மாமா இருக்க வரைக்கும் ஒங்களுக்கு ஒத்தாசையா இருந்தாரு. அவரு இல்லனு நெனைக்காதிங்க. ஒங்களுக்கு ஒன்னுனா எங்கருந்தாலும் சிட்டா பறந்து வந்துருவேன். ஒங்க ஊருநாட்டுல இனிமேதான் ரொம்ப கவனமா நடந்துக்கனும்" சொல்லிவிட்டு நகர்ந்தார். ஏதோ யோசனை வந்தவர்போல் திரும்பி அழகப்பன் தோளில் தட்டிக்கொடுத்தார். அழகப்பனின் அரும்பு மீசையை தொட்டு தடவியவர் "என்னப்பா... ஒங்க பையனா. ஆளுதான் வளந்துட்டான்ல. காலகாலத்துல கல்யாணத்த செஞ்சு வச்சுற வேண்டியதுதானே. வேணுனா சொல்லுப்பா. அன்னூர்ல புதுசா சம்பந்தத்த ஏற்படுத்திருவோம். கண்டவனாருக்குப் பிறகு நாமளும் வந்து போகனும்ல" சொல்லிச்சென்ற கட்டியக்காரர் அன்சாரை ஆச்சரியமாக பார்த்துக்கொண்டு இருந்தான் அழகப்பன்.

கொட்டுச்சத்தம் முழங்க பாடையை தூக்கிக் கொண்டு கிளம்பினார்கள். கட்டியக்காரர் அன்சாரும் பாடையைத் தூக்கினார். அன்னூரிலிருந்து கொண்டு வந்த பூக்களை அன்னூரைச் சேர்ந்தவர்கள் வழியெங்கும் தூவிக்கொண்டே சென்றனர். யாரும் எதிர்பார்க்காத விதமாக பெரும் காற்று வீசியது. பாடையை கீழே வைக்காமல் இறுக்கிப் பிடித்துக் கொண்டனர். கீழே கிடந்த பூக்கள் காற்றில் மிதந்தன. வானத்து மீன்கள் வந்து இறங்குவதுபோல் இருந்தது.

வீசிய பெரும் காற்றில் சாஞ்சு நின்ற புளியமரம் மடார் என சாய்ந்தது. "இந்த புளியமரம் கண்டவனாரு பிறந்த போது அவங்க அய்யா வச்ச மரம். கண்டவனார் பெரிய ஆளா வளர வளர மரமும் வளர்ந்துச்சு. அதுல ஏறியே விளையாண்டு மரத்த கண்டவனாரு சாச்சுப்புட்டாரு. இப்ப அவரும் சாஞ்சுட்டாரு. அந்த மரமும் சாஞ்சு போச்சு" சின்னச்சாமி சொல்லிக் கொண்டே பாடையின் பின்னால் போய்க்கொண்டிருந்தார்.

வேரில் இருந்த பொந்தில் புளியங்கொட்டை ஒன்று முளைத்து வந்திருப்பதைக் கண்ட கீழகுடியிருப்புக்காரர்கள் நம்ம சாமி சாகல. இந்தா உசுரோடத்தான் நிக்கிறாரு என்று சொல்லிக் கொண்டே கலைந்து சென்றனர்.

14

கூழையனின் தங்கச்சி பெத்தாயி வேம்பூர் மொச்சிக்காளையை கல்யாணம் செய்து ஆண்டுகள் பல கடந்தும் வயல்நாட்டுக்கு வரவே இல்லை. எப்போதாவது இறப்பு நிகழ்வுகளிலோ, கல்யாணம் காட்சியிலோ ஏதோ ஊருநாட்டில் பார்த்துக்கொள்வதோடு சரி. பெத்தாயியைப் பார்த்தாலும் நாரங்கிதான் பேசுவாள். எத்தனையோ முறை பார்த்தும் பாசத்தோடு பேச வந்தாலும் கூழையன் முகம்கொடுத்து பேசுவதில்லை. மொச்சிக்களையைப் பார்த்தாலே கூழையன் முகம் நெருப்பு பட்டு எரிவதுபோல் இருந்தது.

பெத்தாயியைப் பற்றி கூழையனிடம் எத்தனையோ முறை கேட்டு விட்டான் சுருட்டையன். 'ம்... ரொம்ப முக்கியம்' என இழுத்துக்கொண்டே 'அந்த மஞ்சிக்கிட்ட போயி கேளுடாப்பா' என்று சொல்லி வேறு பேச்சுக்கு தாவி விடுவார், நாரங்கியும் பெத்தாயி பற்றி எதுவும் சொல்லாமல் தட்டிக் கழித்துக் கொண்டே வந்தாள்.

சுருட்டையனும் பெரியாளாகி பார்ப்பதற்கு வாட்டசாட்டமாக இருந்தான். எப்படியாவது தன் கணவனிடம் பேசி அண்ணன் மகளை தன் மகன் சுருட்டையனுக்கு கட்டி வைப்பதன் மூலம் நீண்டநாள் அத்துப்போயிருந்த உறவு ஒட்டிக் கொள்ளும் என எண்ணியிருந்தாள் நாரங்கி.

பெத்தாயி பற்றி இப்போது சொல்லவில்லை என்றால் பிறகு எப்போது சொல்வது...? தனக்குள் கேள்விக்கனைகளை தொடுத்து அதற்கான பதிலையும் சுருட்டையனிடம் சொல்லிக்கொண்டிருந்தாள் நாரங்கி.

மஞ்சிக் கத்தாழையில் கயிறு திரித்து வயல்நாடு, ஈசநாடு பகுதிகளில் விற்று வந்தார் மொச்சிக்காளை. எப்போதாவது கானாடு பகுதிகளுக்கு கொண்டு செல்வார். கானாடு ரொம்பவும் தூரம் தொலைவா இருப்பதால் அதிகமாக போவதில்லை. வயல்நாட்டுக்காரர்களிடம் வாங்கி வைக்கச் சொல்லி கானாட்டுக்காரர்கள் வாங்கிக் கொள்வார்கள். வேம்பூர் மஞ்சிக்கயிறுக்கு புகழ் பெற்று இருந்தாலும் மொச்சிக்காளையின் கயிறுக்கு ஈடாகாது. மொச்சிக்காளையின் கயிற்றில் கண்ணில் ஒத்திக்கொள்ளக்கூடிய வகையில் வேலைப்பாடுகள் இருக்கும். ராத்திரி நேரத்தில் வானத்து மீனுபோல மின்னும். மொச்சிக்காளையின் அப்பச்சி பின்னிக்கொடுத்த கயிறுகட்டில் மூணுநாலு தலைமுறையா பலரும் பயன்படுத்தி வருகிறார்கள்.

“ஏம்பா...ஓங்க அப்பச்சி பின்னிப்போட்ட கட்டுலு. எத்தனையோ ஆண்டுகாலமாயி போச்சு. இப்ப ஓங்கையால பின்னனும்னு இருக்கு. நீ பின்னித்தர்ற கட்டுலு ஏம்புட்டு பேரப்புள்ளைகளோட புள்ளைக காலத்துக்கும் நீடிச்சு இருக்கணும். அப்புடி ஒரு முடிச்சப்போட்டு பின்னிக்கொடு” என்று பெரியவர் ஒருவர் சொன்னதும் “ஆம... அய்யாவு. இப்புடியே பின்னிக்கொடுத்தா ஏம்புட்டு வம்சம் கூழுதண்ணிக்கி எங்கப் போறதாம். அப்பதக்கி அப்பத கயித்த மாத்துனாதானே ஏம்புட்டு பொழப்புதழப்பும் ஓடும்” என்பார் மொச்சிக்காளை.

“நீ... பின்னித் தர்ற கயிறு புருசன் பொண்டாட்டி ஒறவு மாறி. ஒருதடவ கட்டுனா மாத்தவே முடியாது. அதுவே விதி முடிஞ்சு போனாத்தான்” என்று சொல்வதைக் கேட்டு மொச்சிக்காளைக்கு பொன்னிவளநாட்டு மன்னர் போல கம்பீரம் வந்துவிடும். முகமும் குழிப்பணியாரம்போல் பூரித்துப் போய் இருக்கும். பாராட்டுப் பெறுவதைப் பலரும் விரும்பத்தான் செய்வார்கள். தம்மைத் தொடர்ந்து பாராட்டிக்கொண்டே இருக்க வேண்டும் என்பதற்காக சிலர் பொன்பொருளைக் கொடுத்து கூடவே வைத்திருப்பார்கள். பாராட்டுப் பெறுவது மகிழ்ச்சியைக் கொடுத்தாலும் மொச்சிக்காளை பாராட்டுகளை காதில் வாங்கிக் கொள்வதில்லை.

"ஆமங்க நீங்க சொன்னா சரியா தானங்க இருக்கும். நீங்க பாராட்டுறது என்னமோ மனசுக்கு குளிர்ச்சியா இருக்குதுங்க. வயிறுனு ஒண்ணு இருக்கே. அதுக்கு பாராட்டப்பத்தியெல்லாம் கவலை இல்லங்க. ஏன்னா பாராட்ட வச்சு பழைய கூழுதண்ணி கூட வாங்க முடியாதுனு வயித்துக்கு தெரியுமுங்க. வேண்ணா எரக்கப்பட்டு யாராச்சும் ஊத்துனாதாங்க" நமட்டுச்சிரிப்புடன் கடந்துவிடுவார் மொச்சிக்காளை.

மொச்சிக்காளையின் கயிறைப் போலவே அவரது பேச்சும் எல்லோரையும் ஈர்த்தது. நீண்ட நாட்களுக்கு முன்னர் பின்னிய கட்டில் தொப்பை விழுந்த மனிதனைப்போல் தொங்கிக் கிடக்கும். அவற்றுக்கு சுளுக்கு எடுத்து நெஞ்சை நிமிர்த்திய இளைஞனாக மாற்றி விடுவார். நெஞ்சை நிமிர்த்தி இருக்கும் கட்டிலில் கால் தொங்கப்போட்டு உட்காருவது என்பது அரசனின் அரியணையில் உட்கார்ந்து இருப்பதற்குச் சமம்.

கயிறுக்கு கூலியாக நெல், கேப்பை, வரகு என எதைக் கொடுக்கிறார்களோ அதை வாங்கிக் கொள்வது உண்டு. அனைத்து ஊருநாடுகளிலும் மொச்சிக்காளை கயிறுனா எட்டுக்கண்ணும் விட்டெரிக்கும்னு பேசுவார்கள். அந்தளவுக்கு உறுதியாக இருக்கும். ஏனோதானோனு கயிறு திரிப்பதில்லை.

மஞ்சிய கயிறா திரிக்கணும்னா சும்மாவா கெடக்கு. மெனக்கெடணும்ல. சட்டியில இருந்தாதானே ஆப்பையில வரும். பக்குவமா பதமா செஞ்சாதானே கயிறும் வரும். கத்தாழைய வெட்டிப்போட்டா கயிறு வந்துருமா. ராத்திரி பகலுனு பாக்காம கண்ண முழிச்சு புள்ளையப் பெத்தெடுக்குறமாறி பாத்துப்பாத்து எடுக்கனும். இல்லன்னா கோணமாணலா போயி காரியத்தையே கெடுத்துப்புடும்.

மஞ்சி கத்தாழையை வெட்டி ஆற்றில் ஊறவைத்து அழுகிய நிலைக்கு வரும்போது கத்தாழையை மரக்கட்டையில் வைத்து பனைக்கறுக்கால் அழுத்தித் தேய்த்தால் தோல் சீவி உதிர்ந்துவிடும். தோல் சீவிய கத்தாழை இப்போது நூல்நூலாகத் தொங்கும். மஞ்சி நூலை ஆற்று நீரில் அலச வேண்டும். பிறகு இதமான வெயிலில் காய வைத்தால் கெண்டை மீனைப்போல் மஞ்சி நூல் பளபளவென மின்னும். அந்த மஞ்சி நூலில் திரித்துக்கொண்டு வரும் கயிறு வாசமாகவும் உறுதியாகவும் இருக்கும்.

குழந்தைகளுக்குத் தொட்டில் கயிறு, கட்டில் கயிறு, மாட்டிற்கு மூக்கணாங்கயிறு என அனைத்துக் கயிறுகளும் மொச்சிக்காளையின் கைவண்ணத்தால் பிறந்ததுதான். வயல்நாட்டில் கயிறு விற்க வரும்போது கீழக்குடியிருப்பில் இருக்கும் கூழையன் வீட்டுக்குச் செல்வதுண்டு. மொச்சிக்காளை திரித்த கயிற்றில் மயங்கிப் போனாள் பெத்தாயி. இருவரும் நெருங்கிப் பழக ஆரம்பித்தனர். கயிறு விற்க வந்த இடத்தில் தாலிக்கயிறு தயார் செய்த கதையை ஊருநாடே பேச ஆரம்பித்தது.

மொச்சிக்காளையும் பெத்தாயியும் பழகுவதை அறிந்து முறைப்படி பெண் கேட்டு கீழக்குடியிருப்புக்கு வந்தாள் மொச்சிக்காளையின் அம்மா ஆரி. “இன்னக்கி நெறஞ்ச நிலா” அதான் ஒரு எட்டு வந்தேன். பெத்தாயி என் வீட்டுக்கு மருமகளா வரணும். பேச்சை இழுத்தாள் ஆரி. வேம்பூரிலிருந்து ஆரி பெண் கேட்டு வந்துருக்கும் சேதி கேட்டு எல்லோரும் வாசலில் குழுமிவிட்டார்கள். கூழையன் என்ன சொல்லப் போகிறார் என்று கேட்பதற்கு ஆவலாக இருந்தனர். கூழையன் பெண் கேட்டதும் நாரங்கியை மணம் முடித்துக் கொடுத்தவள் ஆரி.

பெத்தாயியைப் பெண் கேட்க முழு உரிமையும் ஆரிக்கு இருக்கிறது. அண்ணன் மகளைப் பெண் கேட்க அவளுக்கு எந்தவிதத் தயக்கம் இல்லை. கூழையன் முன் கோபக்காரர். ஏதாவது சொல்லிவிடுவாரோ என்ற பயம்தான். மொச்சிக்காளையைப் பார்க்காதே, பேசாதே என்று கூழையன் பெத்தாயியைக் கண்டித்ததற்குக் காரணம் புரியாமல் தவித்தாள் நாரங்கி.

யாருக்குள்ள யாரு எல்லாம் ஒரே ரத்தபந்தம். என் மகனுக்குக் கொடுக்காமல் வேறு யாருக்கு என் மருமகளைக் கொடுக்க நினைத்திருக்கிறான். போய் என்ன சேதின்னு கேட்டுட்டு வந்துருவோம் என்று நினைப்பில்தான் ஆரி வந்திருந்தாள்.

ஆரியுடன் மொச்சிக்காளை வரவில்லை. ஆரி கூழையனிடம் சம்மதம் வாங்கிவிடுவாள் என்ற நம்பிக்கையில்தான் கடகாபொட்டியில் தட்டப்பயிறு, காட்டு மல்லி பத்துசரம், மலங்காட்டில் விளையும் சீத்தாப்பழம் என கூடை நிறைய அடுக்கி வேம்பூரின் எல்லை வரை தூக்கி வந்து கொடுத்துவிட்டு எல்லையிலேயே காத்திருந்தான் மொச்சிக்காளை.

கூழையனிடம் எவ்வளவோ கெஞ்சியும் கொஞ்சம் கூட மனம் இறங்கவில்லை. தன் மகள் நாரங்கியும் அழாத குறையாக சொல்லிப் பார்த்தாள். “பொண்ணு கொடுத்து பொண்ணு எடுக்குறது ஒன்னும் நம்ம சனக்கட்டுல புதுசு இல்லயே. என் அண்ணனுக்கு என்ன கொறச்சலு. ஊருநாட்டுல அவருக்குனு ஒரு மானம்மரியாதை இருக்கு. மேலக்குடியிருப்புகாரங்க மட்டும் இல்ல... அக்கம்பக்கத்து ஊருநாடே அவரோட பேச்சுக்கும் பாக்குற வேலைக்கும் தவமாதவம் கெடக்குது. ஊருநாட்டுல வேற பொண்ணே இல்லையா. ஏதோ சொந்தபந்தமுனு ஒன்னுமண்ணா பழகிட்டாக. அதுக்குப்போயி பட்டவன் கோயில் வேலுகம்பு மாறி வெரப்பா இருந்தா என்ன அர்த்தமாம். என்னய பொண்ணு கேட்டு வரும்போது அவரு எதையும் தட்டிக்கழிச்சு பேசலையே” எவ்வளவு சொல்லியும் நாரங்கியின் பேச்சு எடுபடவே இல்லை

முகம் வாடிப் போயிருந்தாள் ஆரி. நல்ல சேதியுடன் வருவேன் என வேம்பூரின் எல்கையில் மொச்சிக்காளை காத்திருப்பது நினைவில் வந்து போனது. ஏமாற்றத்துடன் செல்ல விரும்பவில்லை ஆரி.

“முடிவா... என்னதாய்யா சொல்ல வர்ற. சொந்த மச்சுனனுக்கு கொடுக்காம வேறு யாருக்கோ கொடுத்தியன்னா ஊருநாடு ஏதாவது ஒன்னுகெடக்க ஒன்னு திரிச்சு பேசாதா. நீ சொன்னாங்கிறதுக்காக பெத்தாயிதான் இன்னொருத்தனுக்கு முந்தானைய விரிச்சுருவாளா. காலம் அதுபாட்டுக்கு காத்தா பறந்துக்கிட்டு இருக்கு. என்னம்மோ அசலூருக்காரனுக்கு கொடுக்குற மாதிரி இந்த அலசுஅலசுறா. உன்கிட்ட முடிவ வாங்காம இந்த எடத்தவிட்டு ஒரு அடி பின்வாங்க மாட்டேன். தரமாட்டேங்கிறதுக்கு உருப்படியா ஒரு சேதியச் சொல்லு. அத நாலு பேருக்கிட்ட சொல்லுவோம். அதுல நல்லது கெட்டது என்ன ஏதுனு பாப்பாங்கள்ள. வாழ்ந்தாலும் செத்தாலும் நாலு அங்காளிபங்காளி தொணை வேணும்ய்யா. பங்காளிகட்டுக்கு நா ஒருத்தி கேக்குறேன். மனசுல பட்டத பட்டுனு சொல்லிருய்யா” கூழையன் கைகளைப் பிடித்துக்கொண்டாள் மாரியம்மாள்.

பதில் ஏதும் பேசாமல் அமைதியாகவே இருந்தார் கூழையன். உச்சிக்கு வந்தவள் ஆரி. பொழுது சாய்ந்து ராத்திரியும் வந்துவிட்டது. யார்யாரோ பேசியும் பலனில்லை. பெண் தருவதில்லை என்ற முடிவிலிருந்து கூழையன் பின்வாங்கவில்லை. காரணத்தைக் கேட்டும்

உருப்படியான பதில் இல்லை. கண்கலங்கிப் போயிருந்தாள் பெத்தாயி. கூழையனின் முரட்டுப் பிடிவாதம் பெத்தாயி மனசை ஈட்டியாக குத்திக்கொண்டிருந்தது. குழந்தையாக இருந்த சுருட்டையன் நடப்பது என்னவென்று தெரியாமல் பெத்தாயி மடியில் படுத்து வேடிக்கைப் பார்த்துக் கொண்டே இருந்தான். பெத்தாயி அழுதுஅழுது சுருட்டையன் முகத்தையும் நனைத்துக்கொண்டு இருந்தாள். கூழையன் குடிசையில் மயான அமைதிதான் நிலவியிருந்தது. துக்கம் விசாரிப்பதுபோல் எல்லோரும் கூழையனிடம் என்னாச்சு என விசாரித்து சென்றார்கள்.

ராத்திரி முழுவதும் பேசிக் கொண்டிருந்தாள் ஆரி. தேத்தாங் கொட்டையை பானையில் போட்டு தேய்க்க தேய்க்கத்தான் சேராய் இருக்கும். தண்ணீர் இளநீராக மாறும். அதுபோல் கூழையன் மனசையும் தெளிய வைத்துவிடலாம் என்று தேத்தாங்கொட்டையாய் மாறியிருந்தாள் ஆரி.

ராத்திரி முழுவதும் யாரும் தூங்கவே இல்லை. ராத்திரி என்றும் பாராமல் வானத்து நிலவை ரசித்துக்கொண்டும் மரங்களின் குளிரிளங்காற்றில் மூழ்கியும் பறவைகளின் பாட்டு கச்சேரியை வேடிக்கைப் பார்த்தும் பெத்தாயியின் காதல் மயக்கத்தில் கிடந்தான் மொச்சிக்காளை.

பொழுது விடிந்தது… கடகாப்பொட்டியில் ஏதேதோ கொண்டு வந்து வைத்தாள் நாரங்கி. எதுவும் வேண்டாமென்று எடுத்து கீழே வைத்துவிட்டாள் ஆரி. வாடிய முகத்தோடு பெத்தவள் செல்வதை நாரங்கியால் தாங்கிக்கொள்ள முடியவில்லை. பெத்தமனசு பித்தாய் அல்லாடினாள் நாரங்கி. அழுது அழுது கண்கள் சிவந்து இருந்தாள் பெத்தாயி. அவளின் கண்ணீரை துடைத்துவிட்டு அழுகையோடு கிளம்பிப்போனாள் ஆரி.

"ஏம்புட்டு அண்ணன் உசுரோட இருந்தா இந்தமாதிரி நடந்துருக்குமா…? கடைசி வரைக்கும் என்ன எதுக்குனு கூட சொல்லல. ஏம்மகள மட்டும் கேட்டொடனே கொடுத்துறனும். ஆனா அவன் தங்கச்சிய ஏம்புள்ளைக்கி கொடுக்க மாட்டானா. வேம்பூர்ல வாக்கப்பட்டாலும் ஓடுற ரத்தம் வயல்நாட்டு ரத்தம்தானே. ஏம்புட்டு மருமகள என்னயத்தாண்டி எங்கக் கொடுக்குறானு பாத்தர்றேன்" ஏதேதோ நினைப்பில் சென்றாள் ஆரி.

'இல்லேங்கிற சேதி கேள்விப்பட்டா மொச்சிக்காளை என்ன ஆவானோ' என எண்ணி ஓவென கதறினாள் பெத்தாயி. கண்ணீர் பொலபொலவென கொட்டியது. என்ன சொல்வதென்று தெரியாமல் பெத்தாயி அருகில் குத்துக்கால் வைத்து உட்கார்ந்திருந்தாள் நாரங்கி.

மொச்சிக்காளை நல்லவன்தான் என்றாலும் கயிறு திரித்து விற்பதற்காக ஊர் ஊராக சுற்ற வேண்டும். எங்காவது மாட்டுவண்டி சென்றால் அதில் கயிறுகளை கூடுதலாக ஏற்றிக்கொள்வார். இல்லையென்றால் தோளில் நீளமான வெடத்தலாங்கம்பில் இரண்டு பக்கமும் பெரிய கூடையை தொட்டிலாக கட்டி அதில் கயிறுகளை தூக்கிக்கொண்டு செல்வார். வீட்டை விட்டு செல்லும் அவர் எப்போது ஊருநாட்டுக்கு திரும்புவார் என்று சொல்ல முடியாது.

இதை மனசில் வைத்துக்கொண்டு எத்தனை நாள் பெத்தாயி தனிமையில் இருப்பாள். அது மட்டுமா...? ரெண்டு கட்டி கூழுக்காக என் தங்கச்சியும் ஊர் ஊராக சுமையைத் தூக்கிகிட்டு அலைய முடியுமா...? காடிக் கஞ்சினாலும் மூடி குடிச்சுக்கிட்டு உள்ளூரிலேயே பொழப்ப பாக்கனும். பெத்தாயி வேம்பூருக்கு மருமகளா போகனும்னா ஊருநாட்டுல ஓச்சம் இல்லாம அலையிறத விட்டுட்டு ஒரு எடத்துல இருந்து பொழப்ப பாக்கச்சொல்ல முடியுமா...? கூழையன் சொன்னதும் சங்கடத்துல... இது ஒரு காரணமுனு அப்பவே சொல்லிருந்தா என்னப் பெத்தவ எதுக்கு கண்ணீரும் கம்பளையுமா போகப் போகுது. இந்த ஊருநாட்டுல நாம பொழைக்கிறத காட்டிலும் ஏங்கூடப் பொறந்தவன் ராசாமாறிதான் இருக்காரு. நாலு நாளு ஆளக்காணோம்னா வண்டிகட்டிக்கிட்டு ஆளுக வந்தர்றானுக. உக்காந்த எடத்துலயே கூடகூடயா கொண்டாந்து கொட்டுவாங்க... நாரங்கி ஆதங்கப்பட்டாள்.

"ஏம்புட்டு ஆம்பளயும் மஞ்சிக்கயிறுதானே வித்தாரு. பொண்டாட்டிங்கிறவ புருசனோட நல்லது கெட்டதுனு எல்லாத்துலயுந்தானே கலந்துக்கனும். வீட்டை விட்டுப் போற ஆம்பள எப்ப வருவாங்கன்னு காத்திருக்கிறதுல என்ன குத்தம் இருக்குங்குறேன். நமக்கு வேணும்கிறது வானத்திலிருந்து தன்னால கெடைச்சிருமா. இல்ல மண்ணுல இருந்துதான் பொதையலா வந்துருமா...? கயிறு விக்க கிளம்புனா ஒவ்வொரு ஊருநாட்டுலையும் எம்புட்டு மரியாதை. நம்ம சனக்கட்டுல இப்புடி ஒரு பேரோட யாரு

இருக்கா...? எங்காவது ஏம்மயன் கைகட்டி நின்னு இருப்பானா...? ஏம்மயனுக்காக அம்புட்டு ஆளுகளும் தவம் கெடக்குறாங்க. வீட்டுக்குள்ள நம்மல விடமாட்றாங்கதான். ஆனால் புள்ளைகளுக்கு தொட்டிக்கயிறு வரைக்கும் நடுவூட்டுக்குள்ள ஏம்மயன் செஞ்ச கயிறுதானே தொங்கிக்கிட்டு கிடக்கு. ஒரு தடவை கயிறு தூக்கிட்டு போயிட்டு வந்தா ஏழெட்டு அம்மாசிக்கு உட்கார்ந்து சாப்புடலாம். அந்த அளவுக்கு வரகும் கேப்பையும் சோளமும் குடிசைகொள்ளாம குமுஞ்சு கெடக்கும். நான் இம்புட்டு சொல்லியும் கூழையன் பொண்ணு தர மாட்டேங்குறானா...? முனியப்பன் எல்லைக்கி ஏம்மருமக வர்றத அந்தப் பட்டவனே நெனச்சாலும் தடுக்க முடியாது" நெஞ்சு படபடக்க புலம்பிக்கொண்டே நடந்து போனாள் ஆரி.

வயல்நாட்டு பெரியகண்மாயின் தென்கரைக்கு ஓடி வந்தாள் பெத்தாயி. கூப்பிடு தொலைவைத் தாண்டியிருந்தாள் ஆரி. ஆரியின் தலை மறையும் வரை தென்கரையிலேயே நின்றிருந்தாள். அண்ணன் எடுத்த முடிவை யாரிடம் சொல்லி அனுப்புவது...? பறந்து போகும் கொக்குகள் கூட மேற்கு நோக்கிப் போகாமல் தெற்கு நோக்கியும் வடக்கு நோக்கியுமாக போகுதே... ? நான் படும் துயரை காற்றிடம் சொல்லி அழலாம் என்றாலும் அதுவும் கிழக்கு நோக்கித்தான் வீசுகிறது... என் நிலைதான் இப்படி என்றால் மொச்சிக்காளையின் நிலை எப்படி என்று கூட அறிய முடியவில்லையே. மேற்கிலிருந்து முடிமலையில் மோதி வீசும் காற்று வாய்திறந்து மொச்சிகாளை பற்றி ஒருசொல்லாவது சொல்லிவிடாதா...? மயங்கித் துடித்தாள் பெத்தாயி. மனசு முழுவதும் மொச்சிக்காளையை சுற்றியே வட்டமடித்துக் கொண்டிருந்தது.

உச்சி நெருங்குவதற்கு முன்னரே வேம்பூரின் எல்கையைத் தொட்டிருந்தாள் ஆரி. மாவீரனைப்போல் கம்பீரமாய் நின்றுகொண்டு இருந்தான் மொச்சிக்காளை. ஆரியின் முகம் சோர்ந்து போயிருந்தது. பயணக் களைப்பால் முகம் வாடியிருக்க வாய்ப்பில்லை. ஏதோ நடந்திருக்கிறது என்பதை உணர்ந்து கொண்டான்.

"விடுய்யா... ஏம்மருமக முனியப்பன் காலடிக்கி வராம வேற எங்காச்சும் போயிருமா. உங்க தங்கச்சிய கட்டிக் கொடுத்தேங்கிறதுக்காக பேசாம போயிருவேனு நெனச்சுக்கிட்டு இருந்தா நா பொனையாக முடியுமா...? ஏம்புள்ளய்யா நீ... ஓம்புட்டு மனசுக்கு புடிச்சவள

கட்டிவைக்காம இந்த சின்னப்பன் பொண்டாட்டி ஓயமாட்டா" ஆரியின் பேச்சில் கூழையன் மனசைப் புரிந்துகொண்டான் மொச்சிக்காளை.

கூழையன் இப்படிச் செய்வார் என்று சற்றும் எதிர்பார்க்கவில்லை. வேம்பூரின் எல்கையில் நின்ற இலுப்பை மரத்தடியில் வானத்தைப் பார்த்து படுத்திருந்தான் மொச்சிக்காளை.

"ஏய்யா...மொச்சிக்காளை... மஞ்சிக்கயிறு தூக்குன தோள்ல ஏம்மருமக பெத்தாயிய தூக்க முடியாதா என்ன...? மனச விட்றாதய்யா... வயல்நாட்டுல எட்டுஎழவு விழாமலா போயிரும். அப்ப பாத்துக்குவோம்" பேச்சு வாக்கில் சொல்லிப்போனாள் ஆரி.

வயல்நாட்டு மேலக்குடியிருப்பில் பெரியவர் ஒருவர் உடல்நிலை சரியில்லாமல் இருந்தது மொச்சிக்காளைக்கு அப்போதுதான் நினைவுக்கு வந்தது.

இரண்டொரு நாளிலேயே பெரியவர் இறந்ததாக தகவல் கிடைத்தது. வயல்நாட்டுக்கு புயலாய் பறந்து வந்தான் மொச்சிக்காளை. ஊருநாடே திரண்டு இழவு வீட்டில் நின்றது. வீட்டில் தனியே இருந்தாள் பெத்தாயி. கீழக்குடியிருப்பில் சிறுவர்கள் சிலர் விளையாடிக் கொண்டிருந்தனர். மொச்சிக்காளையைப் பார்த்ததும் கயிறுக்கார மாமா என அழைத்தனர். சிறுவர்களின் முதுகில் தட்டி கொடுத்துக்கொண்டே கூழையன் குடிசை நோக்கி சென்றான் மொச்சிக்காளை.

சிறுவர்களின் சத்தம் கேட்டு வெளியே வந்தாள் பெத்தாயி. இழவு சொல்லி தெக்கிச்சீமைக்கு சென்றிருந்தார் கூழையன். நாரங்கி இழவு வீட்டிற்கு சென்றிருந்தாள். பெத்தாயியின் இடது கையை இறுக பிடித்தான் மொச்சிக்காளை. மறுப்பு ஏதும் சொல்லவில்லை. காடுகரடு கடந்து வேம்பூர் வந்து சேர்ந்தாள் பெத்தாயி. கூழையன் இருந்திருந்தால் பெத்தாயியை அழைத்துக் கொண்டு வர முடியுமா...? பெரியவரின் இறப்பு நமக்கு தோதாக அமைந்துவிட்டது என எண்ணிக்கொண்டான்.

"கயிறு விக்க வந்த ஆம்பள தன்னோட பாசத்தால இந்தப் பெத்தாயி மனசுக்குள்ள நொழஞ்சு ஏதேதோ பண்ணி நெனச்சத சாதிச்சுப்புடுச்சே... வயல்நாட்டுக்கு வந்தோமா... தங்கச்சியப் பாத்தோமா... கையில கெடச்சத கொடுத்தோமானு இல்லாம

என்னய வேற கையில புடுச்சுக்கிட்டு இந்த ஆம்பள கௌம்புதே. தெக்கிசீமைக்கு எழவு சொல்லிப் போன அண்ணன் வந்து என்ன பண்ண போகுதோ தெரியலையே. திடுதிப்புன்னு கிளம்பி வந்துட்டேனே. பட்டவன் கோயிலுக்கு போய் நெத்தியில மண்ணைத் தொட்டு வச்சுக்கிட்டு வரணும்னு கூட யோசனையே இல்லாமல் போச்சே. ஏதோ போக்கில் கிளம்பி வந்துட்டேனே. பட்டவனே நீதான்ய்யா காப்பாத்தணும்" என எண்ணிக்கொண்டே வேம்பூர் மண்ணில் காலடி வைத்தாள் பெத்தாயி.

பட்டவனை வேண்டி குனிந்து மண்ணை எடுத்து நெற்றியில் பூசிக் கொண்டாள். "ஊரறிய கல்யாணம் முடிச்சு வராம ஊருகண்ணுல மண்ணத்தூவிட்டு வந்துட்டேனே. எப்புடி எங்க அண்ணன் மொகத்துல முழிப்பேன். நாரங்கி அண்ணியும் நாளப்பின்ன வேம்பூருக்கு வந்து போகணுமே" எண்ணியபோது கண்கள் கண்ணீரை பொழிந்து கொண்டிருந்தன.

பெத்தாயியை அழைத்துக் கொண்டு வேம்பூர் கலிங்கிக் கண்மாயிலிருக்கும் பிடாரி கோயில் வாசலுக்கு வந்தான் மொச்சிக்காளை. சுற்று முற்றும் பார்த்தான். கண்களுக்கு எட்டிய தூரம் வரை யாருமே இல்லை. குரங்குகளும் பறவைகளும் மட்டுமே வேடிக்கை பார்த்தன. இருவரும் கீழே விழுந்து நெடுஞ்சான் கிடையாக வணங்கினர். கீழே விழுந்து வணங்கிய மொச்சிக்களை வலது கையில் ஒரு பிடி மண்ணோடு எழுந்தான்.

கண்களை மூடித் திறக்கச் சொன்னான். வலது கையை நீட்டினான். எதுவும் புரியாதவளாய் மேலும் கீழும் விழித்தாள் பெத்தாயி.

"எங்க வேம்பூர் பிடாரி பொல்லாத சாமி புள்ள. என்னையத் தவிர வேற எந்த ஆம்பளைக்கும் உன் மனசுல இடம் இல்லைனும், நீ சுத்தமானவன்னும் இந்த மண்ணைத் தொட்டு சத்தியம் பண்ணு புள்ள. அப்பதான் இங்கிருந்து ஊருக்குள்ள கூட்டிப் போவேன்" கையை நீட்டியபடி நின்றான் மொச்சிக்காளை.

மடைதிறந்த வெள்ளமென உரக்க கத்தி அழுதாள் பெத்தாயி. மேகக்கூட்டம் ஒன்றுடன் ஒன்று மோதி பேரொலியை எழுப்புவதுபோல் கத்தினாள். ஏன் என்று கேட்க யாரும் இல்லாமல் அழுதாள். காட்டுப்பகுதி என்பதால் குரங்குகள் பேந்தபேந்த முழித்தன. பறவைகள் படபடவென பறந்து கூச்சலிட்டன.

பெத்தாயி மாநிறமாக இருந்தாள். அவளின் கண்களைப் பார்த்து சுண்டி இழுக்கும் சல்லி கெண்டை மீன் காரி என்று மொச்சிக்காளை வருணிப்பான். வேம்பூரில் பெத்தாயி நிறத்திற்கு வேறு எந்த பெண்ணும் அழகில்லை என கருதினான். கயிறு திரித்து ஊருநாட்டுக்கு சென்று விற்பனை செய்வதுதான் மொச்சிக்காளையின் வேலை. பெத்தாயி தனியாக இருப்பாள். அதுவும் அழகானவளாய் இருக்கிறாள். அதனால்தான் அவளிடம் கோயில் முன்னால் நின்று கொண்டு சத்தியம் கேட்டான். பெத்தாயி தன்னை விட்டு வேறு யாருடனும் சென்று விடக்கூடாது. எனக்கு மட்டுமே அவள் சொந்தம் என பிடாரியிடம் வேண்டிக் கொண்டே இருந்தான்.

“எல்லாரையும் விட்டுட்டு உன் கூட வந்திருக்கேன். உன்னையத் தவிர எம்புட்டு மனசுல எந்தச் சிறுக்கி மையனுக்கும் இடம் இல்லைய்யா. அதனாலதான்ய்யா உன் கூட இம்புட்டு தூரம் வந்துருக்கேன். உங்க சாமி மேலயும் எங்க பட்டவன் மேலையும் சத்தியமய்யா” கையில் வைத்திருந்த மண்ணில் சத்தியம் செய்தவாறு அவனது கால்களை இறுகப் பிடித்துக் கதறி அழுதாள். அவளின் தோள்பட்டையை தொட்டுக் கொண்டே கீழே குனிந்து தரையில் சத்தியமும் செய்தான் “நானும் உன்னவிட்டு போகமாட்டேன் புள்ள. சாயந்தரமா சாயும் கதிரவனைப்போல் இருக்கும் ஓம்புட்டு அழகப்பாத்துதான் பயம் வந்துருச்சு” என்றான்.

“என் பெத்தாயிதான் எனக்கு உசுரு” அவளின் கண்ணீரைத் துடைத்து விட்டான். அவளும் அவனது கண்ணீரைத் துடைத்து விட்டாள். இவ்வளவு தூரம் கூட்டி வந்துவிட்டு கடைசியில் மொச்சிக்காளை இப்படி செய்வான் என்று அவள் எதிர்பார்க்கவே இல்லை.

“எங்க அத்தையோட பேரழகுல உங்க அண்ணன் மயங்கிட்டாரு. எங்க அத்தையை வேற எவனும் பாத்துரக் கூடாதுன்னு சத்தியம் வேற வாங்கி இருக்காரு. யம்மா உங்க அண்ணன எண்ணமோனு நெனச்சேன். பயங்கரமான ஆளா இருக்காரே...” சுருட்டையன் பேச்சைக்கேட்டு கலகலவென சிரித்தாள் நாரங்கி.

“ம்... அன்னயிலருந்து இன்னக்கி வரைக்கும் இந்த மனுசன என்னால சமாதானம் செய்ய முடியல. அவுகளும் வரப்போக இல்லாம போச்சு “ கண்கலங்கினாள் நாரங்கி.

“உங்க மாமா அத்தைய எக்குத்தப்புல எங்கையாவது பார்த்து பேசுறது. எங்க அண்ணனுக்கும் ஒரு ஆணும் பெண்ணும்தான். அதுகளும் ஓந்தோளுக்கு வளர்ந்திருப்பாங்க. மருமக பேரு சொக்காயினு சொன்னாக. மருமயன் பேர மறந்து தொலஞ்சுட்டேனே” நாரங்கி சொல்லி முடிப்பதற்குள் சுருட்டையன் கண்களுக்குள் சொக்காயி ஊஞ்சலாட ஆரம்பித்திருந்தாள்.

15

வானில் வெண்ணிலா வலம் வந்து கொண்டிருந்தது. விண்மீன்கள் ஆங்காங்கே ஆகாயத்தில் காவலுக்கு நின்றன. ஆக்காட்டி பறவைகள் என்றைக்கும் இல்லாத அளவுக்கு அதிகமாக கத்திக்கொண்டே பறந்தன. எப்போதும் போலவே வானத்தை நோட்டமிட்டவாறு தோளில் தப்பை மாட்டிக் கொண்டு காவலுக்கு கிளம்பினார் தீத்தான்.

டன் டன் டன் டன் டன்
டனக் டனக் டனக் டனக்
டண்டனக் டண்டனக் டண்டனக்

தப்பை அடித்துக் கொண்டு வயல்வெளியில் நடந்து போய்க்கொண்டு இருந்தார். தீத்தானின் வருகைக்காகவே வரப்பில் காத்திருந்த முரட்டு கட்டுவிரியன் பாம்பு அவரது வலது காலை கடித்து பசி போக்கிக் கொண்டது. வலியால் துடித்து வயல்வெளியில் கத்தினார். தப்பின் ஒலியால் தாலாட்டு பாடியதுபோல் படுத்து உறங்கிய ஊர் மக்களின் காதில் தீத்தான் கத்துவது கேட்கவே இல்லை.

இரவு நேரம் என்பதால் நஞ்சு முறிவு செடிகள் இருப்பதும் கண்ணுக்கு தெரியவில்லை. நஞ்சு தலைக்கு ஏறியது. கண்கள் இருட்டிக் கொண்டு இருந்தன. பற்கள் நரநரவென்று கடித்துக் கொண்டு இருந்தன. தைரியத்தை கைவிடாமல் தலையில் கட்டி

இருந்த துணியால் வலது முழங்காலுக்கு கீழ் இறுக கட்டினார். இடுப்பில் தொங்கிய முள் புடுங்கியால் பாம்பு கடித்த இடத்தை கீறினார். ஆடு அறுத்த இடம் போல் வரப்பு காட்சியளித்தது.

பற்களைக் கடித்துக்கொண்டே தப்பை விடாமல் அடித்துக் கொண்டு வீட்டுக்கு சென்று கொண்டிருந்தார் தீத்தான். எப்போதும் இல்லாத அளவுக்கு தப்பு சத்தம் கீழக்குடியிருப்பு நோக்கி வருவதை கேட்டு திடுக்கிட்டு எழுந்தாள் பாலாயி. அவசரமாக கதவைத் திறந்து வெளியே வந்தாள். பிரம்மை பிடித்தவனை போல் வாசலில் தப்பை அடித்துக் கொண்டே நின்றார் தீத்தான்.

“டேய்... அழகப்பா... சித்தப்பா என்னடா தப்படிச்சுக்கிட்டே வர்றாரு போல” சுருட்டையன் பேச்சுக்கு முக்கியத்துவம் தராதவனைப் போல, “சாப்புட... வந்துருக்கும்ண்ணே” தூக்க கலக்கத்தில் பேசினான் அழகப்பன்.

“என்னய்யா... ஆச்சு சொல்லுய்யா... என்னாச்சு. இப்படி தெகச்சிப் போயி ஒருநாளும் பாத்ததில்லையே” பதறினாள் பாலாயி. நடுக்கத்தோடு தப்பைக் கழட்டி திண்ணையில் உட்கார வைத்தாள். வலது குதிகாலில் கட்டு போடப்பட்டிருந்ததை கவனித்தாள். ரத்தம் வழிந்து கொண்டே இருந்தது. முழங்காலுக்கு மேல் கால் வீங்கியும் முகம் பெருத்தும் காணப்பட்டது. அரவம் தீண்டி இருக்கிறது என்பதை உணர்ந்தாள்

“பிச்சாயி... அக்கா... பிச்சாயி... அக்கா... ஏம்புட்டு ஆம்பளைய காப்பாத்து” உரக்க கத்தினாள் பாலாயி. அலறல் சத்தம் கேட்டு நாய்கள் வவ்வவ்வென என குரைத்தன. ராத்திரி நேரத்தில் கரிச்சான் குருவிகளும் களியஞ்சிட்டுக் குருவிகளும் படபடத்து பறந்தன. எல்லோரும் தீத்தான் குடிசைக்கு ஓடி வந்தனர்.

“என்ன ஏதுனு தெரியலயே. ஒத்தக்கொரலு வச்சு பாலாயி கத்துறாளே” அரக்கபரக்க ஓடி வந்தாள் பிச்சாயி. கைகளையும் கண்ணையும் தொட்டுப்பார்த்துவிட்டு கொல்லைப்பக்கமாய் ஓடினாள் பிச்சாயி.

“டேய்... எந்திரிடா... நான்தான் சொன்னேன்ல” அதட்டி எழுப்பினான் சுருட்டையன். பட்டவன் கோயிலில் படுத்திருந்த அழகப்பனும் சுருட்டையனும் அலறல் சத்தம் கேட்டு ஓடி வந்தனர். வீட்டில் படுத்திருந்த பம்பையனும் அலறல் சத்தம் கேட்டு வந்து சேர்ந்தான்.

எப்போதும் பச்சிலை பறிக்கும் இடத்திலிருந்து இரண்டு கைப்பிடி அளவுக்கு ஊசிஊசியாய் இருக்கும் அரவம் தீண்டா இலைகளை பறித்து வந்தாள். தலையை மடியில் வைத்து அப்பா... அப்பா... அப்பா... அப்பா... என்று கத்திக் கொண்டிருந்தான் அழகப்பன். தீத்தானின் கைகளும் தலையும் தொப்தொப்பென சாய்ந்தன. அரவம் தீண்டா இலைகளை கசக்கி வாயில் ஊற்றினாள் பிச்சாயி. சாறு உள்ளே இறங்காமல் வெளியே வந்தது. இலைகளை வாயிக்குள் திணித்தாள். எவ்வளவு முயற்சித்தும் திணிக்க முடியவில்லை. விளக்கை எடுத்துவந்து தீத்தான் முகத்துக்கு நேராக காண்பித்தாள் நாரங்கி. எல்லோரும் தீத்தானின் கண்களையே பார்த்துக்கொண்டு இருந்தார்கள். ராத்திரி நேரம் என்பதால் யாருக்கும் என்ன செய்வதென்றும் புரியவில்லை

பிச்சாயி கொடுக்கும் பச்சிலை மருந்துக்கு எப்பேர்பட்ட நஞ்சும் முறிந்து விடும். நாடி பிடித்துப் பார்த்தாள். பொசுக்கென்று இருந்தது. வயலில் இருந்து குடிசைக்கு வருவதற்குள் நஞ்சு முழங்காலுக்கு மேல் ஏறி தலையில் நிலைக்குத்தி இருந்தது. வேப்பெண்ணையை காதில் ஊற்றுவதுதான் கடைசி முயற்சியாக இருந்தது. வேப்பெண்ணையை காதில் ஊற்றும்போது பல நேரங்களில் நஞ்சு முறிந்து உயிர் பிழைப்பதற்கு வாய்ப்பிருக்கிறது. கட்டுவிரியன், கண்ணாடி விரியன், நல்லபாம்பு போன்றவற்றின் நஞ்சு மிகவும் கொடூரமானது. இவை கடித்ததும் தாமதிக்காமல் மருந்து கொடுத்தால்தான் உயிர் பிழைக்க முடியும்.

வேப்பெண்ணையை சங்கில் ஊற்றி இடது காதில் ஊற்றினாள் பிச்சாயி. எந்தவித அசைவும் ஏற்படாமல் உணர்வற்று கிடந்தார் தீத்தான். என்ன சொல்வதென்று தெரியாமல் நின்றாள் பிச்சாயி. எல்லோரும் பிச்சாயி முகத்தை உற்றுப் பார்த்தனர்.

“என்ன புள்ள ஆச்சு. எதையும் ஒளிச்சு வைக்காத” இடும்பனின் கண்ணீருக்கு பதில் சொல்ல வேண்டியிருந்தது. “தவிக்கவிட்டுப் போயிட்டாருங்க...” இடும்பனின் தோள்களைப் பிடித்துக்கொண்டு ஓவென கத்தினாள் பிச்சாயி.

“ஏங்...குடிய தவிக்க விட்டு போயிட்டியே. பட்டவனே... ஓங் கண்ணு அவிஞ்சா போச்சு...” தீத்தான் உடம்பை கட்டிப்பிடித்து கதறினாள் பாலாயி. தலையில் அடித்துக் கொண்டும் சுவரில்

சாய்ந்தும் கத்தினான் அழகப்பன். அலறல் கேட்டுப் பறவைகள் ஓரிடத்தில் தங்காமல் கத்திக் கொண்டே பறந்தன.

சாயந்தரம்தான் பானை தண்ணீரில் முகம் பார்த்தபடி விளக்கெண்ணையை மீசையில் தடவிக் கொண்டிருந்தான் அழகப்பன். "காலகாலத்துல மொரட்டு மீசையா வளரும்ய்யா. வெளக்கெண்ணெய் தடவுனா மட்டும் நாளைக்கே மொரட்டு மீசை மொளைக்கப் போகுதா. நீ பண்ணுற குறும்புத்தனத்தை பூராவும் ஏம்புட்டு பேரப்புள்ளைங்க கிட்ட சொல்லிச் சொல்லியே ரசிக்கனும்ய்யா. அவங்களையும் உன்ன சொமந்த மாறியே இந்த தோளில் சொமக்கணுமய்யா. உனக்கு வர்ற மகராசி எங்க பொறந்து வளர்ந்துகிட்டு இருக்கிறாளோ" என்று சொல்லிக் கொண்டே குடலை மட்டையை சரி செய்து கொண்டிருந்தார் தீத்தான்.

"நம்ம சனக்கட்டுலேயே ஓம்பட்டு மீசை தாம்பா அம்புட்டு அழகு. அந்தக் கட்ட மீசையை முறுக்கிவிட்டா போதும், எல்லா பயல்களும் துண்டக் காணோம் துணிய காணோம்னு ஓடிருவானுங்க. சின்னச்சாமிக்கு மட்டும்தான் ஓம்புட்டு மீசையப் பாத்து கோபம் பொத்துக்கிட்டு வருது. நானும் முறுக்கித்தான் விட போறேன். அப்பத் தெரியும் தீத்தான் மயன் யாருனு" மீசையை தடவிக் கொண்டான் அழகப்பன்.

"மீசையில என்னய்யா வீரம் இருக்கு. நம்ம செயலுலதான்யா நம்ம வீரமே இருக்கு. ஓங்க அப்பனோட நின்னு தப்படிக்கவும் வேலவெட்டி பாக்கவும் ஊருநாட்டுல ஒருபயலும் இன்னும் பொறக்கல. அப்புடித்தாய்யா பேரு எடுக்கனும். மீசைய முறுக்கிவிட்டா நம்மல தேடி எல்லாம் வந்துருமா. சின்னச்சாமி மாறி ஆளுகளுக்கு மீசைனா வீரம்னு நெனச்சுக்கிட்டு இருக்கானுக. ஏங்கூட நின்னு வயலுல நாலு வம்பட்டி போடச் சொல்லு. நாக்குத் தள்ளிப்போயிரும் அவனுக்கு. சரித்தான்...ஓங்கள வம்பாடுபட்டு வளத்துக்கிட்டு இருக்கும்போது வெறும்பயலுககிட்ட என்னத்த வெரச்சுக்கிட்டு திரியுறோம்னுதாய்யா பேசாம போயற்றோம். பேசாம போனாக்க நம்மல ஆப்பசோப்பையா நெனச்சுக்கிறானுக. சொடக்கு போடுற நேரத்துல நாலு வம்பட்டி மண்ண வெட்டி எறியிற என்னால எதுவும் பண்ண முடியாதா. போய்யா... அவனுகதான் ஆடுறானுகன்னா. நாமலும் ஆடி எந்தக் கோட்டையப் புடுச்சு யார ஆளப்போறோம். அடுத்தவன அடக்கி

ஆண்டு அவனோட ஒழமையில வாழுறதெல்லாம் ஒரு பொழப்பா... ச்சை...'' என்னைக்கும் இல்லாமல் தீத்தான் இப்படி பேசியது அழகப்பனுக்கு வியப்பை ஏற்படுத்தியது.

இருவரின் பேச்சையும் கேட்டுக்கொண்டே வரகு கஞ்சியை பானையில் கிண்டிக் கொண்டிருந்தாள் பாலாயி.

“ஊருநாடு சேதி தெரியாம அப்பனும் புள்ளையும் பேசிக்கிறத பாரு. ஏய்யா... பழைய கூழ ஊத்தி வச்சிருக்கேன். அதக் கலக்கி குடிச்சிட்டு வயக்காட்டு பக்கம் போய்யா...'' சொல்லிக்கொண்டே அடுப்பில் இருந்து பானையை இறக்கினாள் பாலாயி.

தட்டைப் பயறு குழம்புக்கும் பழைய கூழுக்கும் ஒருபுடி புடித்தார். ஆரக்கீரை, முருங்கைக்கீரை, பாலக்கீரை, சுண்ணாம்புக்கீரை கொவ்வாக்கீரைனு பல கீரைகளைப் போட்டு சுண்டிய கீரையும் இருந்தது. பலகீரை போட்டு சுண்டியிருந்தா பழசுக்கு நல்லா இருக்கும். பலகீரையோடு குறுஞ்சாக்கீரையை மட்டும் சேர்க்க மாட்டார்கள். ஏன்னா குறுஞ்சாக்கீரையோட கசப்பு எல்லா கீரையிலும் சாந்துரும். அதுனால குறுஞ்சாக்கீரைய மட்டும் தனியாத்தான் செய்யனும். தட்டைப்பயிறும் பலகீரையும் சுவையாக இருந்தது. குடித்துவிட்டு வாயைக் கழுவி கிளம்பினார் தீத்தான்.

“ஏய்யா... ராத்திரி நேரம் வீட்டுக்கு வர முன்னபின்ன ஆகும். பழைய கூழு கொஞ்சம்தானே இருந்துச்சு. அது போதுமா... கொஞ்சம் சூடா வரகு கஞ்சி போட்டுத் தர்றேன். வழிச்சு சாப்புட்டு போய்யா'' சொல்லிக்கொண்டே மீண்டும் கலயத்தை நீட்டினாள். தட்டைப் பயறு குழம்பையும் வரகு கஞ்சியையும் ஒன்றாக பிசைந்ததும் வாசனை ஆளையே தூக்கியது. நாக்கைச் சுழட்டிச்சுழட்டி சாப்பிட்டார். அவ்வப்போது மீசையில் எதுவும் படாமல் இருக்க அங்கிட்டும் இங்கிட்டுமாக விரல்களால் தடவிக்கொண்டார்.

திண்ணையில் சாய்ந்து வேடிக்கை பார்த்துக் கொண்டிருந்த அழகப்பன் எழுந்தான். தீத்தான் கழுத்தை கட்டிப் பிடித்து மாறிமாறி முத்தம் கொடுத்தான். “என்னய்யா... நா என்ன தூரந்தொலைவுக்கா போகப் போறேன். இந்தாருக்க வயக்காட்டுக்குப் போயி பாத்துட்டு வர்ற வழியில கம்மாய ஒரு எட்டு பாத்துட்டு வந்துறப் போறேன்.'' என்று சாயந்தரம் சொல்லிச் சென்றது அழகப்பன் மனசை வாட்டி எடுத்தது.

மாறிமாறி முத்தம் கொடுத்து அனுப்புனனே... இப்புடி மரமா சாஞ்சு போகத்தானா... தீத்தானைக் கட்டிப் பிடித்து கதறினான் அழகப்பன். நாரங்கி மகன் சுருட்டையனும் பிச்சாயி மகன் பம்பையனும் அழகப்பனை கைத்தாங்கலாய் தூக்கிக்கொண்டு தனியே வந்தார்கள்.

நான்கைந்து கட்டைகளைப் போட்டு இடும்பன் நெருப்பு உண்டாக்கினான். வாசல் முழுவதும் வெளிச்சம் பரவியது. “ ஒனக்கு முன்னாடி பொறந்தவன் நானெல்லாம் இருக்கும்போது அவசர அவசரமா போகணுமா. அந்தச் சாவக் கொண்டு போயி குழியில போட” என்று கறுச்சிக்கிட்டு இருந்தார் கூழையன்.

“தோள்ல சுமந்தியே... உன் புள்ளைய தோள்ல சுமந்தியே... உன்ன சுமந்து போகத்தான் ஊரெல்லாம் தூக்கி சுமந்தியா. பிச்சாயி அக்கா... நாரங்கி அக்கா... ஏம்புட்டு ஆம்பளைய பாருங்களே. எங்க குலசாமிய பாருங்களே...” பாலாயி கதறியது வயல் நாட்டையே கதி கலங்க வைத்தது.

“வாயில்லா பூச்சிடா நீயினு... கண்டவனாரு இருந்திருந்தா இந்நேரம் கதறி அழுதிருப்பாரு. தீத்தான் அடிச்ச தப்ப தன் தோள்ல போட்டுக்கிட்டு கண்ணீர் சிந்தியே அடிச்சிருப்பாரு” நெஞ்சம் கனத்தவராய் கட்டிலில் படுத்தவாறு வானத்தைப் பார்த்து பேசிக்கொண்டு இருந்தார் வாளனார்.

ராத்திரியில் பாலாயி கதறல் ஒலி மேலக்குடியிருப்பு வாசல் கதவுகளை அசைத்துப் பார்த்தது. இடும்பன்தான் தீத்தான் இறந்த சேதியை சொல்லிச் சென்றான்.

என்னங்க... தீத்தான்... பேச்சை இழுத்த பார்வதிக்கு “ம்” மட்டுமே பதிலாகக் கொடுத்தார் வாளனார்.

கதறல் ஒலியும் கண்ணீரின் ஈரமும் காற்றில் கலந்து ராத்திரி தூக்கத்தை எல்லோருக்கும் தடை செய்திருந்தது. மேலக்குடியிருப்பில் உள்ளவர்கள் தீத்தானைப் பற்றியே அசை போட்டுக் கொண்டிருந்தனர். வாளனாரின் முகம் ஒருநாளும் வாடிப்போய் பார்வதி பார்த்ததே இல்லை. வாளனார் ஏதேதோ புலம்பிக்கொண்டே இருந்தார். கட்டிலை விட்டு எழுந்து வெளியில் நடக்க ஆரம்பித்தார். வாளனாரின் கால்களில் நடுக்கம் உண்டானது. கண்களை மூடினால் தீத்தானும் பாலாயியும் வந்து போனார்கள். மனம் ஒருநிலைப்படுத்த முடியாமல்

திணறியது. வாளனாரின் நடவடிக்கையை கண்காணித்துக் கொண்டே இருந்தாள் பார்வதி. வாளனாருக்குள் தீத்தானை நினைத்து ஒருவித குற்ற உணர்வு மனக்குடைச்சலை ஏற்படுத்திக்கொண்டு இருந்தது.

மரணம்தான் மனிதனை பலவாறு சிந்திக்க வைக்கிறது. நேற்றுவரை நம்மோடு இருந்தவர்கள் இப்போது இல்லையென்றால் நமக்குள் ஒருவித நடுக்கம் உண்டாகிவிடுகிறது. மரணத்தை அருகில் பார்த்தவர்கள் தன்னிலையிலிருந்து மீண்டு வருவதற்குள் படாதபாடுபடவேண்டி இருக்கும். ஒருவனுக்குள் மரணம் பற்றிய பயம் வந்துவிட்டால் போதும், எந்தச் செயலிலும் ஈடுபடத் தோணாது. ஒருவரின் மரணத்தில்தான் அவரைப் பற்றிய நேர்மறையான சிந்தனைகள் வெளிப்படும். தீத்தான் எல்லா சூழ்நிலையிலும் மேலக்குடியிருப்புக்காரர்களுக்கு விசுவாசமாக இருந்து வந்துள்ளார்.

பெரிய கண்மாயை காவல் காப்பதும் கண்ணுக்கு எட்டிய தூரம் வரை உள்ள வயல்களை கண்காணிப்பதும் வெட்டியானின் வேலை. அதுமட்டுமல்ல மேலக்குடியிருப்புக்காரர்கள் யாரேனும் இறந்து போனால் அவர்களுடைய உறவினர்களுக்கு இழவு சொல்லிப் போவதும், சுடுகாட்டில் பிணத்தை எரிப்பதும் மிக முக்கியமான வேலையாக இருந்தது. இந்த வேலைகளை கீழக்குடியிருப்புக்காரர்கள்தான் செய்ய வேண்டும்.

ஏதாவது திருட்டு போய்விட்டாலும் தகவல் ஏதும் சொல்ல வேண்டுமானாலும் வெட்டியான் வைத்திருக்கும் தப்பை அடித்து தண்டோரா போட்டு தெரிவிக்க வேண்டும். அதில் ஏதேனும் தவறு ஏற்பட்டால் வெட்டியான் தலை தப்பாது. தீத்தான் தனக்கான பணிகளில் சரியாகவே இருந்தார். இருந்தும் ஒருநாள் அந்த நிகழ்வு நடந்துவிட்டது. அந்த நிகழ்வுதான் இப்போது வாளனாரின் மனதை வாட்டி எடுக்கிறது.

தீத்தான் குளிர்க்காய்ச்சலால் வீட்டிலேயே முடங்கிக் கிடந்தார். தனக்கு பதிலாக இரண்டு நாளைக்கு கூழையனை பெரியகண்மாயிக்கு இரவு காவலுக்கு போகச் சொல்லியிருந்தார். அவரும் நடுகரை பக்கம் செல்லாமல் தென்கரை பக்கமாக இருந்து தப்பை அவ்வப்போது அடித்து ஒலி எழுப்பிவிட்டு விடிந்ததும் வீட்டிற்கு வந்து விடுவார்.

இந்த நிலையில்தான் நடுகரையில் நன்கு பெருத்த மஞ்சனத்தி மரம் இரண்டை யாரோ வெட்டிக்கொண்டு சென்று விட்டனர்.

மறுநாள் காலையில் எல்லையில் இருக்கும் புளிய மரத்தடியில் ஊரே கூடியிருந்தது.

புளியமரத்தடியிலிருந்த தகட்டுக் கல்லில் வாளனார் உட்பட பலரும் அமர்ந்திருந்தனர். சிலர் துண்டை விரித்து தரையில் உட்கார்ந்திருந்தனர். பெண்கள் பலரும் நின்றுகொண்டு இருந்தனர். மேலக்குடியிருப்பு குழந்தைகள் அங்கே நடப்பது என்னவென்று தெரியாமல் சில்லு விளையாடிக் கொண்டிருந்தனர்.

"அந்தப் பக்கமா போயி வெளையாடுங்க... பெரியவங்கல்லாம் பேசிட்டு இருக்கம்ல..." அதட்டிக் கொண்டு இருந்தாள் செப்பியனார் மனைவி உடையம்மை.

குழந்தைகள் வலது கையை இடுப்பின் பின்பக்கமாக வால் போல் வைத்து இடுப்பை இரண்டு ஆட்டு ஆட்டிவிட்டு ஓட்டம் எடுத்தனர்.

கீழக்குடியிருப்புக்காரர்கள் ஒதுப்புறமாய் கைகளை கட்டியபடி நின்றுகொண்டு இருந்தனர்.

"வெட்டியான் எங்கடா போனான்..."

"அவனப் பாத்தே ரெண்டுநாளுக்கு மேல ஆச்சே..."

"அண்டி... பொழைக்கிற நாயி... ஒழுங்கா கண்மாயில படுத்து கெடந்துருந்தா... இப்புடி நடக்குமா..."

"இன்னக்கி மரத்தக் காணோம். நாளக்கி மாடு காணாமப் போகும்... இப்புடியே போய்க்கிட்டு இருந்தா... தொலைவுல இருக்க நம்ம சனக்கட்டு நாளப்பின்னே நம்மல எப்புடி மதிக்கும்..."

"இவெங்களுக்கு... நல்லநாள் பெரிய நாளுக்கு நெல்லு சோறு ஊத்துறோம்ல அந்த விராய்தான் இப்புடி பண்ணச் சொல்லுது..."

ஆளாளுக்கு இப்படி பேசிக்கொண்டே இருந்தார்கள் வாளனாரின் வகையறாக்கள். எல்லாவற்றையும் உள்வாங்கிக் கொண்டிருந்த வாளனார் இப்படி பேசினார்.

"அம்புட்டு நாயும் கைய கட்டிக்கிட்டு இங்க நிக்கிது... எங்கடா அந்த ஈனப்பய..." அவரது சொற்கள், உடல் வலிமையில் நன்கு தேறியவனின் வில்லிலிருந்து புறப்பட்ட அம்பை விட, வேகமாய் இருந்தது.

“சாமி… என்னய மன்னிச்சுருங்க…” ஓடி வந்து தன் மனைவியுடன் கூட்டத்தினர் முன்னால் விழுந்தார் தீத்தான். கால்களும் கைகளும் நடுங்கிப் போயிருந்தன. இருவரின் முகமும் உடலும் வியர்வையில் மூழ்கி தொப்புத்தொப்பென்று இருந்தது.

கூழையன் எதுவும் பேசாமல் கமுக்கூட்டில் துணியை வைத்தபடி நின்று கொண்டிருந்தார். நம்ம காவல் காக்கப் போனதை சொல்லிவிடுவானோ என்ற பயம் அவரை மிரட்டிக் கொண்டு இருந்தது. கைகளும் கால்களும் வெடவெடத்துப் போயிருந்தது கூழையனுக்கு.

“இப்புடி நடக்குமுனு யாருக்குத் தெரியும்… நம்ம ஒழுங்கா இருந்துருந்தா இப்புடி நடந்துருக்காதே…” தனக்குள் எண்ணிக் கொண்டார் கூழையன். வேலியில் திரியும் கரட்டாணின் உதடுகளைப்போல் சத்தமில்லாமல் அவரது உதடுகள் பயத்தில் ஆடிக் கொண்டிருந்தன.

“ஏன்டா… நாதியத்துப் பொறந்த ஈனப்பயலே… நீ ஒழுங்கா இருந்துருந்தா இப்புடி நடந்துருக்குமாடா… எங்கடா… ஊர் மேயப் போயிருந்த…” வாளனார் குரல் வானத்துக்கே கேட்கும்படியாக இருந்தது. வாளனாரின் மகன் காராளவேந்தனும் கூடவே இருந்தான். அவன் ஒன்பது வயது சிறுவனாக இருந்தான்.

“சாமி… ரெண்டு மூனு நாளாவே குளுரு சொரமுங்க… எங்கிட்டும் போக முடியலங்க… அதனால தெக்கிப் பக்கமாவே தப்படிச்சுப்புட்டு விடிஞ்சதும் வீட்டுக்குப் போயிட்டேனுங்க…” சொல்லும்போதே தீத்தானின் கண்களில் காட்டாறு வெள்ளமென கண்ணீர் பெருக்கெடுத்தது. முட்டி போட்டவாறு கதறினார். தொண்டைக் கட்டிப்போய் இருந்ததால் அவரது சத்தம் பலரது காதுகளுக்கு எட்டவில்லை. ஆனால் கண்ணீர் மண்ணை நனைத்துக் கொண்டிருந்தது.

புளியமரத்தின் உச்சியில் உட்கார்ந்து கீழே நடப்பதை வேடிக்கை பார்த்துக் கொண்டிருந்த காக்கைகளும் குருவிகளும் தனது சிறகுகளை வேகமாய் அடித்துக்கொண்டு அலறியபடியே பறந்தன.

“ப்ச்… ப்ச்… ப்ச்…” என குருவிகளும் “க்கா… க்கா… க்கா…” என காக்கைகளும் கத்திக்கொண்டு மேல பறப்பதைச் சிலர் ஆச்சரியமாக

பார்த்துக் கொண்டிருந்தனர். காக்கை ஒன்று இறந்து கிடந்தால் அதைத் தூக்குவதற்கு இப்படித்தான் கூடி பறந்து கொண்டே ஓலமிட்டு அதைத் தூக்கிக் கொண்டு செல்லும்படியாக இருந்தது... புளிய மரத்தில் இருந்த கருத்த நிற கெவுளி இடைவிடாமல் 'இச்' கொட்டி கத்திக் கொண்டிருந்தது.

"இந்தக் கெவுளிய என்னப் பண்றேம் பாரு..." கத்திக்கொண்டே கட்டையைத் தூக்கிக்கொண்டு ஓடினார் வெள்ளையனார். அடிவாங்கி சாக விரும்பாத கெவுளி ஓடிவரும் கட்டையைப் பார்த்ததும் அமைதியானது. "பொண்டாட்டிக்கிட்ட படுக்க வைக்க, சமஞ்சா பாக்கு வைக்க, சகுணம் பாக்கும்போது கத்தாத கெவுளி இப்ப பல்ல இளிச்சிக்கிட்டு பசக்பசக்னு கத்தி இருக்குறவன் உசுற எடுக்குது" சொல்லிக்கொண்டே கட்டையை கீழே போட்ட வெள்ளையனாரைப் பார்த்து "எந்த ஊரு மாரியாத்தா இங்க வந்து மலை ஏறாத்தான கதையால கெவுளிக்கிட்ட ஓங்கோவத்த காட்டுற" சொல்லிச் சிரித்தார் குமரேசன்.

"அட... செத்த பேசாம இருங்கப்பா" அதட்டினார் வாளனார். ஒட்டுமொத்த கூட்டமும் அமைதியானது.

"புதுப் பொண்டாட்டி வரவும்... அவ கூட தெக்கி கரயில கூத்து அடிச்சு கும்மாளம் போட்டுட்டு குளுரு சொரமுனு கத சொல்றீயளோ... இப்புடியே விட்டோம்னா இந்த ஈனப்பய கூட்டத்துக்கு பயம் விட்டுப் போயிரும்ல... புளியமாறாலா நாலுசாத்து சாத்துனாதான் அடங்குவானுக... சின்னச்சாமி எடுத்துவாய்யா அந்தப் புளியமாற... வளரும் புள்ள ஒன்னமாறி ஆளுக சாத்துனாதான் அவனுகளுக்கு புத்தி வரும்..." வாளனார் கடுகடுத்துப் பேசியபோது தீத்தானும் பாலாயியும் தரையில் விழுந்து மன்றாடினர்.

இருபத்தைந்து வயது சின்னச்சாமி வாங்கரிவாளால் புளியமாறு ஒன்றை வெட்டிக் கொண்டு வந்தான்.

"என்னய்யா பாக்குற... அவனும் ஓஞ்சோட்டி ஆளுதான். பாவம் புண்ணியம் பாத்தோம் நம்மல ஏறி மிதிச்சுட்டு போயிருவானுக. ஏன்னா நாய கல்லாலதான் அடிக்கனும்; நகத்த கத்தியாலதான் வெட்டனும்..." தனது மீசையை தடவிக் கொண்டார் வாளனார்.

"அவந்தான்... குளுரு சொரத்தோடயும் வெட்டும வேல

பாத்துருக்கான். அதசறுக்கா வச்சு எவனோ வேலய காட்டிருக்கான். உள்ளவன் இல்லாம இன்னொருத்தன் வெட்டிக்கிட்டு போவானா. நம்ம சனக்கட்டுல உள்ள எவனோ ஒரு களவாணிப் பயதான் வெட்டிருக்கனும். அவன கண்டுபுடிச்சு தூக்கிப் போட்டு நாலுமிதி மிதிக்காம, நம்மளுக்காக ஒழச்சு தேஞ்சு போனாலும் கடசி வரக்கிம் விசுவாசியா இருக்க இவனுகள வதக்கிறது என்ன நாயம்ங்கிறேன். நம்ம பாட்டய்ங்க மேகாட்டுப் பக்கமிருந்து பொழப்புத் தேடி வந்தவங்கதான். ஏதோ கலசநாட்டு மன்னருகிட்ட அண்டுனதால இந்த மண்ண பாத்துக்கங்கனு சொன்னாரு. ஏதோ ஒங்க குடும்பத்துக்கிட்ட பொறுப்பக் கொடுத்ததும் வயல்நாட்டுக்கு பெரியதனம் ஆகிட்டீங்க. அவ்ளோதான்... இந்தக் காணி காச்சிக்கி மன்னரும் கிடையாது மந்திரிமாரும் கிடையாது. எல்லாம் கலசநாட்டு மன்னருக்கு கட்டுப்பட்டது.” எழுபது வயது கண்டவனார் எல்லோருக்கும் கேட்கும்படியாக உரக்கப் பேசினார்.

செம்பியனாருக்கு கரை உடைத்துக்கொண்டு போகும் வெள்ளமென கோபம் பீறிட்டுக் கிளம்பியது.

“பெரியப்பாங்கிறதால... சும்மா இருக்கேன்... இல்ல... உசுரேப் போச்சு இதுல மசுரு என்ன வேண்டிக்கெடக்குனு... இங்க ஒரு தல உருண்டுருக்கும். நம்ம சனக்கட்டப் பாத்து எப்புடி களவாணினு சொன்னே... அன்னக்கி பாட்டன்பூட்டன் எங்கிருந்தோ வந்தானுகங்கிறதுக்காக இப்ப சொல்லிக்காட்ட சொன்னுச்சோ. வயசாக வயசாக ஓம்புட்டு சொல்லுல சுத்தம் இல்லாம இருக்கு. அப்புடியே... வர்ற ஆத்தரத்துக்கு...” தனது மீசையைத் தடவிக் கொண்டான். முகம் வேர்த்துப் போயிருந்தது.

“செப்பியனாரே விடுப்பா... அந்தக் கெழடு இன்னும் நாலு அம்மாசிக்கி தாக்குப் புடிக்குமா... செத்தா நாமதான் தூக்கிப் போடணும். சின்னச்சாமி நீ ஆரம்பிய்யா...” வாளனார் சொன்னதுதான் தாமதம். மதம் கொண்ட யானையைப் போல் உருமியபடி புளியமாறால் தீத்தானின் முதுகு, கை கால் என அனைத்து பகுதிகளிலும் ரத்த ஆறையே ஓட விட்டான் சின்னச்சாமி.

கீழக்குடியிருப்புக்காரர்கள் வாயில் துணியை வைத்தபடி தலை குனிந்து நின்றனர். அனைவரது கண்களும் கண்ணீரை சொறிந்துகொண்டு இருந்தன. பாலாயி தலைவிரி கோலமாய் தீத்தானை கட்டிப்பிடித்து

கதறினாள். தீத்தானைத் தீண்டிய புளியமாறு அவளின் உடலையும் தீண்டாமலில்லை.

“நம்ம சனத்துல கூட இப்புடி ஒரு பொம்பள கெடையாதுடா. நல்லா திமுக்கு திமுக்குனு இருக்கா... இவள விட்டுட்டு எப்புடித்தான் அவனும் கொளத்துப்பக்கம் வருவான். இந்தா... கூழயன் கூட வாட்டசாட்டமாதானே இருக்கான்... அவன்கூட...” குமரேசன் சொன்னபோது கூழையன் கண்கள் கண்ணீரை ஓடவிட்டுக் கொண்டு இருந்தது. அவன் அடித்த அடியில் அவள் சேலை ஆங்காங்கே கிழிசல் விட்டிருந்தது. அந்தக் கிழிசலை நனைத்துக்கொண்டு ரத்தம் கசிந்தது. தீத்தானின் முதுகு, கை கால்கள் ரத்தக் கோடுகளாய் இருந்தது.

கண்டவனாரின் கண்கள் கலங்கின. தீத்தானை தூக்கி தலையில் தடவிக்கொடுத்து விட்டு எதுவும் பேசாமல் தலை குனிந்தபடியே சென்றார். துண்டை உதறி தோளில் போட்டுக் கொண்டு கண்களை உருட்டி மிரட்டியபடி வாளனார் சென்றது இப்போது நினைவுக்கு வர, செய்வதறியாது தவித்தார் கண்டவனார்.

பாலாயி தனது அம்மா இறந்தபோது பத்துப் பதினைந்து நாள் பச்சைத் தண்ணியை மட்டுமே குடித்துக்கொண்டு அழுது புலம்பி குடிசைக்குள்ளேயே கிடந்தாள். தீத்தனால் ஆறுதல் மட்டுமே சொல்ல முடிந்தது. அவளின் அம்மா நினைவால் அழுகையை நிறுத்த முடியவில்லை. இப்போது மீண்டும் மிகப்பெரிய துயரத்தை பாலாயி சந்திக்கிறாள். தலையை விரித்துக்கொண்டு தீத்தான் காலடியில் பித்துப் பிடித்தவள் போல் இருந்தாள் பாலாயி.

அழகப்பனின் முகம் அழுது அழுது வீங்கி இருந்தது. சுருட்டையனும் பம்பையனும் அழகப்பனுக்கு ஆறுதல் சொல்லிக் கொண்டு இருந்தார்கள். ராத்திரி என்றும் பார்க்காமல் வந்து சேர்ந்த நொண்டிக்கருப்பையாவின் கால்களைப் பிடித்துக் கொண்டு அலறினாள் பாலாயி. அவளிடமிருந்து அலறலும் கண்ணீரும் மட்டுமே வந்தது. பேசுவதற்கு உதடுகள் ஒத்துழைப்பு கொடுக்கவில்லை. உதடுகள் கொன்னிப்போய் சொற்களைப் பிரசவிக்க மறுத்தன. துணியால் பாலாயி முகத்தைத் துடைத்துவிட்டுக் கொண்டிருந்தாள் நாரங்கி.

பாலாயியின் பிடியிலிருந்து விலகி அழகப்பனைக் கட்டிப்பிடித்தான்

நொண்டிக்கருப்பையா. இருவருக்கும் கண்ணீர் பொதப்பொதவென கொட்டியது.

வெள்ளி முளைத்து வீதியை வெளிச்சமாக்கிக் கொண்டிருந்தபோது செம்பியனார் வீட்டுச் சேவல் உரத்த குரலெடுத்து கூவியது. ஆங்காங்கே இருந்த சேவல்களும் கூவத் தொடங்கின.

ராத்திரி முழுவதும் கத்தித் திரிந்த கரிச்சான் குருவிகள் கிரிச்... கிரிச்...கிரிச்...என சத்தமிட்டபடி அதிகாலையிலும் குரலெழுப்பி மரத்துக்குமரம் பறந்து கொண்டு இருந்தன.

ம்க்...ம்க்க்...ம்க்க்... செம்போத்து பறவையும் தன்பங்குக்கு கத்தியது. சேவல்கள் தனது இறக்கைகளை பறக்கவிட்டு தன் முதுகில் அடித்துக் கொண்டு கூவின. ஒன்றிரண்டு காக்கைகள் சத்தமில்லாமல் பறந்து வந்து வீட்டுக் கூரைகளில் அமர்ந்தன. மனிதர்களுக்கு ஏற்படும் இன்பமும் துன்பமும் காக்கைகள் முன்னரே தெரிந்து வைத்திருக்கும். கூரையில் மணிக்காக்கை கத்தினால் விருந்தாளியோ அல்லது ஏதோவொரு வகையில் நல்ல செய்தி வரும் என்பதும், அண்டங்காக்கை கத்தினால் துக்கச் செய்திதான் வரும் என்பது காலங்காலமாக நம்பப்பட்டு வருகிறது. மணிக்காக்கை என்பது, கழுத்தில் வெள்ளைக் கோடு போடப்பட்டிருக்கும். உடல் முழுவதும் கருப்பாக இருப்பது அண்டங்காக்கை. நேத்து காலையில இப்புடி நடக்குமுனு ஒரு காக்கைகூட கறுவலயே. எல்லா காக்கையும் சத்தமில்லாம உக்காந்துருக்குக. இப்புடி நடக்குமுனுதான் ஒரு காக்கையும் கத்தலயோ. ச்சூ... ச்சூ... என கூரையிலிருந்த காக்கைகளை விரட்டினாள் பூச்சியப்பன் மனைவி மூக்காயி.

நாக்கனத்தான் குருவிகள் தெருவில் கீழே கிடந்த குப்பைகளைக் கிண்டி புழு பூச்சிகளைத் தேடிக்கொண்டு இருந்தன.

என்றைக்கும் இல்லாமல் வெள்ளி சற்று பெரிதாகவே வானத்தில் முளைத்திருந்தது. நோவு நோக்காடு வந்து எடுத்தோம், பாத்தோம்னு இல்லாம இப்புடி பொசுக்குனுதான் இந்த ஆம்பளயோட உசுரு போகனுமா... ஒத்தப் பயல வச்சுருக்கோம். அவனுக்கு ஒரு மால எடுத்து போட்டு பேரப்புள்ளைகள பாக்க கொடுத்து வைக்காம இப்புடியா நடக்கனும்... அந்தச் செவனுக்கு ஈரமில்லையே... பட்டவனும் எங்கள பாதுகாக்கலயே... புலம்பினாள் பாலாயி. வானம் வெளிவாங்கத் தொடங்கியிருந்தது.

கீழக்குடியிருப்பில் நல்லது கெட்டது எது நடந்தாலும் எட்டிப் பார்க்காத வாளனார் மனைவியுடன் மகன் காராளவேந்தனையும் அழைத்து வந்திருந்தார். வாளனாரின் கண்கள் சிவந்து இருந்தன. இரவு முழுவதும் தூங்காமல் இருந்ததால் பார்வதியின் கண்களும் சிவந்தே இருந்தன.

ஏதோ ஒரு புதிய தீவுக்குள் நுழைந்து இருப்பதாக சுற்றுமுற்றும் பார்த்துக் கொண்டிருந்தான் காராளவேந்தன். வாளனாரைப் போலவே முறுக்கு மீசை வைத்திருந்தான். காராளவேந்தனுக்கு கல்யாணமாகி ஒரு பெண் குழந்தையும் இருக்கிறது.

கீழக்குடியிருப்பு பக்கமே எட்டிப் பாக்காத அய்யாவையும் ஆத்தாவையும் தீத்தானோட சாவுதான் வர வச்சிருக்குது. அங்கிருந்தவர்கள் பேசிக்கொண்டனர். உட்காருவதற்கு நார்க்கட்டிலை எடுத்துவந்து வெளியில் வைத்தனர். மூவரும் உட்காராமல் நின்று கொண்டே இருந்தனர். யாரும் அருகில் வரவும் இல்லை. முன்னப்பின்ன அருகில் நின்றிருந்தால் பயமில்லை. எதிர்பார்க்காத வருகை என்பதால் பலரும் அழுவதை நிறுத்திவிட்டு அவர்களின் முகத்தையே பார்த்துக் கொண்டிருந்தனர்.

அமைதியாக நின்று கொண்டிருந்த வாளனார் வாயைத் திறந்து என்ன சொல்லப் போகிறார் என்று அங்கிருந்தவர்கள் எண்ணிக் கொண்டு இருந்தனர். பார்வதியைப் பார்த்துக் கண் அசைத்தார். கக்கத்தில் வைத்திருந்த கடகாப்பொட்டியைக் கீழே வைத்தாள். கடகாப்பொட்டிக்குள் நெல், மூன்று இளநீர், சேலையும் வேட்டியும் இருந்தது. முந்தானையால் வாயை மூடிக்கொண்டாள் பார்வதி. அவளையும் மீறி அழுகை வந்தது. கட்டுப்படுத்தாமல் மனம் விட்டு அழுதாள்.

“என்னங்க... உங்களுக்குத் தெரியாத ஒன்னு சொல்லப்போறேன்”னு கண்கலங்கிய பார்வதியை ‘என்ன என்பது போல் புருவத்தை உயர்த்தினார்’ வாளனார். “கொழந்தையா இருந்தப்போ சொகமில்லாமலேயே கிடந்த நம்ம பய மத்தப்புள்ளைக மாறி முண்டமாட்டானோனு நாம தவிச்சுக் கிடந்தப்போ தீத்தான்தாங்க புள்ளய காப்பாத்திக் கொடுத்தான்” சொல்லி ஓவென கதறினாள் பார்வதி. கேட்டுக்கொண்டிருந்த காராளவேந்தனுக்கு உடம்பெல்லாம் புல்லரித்தது. உடலைச் சிலுப்பி ஒருநிலைப்படுத்திக் கொண்டவனுக்கு தீத்தானைத் தொட்டுப் பார்க்கணும் போலிருந்தது.

காராளவேந்தன் சின்னவனாக இருந்தபோது ராத்திரியில் தீத்தான் அடிக்கும் தப்புச் சத்தம் கேட்டுத்தான் தூங்குவான். குழந்தையாக இருக்கும்போது சுறுசுறுப்பு இல்லாமல் இருந்த காராளவேந்தனை எண்ணி வருத்தப்பட்டாள் பார்வதி. அப்போதுதான் ராத்திரியில் தீத்தானின் தப்பு சத்தம் கேட்டு தூங்குவது நினைவுக்கு வந்தது. அதனால் பகல்நேரங்களில் தீத்தானை வரச்சொல்லி தப்பு அடிக்கச் சொல்லுவாள். தப்படிச்சத்தம் கேட்டதும் காராளவேந்தன் துள்ளி எழ ஆரம்பித்தான். தீத்தானின் தப்புக்கு ஏதோ மகிமை இருப்பதாக நம்பினாள் பார்வதி. சொணங்கிக்கிடந்தவனை எழ வைத்ததால் தீத்தான் மீது எப்போதும் பாசமாக இருந்தாள் பார்வதி.

திண்ணையில் மல்லாக்க படுக்க வைத்திருந்த தீத்தானைத் தொட்டுப் பார்த்தான் காராளவேந்தன். என்ன நிகழப்போகிறதோ என்று தெரியாமல் எல்லோரும் திகைத்து நின்றனர். சிறிது நேரம் அதே இடத்தில் நின்று கண்கலங்கினான். ஏறிட்டு அழகப்பனைப் பார்த்தான். கண்கள் சொருகி மயங்கிய நிலையில் நொண்டிக்கருப்பையா தோளில் சாய்ந்து இருந்தான் அழகப்பன். ராத்திரி முழுவதும் தூக்கமில்லாததால் நொண்டிக்கருப்பையாவும் கிரக்கத்துடன் இருந்தான். தனது சோர்வை வெளிக்காட்டாமல் அழகப்பனைத் தோளில் தட்டிக்கொடுத்து ஆறுதல் சொல்லிக்கொண்டு இருந்தான்.

யார் எந்த வேலை சொன்னாலும் தட்டாமல் கேட்பதால் தீத்தானை எல்லோருக்கும் பிடித்திருந்தது. வயல் நாட்டின் கட்டுப்பாடுகளுக்கு ஏற்ப தன்னை முழுவதுமாக மாற்றிக் கொண்டிருந்தார். ராத்திரியும் பகலும் அவருக்கு ஒன்றாகவே இருந்தது. ஒரு சிலரைத்தவிர யாரும் வெட்டியான் என்று கூப்பிடுவதே இல்லை. தீத்தான் வந்துட்டானா, தீத்தானக் கூப்பிடுங்கப்பா என்று பெயர் சொல்லித்தான் அழைத்தார்கள். குழந்தைகள் முதல் பெரியவர்கள் வரை கீழக்குடியிருப்புக்காரர்களை பெயர் சொல்லித்தான் அழைத்தார்கள்.

“சாவ யாருனால தள்ளிப் போட முடியும். வரவேண்டிய ஆளுக எல்லாரும் வந்துட்டாங்களா. ஆக வேண்டியத பாருங்கடா. தோப்புல போயி தென்னை மட்டையும் மூங்கிலும் வெட்டிக்கங்கடா. வேற ஏதாச்சும் வேணும்னா ஒரு எட்டு யாராச்சும் வந்துட்டு போங்க” வாளனார் சொன்னபோது கூழையனும் மற்றவர்களும் குனிந்தபடி தலையை மட்டுமே ஆட்டினர்.

வாளனார் வந்து போனதிலிருந்து பலரும் துயரத்தை மறந்து வாளனாரை பற்றியே பேசிக் கொண்டிருந்தனர். கூழையனிடம் நாரங்கி கேட்டே விட்டாள் "அய்யாதான் வந்துட்டு போறாங்களா இல்ல சொப்பனம் ஏதும் கண்டோமா."

"மழையிலும் கடும் குளிரிலும் அஞ்சாமல் வயல்வெளியெங்கும் சுற்றித் திரிந்தவர். மழைக்காலங்களில் பெரிய கண்மாய் உடைப்பு ஏற்படாமல் கரையில் இரவு முழுவதும் சுற்றிக்கொண்டே இருப்பார். பெரியகண்மாயில் எழும் அலைகள் தீத்தான் அடிக்கும் தப்பு இசைக்கு கட்டுப்பட்டு உறங்கிக் கிடக்கும். சிலநேரங்களில் எழும் அலைகளைப் பார்த்து "என்ன... தீத்தான் அசந்துட்டான்னு நினைக்கிறீகளோ. ஒரு போடு போட்டேன் அம்புட்டுத்தான். துள்ளிக் குதிச்சா கரையப் பாக்க வர்றீக. பேசாம தூங்குங்க" சொல்லிக்கொண்டே தப்பை அடிக்கும்போது மரத்தில் இருக்கும் பறவைகள் கீச்சிடும். என்ன நீங்களும் தூங்காம வெளையாட்டுக் காட்றீங்களா என்று தப்பினை ஓங்கி அடிப்பார். இரவென்றும் பாராமல் அவை சிறகடித்துப் பறந்து வேறொரு மரத்தில் உட்காரும் போது அந்தப் பயம் இருக்கட்டும் என்று சொல்லி கக்கக்கவென சிரித்துக்கொள்வார்.

ஊருநாட்டுக்காக ஓடிஓடி உழைத்த கால்கள் ஓய்ந்து கிடக்கிறது. பாலாயியும் அழகப்பனும் ஓயாமல் அழுதுகொண்டே இருந்தனர். வயல்வெளிகளுக்கும் பறவைகளுக்கும் பெரிய கண்மாய்க்கும் தீத்தானின் மரணம் தெரியாமலா இருக்கும்.

16

வேம்பூரில் உருவாகும் வெள்ளாற்றைப் பார்க்க வேண்டும் என்று அழகப்பன் நீண்ட காலமாகவே ஆசைப்பட்டிருந்தான். வெள்ளாறு உருவாகும் இடத்தைப் பற்றி தீத்தான் சொன்னது அவ்வப்போது அவனது நினைவில் வந்து போனது.

பங்குனி மாதமாக இருந்ததால் வெயிலுக்கே வெக்கையாக இருந்தது. ஆடைகளை அவிழ்த்து எறிந்த மனிதனைப்போல் இலைகளை உதிர்த்துவிட்டு அம்மனமாய் நின்றன மரங்கள். விசிறியை எடுத்து வீசிவிட்டால் தேவலாம் என்பதாக மரங்களுக்கும் வேர்த்துப்போய் இருந்தது. பனை மரங்கள் மட்டும் வழக்கம்போல் பச்சைப்பசேல் என்று இருந்தன. ஆண்பனைகளில் பாலைகள் கவட்டையை விரித்துக்கொண்டு தொங்கின. பெண்பனைகளில் நொங்குகள் குலைகுலையாகத் தொங்கின. வெயில் மழை என எதற்கும் அஞ்சாமல் நிற்கக்கூடியது பனைமரம் மட்டும்தான். பனைமரம் மட்டுமே தனது கூந்தலை விரித்து காற்றைத் தழுவியது.

தீத்தான் இறந்ததிலிருந்து வேறெங்கும் போகாமல் கீழக் குடியிருப்புக்குள்ளேயே முடங்கிக்கிடந்தாள் பாலாயி. அழகப்பனும் முன்புபோல் இல்லாமல் சோர்வுடனே காணப்பட்டான். நொண்டிக்கருப்பையாவும் ராத்திரி நேரத்தில் அழகப்பனுடன்தான் தூங்க ஆரம்பித்தான். கூழையனும் பூச்சியப்பனும் தீத்தானுக்காக மாறிமாறி காவல் காத்தனர். தீத்தானின் ஏக்கத்திலிருந்து

மீளமுடியாமல் உடல்மெலிந்து விடுவானோ என அச்சப்பட்டான் நொண்டிக்கருப்பையா.

மனமாற்றத்தை உருவாக்க வேண்டுமென்றால் கல்யாணம் பண்ணனும்... இல்லையெனில் வயல்நாட்டைவிட்டு வெளியே செல்ல வேண்டும். இப்போதுள்ள நிலையில் கல்யாணம் பண்ணுவது சாத்தியமில்லை. சிலநாட்கள் வயல்நாட்டைவிட்டு வெளியே செல்வதே சரி எனத் தோன்றியது. ஆனால் எங்கே செல்வது என்றுதான் தெரியவில்லை. வெளியில் செல்வதென்றால் தன்னால் நீண்ட நேரம் நடக்க முடியாது என்பதையும் உணர்ந்தான். தன்னுடைய எண்ணத்தைச் சொல்ல நாரங்கி அம்மாதான் சரியான ஆள் என்று முடிவு செய்தான் நொண்டிக்கருப்பையா.

தனது எண்ணத்தை நாரங்கியிடம் சொன்னபோது வாரி முத்தம் கொடுத்தாள். அவளும் அதைத்தான் நினைத்திருந்தாள். அழகப்பனை அழைத்துக்கொண்டு வேம்பூருக்கு செல்வதாக முடிவு செய்திருந்தாள். எத்தனை நாளைக்குத்தான் மொச்சிக்காளை மீது கூழையன் கோபமாக இருக்க முடியும். இப்போதெல்லாம் வேம்பூர் பற்றிப் பேசினால் எதுவும் சொல்வதில்லை.

“அம்மாவும் மகனும் முடிவு பண்ணிட்டீங்க. எதுக்கு நான் குறுக்கே நின்னுக்கிட்டு. நானும் உங்களோடவே சேந்துற வேண்டியதுதானே” என்று சொல்லிவிட்டார். அழகப்பன் இல்லாமல் நொண்டிக் கருப்பையாவால் தனியே இருக்க முடியுமா என நாரங்கி வருத்தப்பட்டாள்.

சுருட்டையனையும் அழகப்பனையும் அழைத்துக் கொண்டு வேம்பூர் செல்லத் தயாரானாள் நாரங்கி. பாலாயியை தனியே விட்டுவிட்டு வருவதற்கு அழகப்பன் மனம் இடம் தரவில்லை. வேம்பூரில் பங்குனி மாசம் தொடங்கும் பிடாரி கோயில் திருவிழா வெகு விமரிசையாக இருக்கும். திருவிழா முடிந்ததும் வந்து விடலாம் என்று பாலாயியை எவ்வளவோ கெஞ்சினாள் நாரங்கி. புருசன் நெனப்ப விட்டுட்டு ஊர்நாட்ட சுத்துறதுக்கு மனசு இடங்கொடுக்காமல் அல்லாடினாள். “அந்த மனுசன் போனப்பவே ஏம்புட்டு உசுர மடிச்சுருப்பேன். பச்சப்புள்ள தவிச்சுப்போயிருவானேனுதான் உசுர கையில புடிச்சுக்கிட்டு இருக்கேன்” பாலாயி சொன்னதைக் கேட்டு அதிர்ந்து போனாள் நாரங்கி.

"ம்...ம்... இப்புடியே விட்டுட்டுப்போனா ஒன்னுகெடக்க ஒன்னு பண்ணிக்கிவா. தனியா விட்டா சரிப்பட்டு வரமாட்டா" என முடிவு செய்தாள் நாரங்கி.

நீண்ட நெடிய போராட்டத்திற்குப் பிறகு வருவதற்கு ஒத்துக் கொண்டாள் பாலாயி. குளிர் போக்கிய விடியற்காலையில் வேம்பூர் நோக்கி நடந்து சென்றார்கள். சிறிது தூரம் நடந்தே வந்தான் நொண்டிக்கருப்பையா. அழகப்பனால் அவனைத் தனியே விட்டுவிட்டு வரமுடியாமல் குழந்தையைப் போல் தேமினான். ஒருவழியாக மனசைத் தேத்திக்கொண்டு கிளம்பிய அழகப்பனை தலை மறையும் வரை நின்று பார்த்துக்கொண்டே இருந்தான் நொண்டிக்கருப்பையா.

தன் கணவன் கூழையனை மட்டும் தனியாக விட்டுவிட்டு வருகின்றோமே என்ற ஏக்கம் நாரங்கியிடம் அதிகமாகவே இருந்தது. "புருசனை இழந்தவ... மறக்கமுடியாம தவியா தவிக்கிறா... ஒரே எடத்துல இருந்தா பித்து புடிச்ச மாறி இருக்கும்னுதானே கூட்டி போறோம். அது கூடவா அந்த ஆம்பளைக்கு தெரியாது" ஆறுதல் படுத்திக் கொண்டாள் நாரங்கி.

"வர்ற அம்மாசி போயி அடுத்த அம்மாசி பத்துநாளு இருக்க எல்லாரும்மா வந்துருவோம்ய்யா. பெரியதனம் வீட்டுல ஒரு எட்டு சொல்லிப்புட்டு எட்டாம் திருவிழாவுக்கு வந்து சேந்துரு. பெரிய தனம் வீட்டுப் பக்கம் போய் கூழ் தண்ணிய குடிச்சுக்க. பிச்சாயி அக்கா இல்லனா..." மூக்காயி கிட்ட சொன்னா கூட தண்ணி தழய எடுத்துத் தந்துரும். கணவனிடம் சொல்லி வந்ததை நாரங்கி நினைத்துப் பார்த்துக் கொண்டாள்.

நான்கு பேரும் பெரியவர்கள் என்பதால் பேசிக்கொண்டே நடந்தார்கள். நான்கு பேரின் தோள்களிலும் வரகு ரொட்டியும் கேப்பை ரொட்டியும் துணியில் கட்டித் தொங்கியது. நடைக்கு ஏற்றாற் போல் அவை அசைந்து ஆடின. வரகை மூட்டையில் கட்டிச் சுமந்து வந்தாள் நாரங்கி. கழுத்து வலிக்கும்போது சுமையை பாலாயி தூக்கிக் கொண்டாள். மூட்டையை இருவரும் மாற்றி மாற்றிச் சுமந்து சென்றனர்.

காட்டுவழிப் பாதையில் பனைமரங்களும் வெடத்தலான் மரங்களும் பெருகி வளர்ந்து இருந்தன. பனங்காடைகள் புதர்களுக்குள் ஓடி

ஒளிவதும் வெளிவருவதுமாக இருந்தன. உஸ்... என கத்தினான் சுருட்டையன். பனங்காடைகள் தனது குஞ்சுகளைக் கூட்டிக்கொண்டு இரண்டடி தூரம் பறப்பதும் பிறகு ஓடுவதுமாக இருந்தன. கோழிய வளக்குறமாறி இந்தப் பனங்காடைகள வளத்தா எப்புடி இருக்கும் என்று கேள்வி கேட்டான் அழகப்பன்.

அப்போது வானத்தில் ஏதோ மிதந்து செல்வதுபோல் தெரிந்தது. நால்வரும் வானத்தை உற்றுப் பார்த்தனர். பூநாரைகள் கூட்டமாய் கால்களை நீளவாக்கில் நீட்டி மிதந்துகொண்டு சென்றன. றெக்கையை அடிக்காமல் எப்படி பூநாரைகளால் பறக்க முடிகிறது என்று யோசித்துக் கொண்டுஇருந்தபோது அவை றெக்கையை விரித்து அடித்துப் பறந்தன. பறவைகள் சிலவற்றுக்குக் கொஞ்சதூரம் பறக்கவும், மிதக்கவும் இயற்கையாகவே சக்தி இருக்கிறது. நம்மால் ஏன் நடக்கவும் மிதக்கவும் முடியவில்லை என நால்வருமே யோசிக்க ஆரம்பித்தனர்.

“நமக்கு மட்டும் பறக்குறதுக்கு றெக்கை இருந்தா இந்நேரம் வேம்பூர்லபோயி நின்னுருக்கலாம்” என்றான் சுருட்டையன்.

“ம்... நெனப்புதான் பொழப்ப கெடுத்துச்சாம். வானத்துல பறக்குறதுக்கு ஒரு காலம் வரும் அப்ப பாத்துக்குவோம். இப்போதைக்கு ஒவ்வொரு ஊருநாட்டுக்காரங்களும் பக்கத்து ஊருநாட்டுக்குப் போறதுக்குனு ஒரு பாதைய ஒழுங்கா வச்சுக்கச் சொல்லு. ஊருக்கு ஒரு பாதையா இருக்குனு பெருமைப்பட்டுக்கிட்டாலும் ஒரு பாதையும் உருப்படியா இல்ல” என சலித்துக்கொண்டாள் நாரங்கி.

“ம்... எது எப்படியோ. எது நடந்தாலும் நடக்குற அன்னக்கிப் பாத்துக்குவோம். உங்க அப்பாவும் அம்மாவும் பட்ட கொடுமையைச் சொன்னா நாளு பத்தாது. அழுதா நம்ம பெரியகண்மாயே தாங்காது. நம்ம சனத்துல பொறந்த புள்ளைகள் பெத்தவங்கள தவிக்க விடாதுங்க. ஊருநாட்டு நிலைமை புரிஞ்சு சூதானமா நடந்துக்கோங்கய்யா” நாரங்கி சொன்ன போது அழகப்பனின் முகம் சுருங்கிப் போயிருந்தது.

அழகப்பனின் முகம் வாட்டமாக இருந்ததைப் பார்த்து “ஏய்யா... என்னய்யா ஆச்சு உனக்கு. நான் ஏதும் தப்பா சொல்லிப்புட்டேனா” பதறினாள் நாரங்கி.

வரகு மூட்டையோடு வேகமாய் நடந்து முன்னேறிக் கொண்டிருந்தாள் பாலாயி. நாரங்கியின் சத்தத்தைக் கேட்டு திடுக்கிட்டு நின்றாள். 'நா படுற செரமத்த நெனச்சு புள்ள உக்கிப் போயிட்டாக்கா. வேற ஏதாச்சும் பேசுக்கா.. முந்தானையால் அழகப்பனின் முகத்தை துடைத்து விட்டாள் பாலாயி.

"பெத்தவங்க செரமத்த புள்ளைக உணரணும்னு தாய்யா சொன்னேன். உனக்கு ஒண்ணு தெரியுமா...? நாமெல்லாம் சிவனோட ரத்த வழி சொந்தக்காரங்களாம்" நாரங்கி சொன்னதும் மூவரும் அவளை ஏற இறங்க பார்த்தார்கள்.

"என்னம்மா சொல்ற..." என்பது போல் நாரங்கியைப் பார்த்தான் சுருட்டையன்.

"உண்மையதாய்யா சொல்றேன்..." நாரங்கி மேலும் தொடர்ந்தாள். 'இதென்ன புதுக்கதையா இருக்கு' அடுத்து என்ன சொல்லப்போகிறாள் என்பதைக் கேட்க மூவரும் ஆவலோடு இருந்தனர்.

மூவரும் தனது பேச்சில் மூழ்கி இருப்பதை உணர்ந்த நாரங்கி தனது நடையின் வேகத்தைக் கூட்டினாள். உச்சிக்கு முன்னால் வேம்பூர் செல்ல வேண்டும் என்பது அவளின் கணக்காக இருந்தது.

"ஆத்தா... அவனுகதான் கதை கேக்குற சாக்குல பின்னாடியே போறானுகன்னா... நீயும் பின்னாடியே போனா ஊருநாட்டுக்கு எப்ப போயி சேர்றது. உச்சி வந்துச்சுனா ஒரு அடி எடுத்து வைக்க முடியாது. நாம என்னா ராசா வீட்டு ஆளுகளா வண்டி கட்டி கூட்டிப் போறதுக்கு. நடையக் கூட்றீகளா இப்பத்தான் ஆ...னு வாயப்பாத்துக்கிட்டு நிக்கிறீக. உச்சி வந்துச்சுனு வையி அப்பறம் எப்பேர்ப்பட்ட ஆளா இருந்தாலும் மரத்தடில எசவு இருந்தா தோண்டட்டி நொடக்கட்டினு இருந்துற வேண்டியதுதான். அப்பறம் எப்ப பொழுது சாயிறது... ஊருநாட்டுக்குப் போய்ச் சேர்றது." நாரங்கியின் பேச்சில் மயங்கித்தான் போனார்கள்.

"தோண்டட்டி நொடக்கட்டியா என்னக்கா என்னன்னமோ சொல்ற" பாலாயி சொன்னதைக் கேட்டுச் சிரித்தாள் நாரங்கி.

"ஏன்டி... எது எது எப்ப வருமோ அப்பதான் வரும். இப்புட்டு தூர பயணம் எப்பவாச்சும் போயிருக்கோமா. இப்பதான் கெடச்சுருக்கு. அதுவா வருது. நா என்ன பண்றது. ம்... நாய்க

படுத்துப் பாத்ததில்லையா... அதுமாரி நாமலும் நொடக்குற மாரி நடக்காம வெரசா நடங்கனு சொன்னேன்'' நாரங்கியை வச்சகண்ணு மாறாமல் பார்த்துவிட்டு நடந்தாள் பாலாயி.

காட்டு நெருஞ்சி முட்கள் நிலமெங்கும் படர்ந்து கிடந்தன. காட்டு நெருஞ்சி முள் குத்தினால் புண் ஆறிப்போகும் வரை நமநமனு எரிஞ்சுகிட்டே இருக்கும். யாருக்கும் பயப்படாத யானைகள் நெருஞ்சி முள்ளைக் கண்டால் அலறி அடித்துக்கொண்டு ஓடிவிடும். காடுகரடில் நடந்து திரிந்து நான்கு பேரின் பாதங்களும் காச்சுப் போய்தான் இருந்தது. நெருஞ்சி முள்ளில் காலை வைத்துவிடாமல் நடக்க ஆரம்பித்தனர்.

காக்காய் நெருஞ்சிச் செடிகள் முழங்காலுக்கு மேல் வளர்ந்து பார்ப்பவர்களை பயம் காட்டிக் கொண்டிருந்தன. காக்காய் நெருஞ்சியைப் பார்த்ததும் "பல்லுக்கருக... எம்புட்டு ரோதனைய கொடுத்துப்புடுச்சு. வெட்டி அழிச்சாலும் எம்புட்டத்தான் அழிக்கிறது... இல்ல எம்புட்டத்தான் எரிக்கிறது. என்னத்த பண்ணுனாலும் எங்கிட்டாவது ஒரு பக்கம் மொளச்சிக்கிட்டு வந்துருது'' கறுகிக்கொண்டே நடந்தாள் நாரங்கி.

நாரங்கி என்ன பேசுகிறாள்... எதுக்குப் பேசுகிறாள் என்று அவர்களுக்கு விளங்கவில்லை. காக்காய் நெருஞ்சிச் செடியில் பெரியவர்களின் ஆள்காட்டி விரலின் நீளத்திற்கு கவட்டையை விரித்தாற்போல் வெள்ளைவெளேர்னு இருக்கும் முட்கள் மன்னனுக்கும் அச்சத்தை உண்டாக்கிவிடும்.

கூழையனும் நாரங்கியும் கல்யாணமான புதுசில் கூட்டிப் பெருக்குவதற்காகக் காட்டுமாறு அதாவது சீவமாறு பொறுக்கிக்கொண்டு இருந்தபோது மண்ணுக்குள் பதிந்து கிடந்த காக்காய் நெருஞ்சி முள்ளில் கால் வைக்க நறுக்கெனக் குத்திக் கொண்டார் கூழையன். குத்திய முள் பாதத்திற்கு வெளியே தெரிந்தது. ஈட்டி குத்தியிருந்தாலும் பல்லைக் கடித்து வலியைப் பொறுத்துக்கொண்டு பிடிங்கிவிடலாம். ஈட்டிபோல் கூர்மையாக இருக்கும் காக்காய் நெருஞ்சி முள்ளை ஆட்டாமல் கவனமாகப் பிடுங்க வேண்டும். முள் முறிந்துவிட்டால் சாமானியத்தில் முள்ளை எடுக்க முடியாது. பிச்சாயி பெயரைச் சொல்லிக் கத்தினாள் நாரங்கி.

பிச்சாயிக்கித்தான் மூலிகையின் வாசம் முழுவதும் தெரியும்.

உதவிக்கென்று ஒருமுகமும் தென்படவில்லை. முள்ளைப் பிடுங்குவதற்கு நாரங்கியின் கைகள் நடுங்கின. நஞ்சு தேய்த்த ஈட்டிபோல் குத்தியிருந்த முள்ளைப் பற்களை நறநறவென கடித்துக்கொண்டு வெடுக்கெனப் பிடிங்கி எறிந்தார் கூழையன். ரத்தம் மளமளவெனக் கொட்டியது. முள்ளின் நஞ்சு தலைக்கு ஏறிக்கொண்டு இருந்தது. ரத்தத்தைப் பார்த்ததும் மயக்கம் போட்டு தொப்பென விழுந்தாள் நாரங்கி.

கூழையனுக்கு கண்கள் செருகிக்கொண்டு வந்தது. வனாந்தரத்தில் இருவரும் மயக்கம்போட்டுக் கிடந்தால் என்ன செய்வது… செருகிக்கொண்டிருந்த கண்களை வலுக்கட்டாயமாகத் திறந்து தைரியத்தை விட்டுவிடாமல் நடக்க ஆரம்பித்தார். கால்கள் ஒரு அடி நகர்வதற்குத் தள்ளாடின. நாரங்கிக்கு என்ன ஆச்சு என்று கைவைத்துப் பார்க்கவும் முடியவில்லை. வலியைப் பொறுத்துக்கொண்டாலும் கண்கள் தன் வேலையைச் செவ்வனே செய்தன. ஆறாய் பெருக்கெடுத்துக் கண்ணீர் வடிந்தது. தட்டுத்தடுமாறி ஒருகைப்பிடி அளவு காட்டுமலம்பூண்டுச் செடியைப் பறித்து கைகளில் தெறக்கி காயத்தின் மீது அதன் சாறினை ஊற்றினார். ரத்தம் வழிவது நின்றது.

துணியைக் கிழித்து தெறக்கிய சக்கையை வைத்து முள் குத்திய பாதத்தில் இறுகக் கட்டினார். நஞ்சு மெல்லமெல்ல இறங்குவது போல் இருந்தது. அப்படியே கண்களை மூடி மயக்க நிலை அடைந்தார் கூழையன். வெயிலில் கிடந்ததால் உடலெங்கும் வேர்த்துக் கொட்டியது.

கண்களை விழித்துப் பார்த்த நாரங்கி தனது மடியில் கூழையனைப் படுக்க வைத்து ஓவெனக் கதறி அழுதாள். நாரங்கியின் கதறல் கேட்டு பறவைகள் படபடவெனச் சிறகடித்து அங்குமிங்கும் பறந்தன. நாரங்கியின் அழுகுரல் கேட்டு மயக்கம் தெளிந்த கூழையன் எழுந்து உட்கார்ந்தபோதுதான் ம்… ம்… என காடதிர நிம்மதிப் பெருமூச்சு விட்டாள்.

மருதம் பட்டையைத் தண்ணீர்விட்டு நன்கு அரைத்து புண் மீது கட்டினாள் பிச்சாயி. மருந்து காயாமல் இருக்க அவ்வப்போது மூணுசொட்டு தண்ணீர் விட்டுக்கொண்டார் கூழையன். இரண்டு நாளுக்கு ஒருமுறை கட்டை அவிழ்த்து வழக்கம்போல் மருதம்பட்டையைக் கட்டினாள் பிச்சாயி. வெளிய காலார போவதற்குச்

குச்சியை ஊன்றி நடந்தாலும் நாரங்கியின் தோள்பட்டைதான் துணையாக இருந்தது. ஒருமாத காலத்துக்குள் புண் ஆறியது. பழையபடி நடக்க ஆரம்பித்தார். மருது இருக்க மனுசன் மனமுடஞ்சு போகலாமா என்று பிச்சாயி சொன்னது காக்காய் முள்ளைப் பார்த்ததும் நாரங்கியின் நினைவுக்கு வந்தது.

எப்பேர்ப்பட்ட காயத்தையும் குணமாக்கிவிடும் சக்தி மருதம்பட்டைக்கு உண்டு. மருத மரத்தின் ஒவ்வொரு பாகமும் மருத்துவக் குணம் கொண்டது. புத்தி தெளிவில்லாதவர்கள் நாள்தோறும் ஒரு இலையைப் பறித்துத் தின்றால் தெளிவு பெறலாம். மருத மரத்திலிருந்து வீசும் காற்று மூச்சுத்திணறலைக் குணப்படுத்தும் என்பதால், மருத மரங்களை வெட்டாமல் பாதுகாத்து வந்தனர்.

காக்காய் நெருஞ்சி முள்ளை எங்கு பார்த்தாலும் காறித்துப்பிவிட்டு மனசார நாலஞ்சு சொற்களை உதிர்த்துத் திட்டிவிட்டுத்தான் செல்வாள் நாரங்கி.

“இவ்ளோ சங்கதி உனக்கு எப்படிக்கா தெரியும். செட்டியாரு பாடம் சொல்லிக் கொடுக்குறப்போ ஒளிஞ்சி மறைஞ்சி கேட்டியா. இல்ல அலுப்புத்தட்டாம இருக்கணும்னு நீபாட்டுக்கு அளந்து கிளந்து விடுறியா” இடைமறித்தாள் பாலாயி.

“இது என்னடி பொசுக்குனு இப்புடி கேட்டுப்புட்ட...” என்று சொல்லி கக்ககக்கென்னு சிரித்தாள் நாரங்கி.

“இன்னைக்குத் தாண்டி மனசு விட்டு அப்பப்ப நாலு சொல்லு சொல்லி இருக்கே...” வேம்பூர் திருவிழாவுக்குப் போயிட்டு வந்தா அழகப்பனும் பாலாயியும் மனசு மாறிவிடுவார்கள் என்று நாரங்கி நம்பியது வீண்போகவில்லை. பாலாயி முகத்தில் சோகத்தின் சுருக்கங்கள் மறைந்து தோல் முழுநிலவாய் விரியத் தொடங்கியதை எண்ணி மனசுக்குள் மகிழ்ந்தாள் நாரங்கி.

“நெசமோ பொய்யோ... புளி குத்துறதுக்கு கண்டவனார் வீட்டுக்குப் போனப்போ சிவாத்தா ஆத்தாளும் அவரும் பேசிக்கிறத வச்சுதான் நானும் கொஞ்சம் அப்பப்ப பேச்சுவாக்குல எடுத்து விடுறது. அவுக என்னக்கிப் பொய்யி பேசுனாங்க...”

ம்... என வழிமொழிந்தாள் பாலாயி.

“ஏய்யா... அழகு. ஓம்புட்டு கூட்டாளி சுருட்டையன் முகத்தை அவுக அப்பா ஒரு நாளு பாக்காம இருந்தாலும் பித்துப் பிடிச்சுருமே. அவனையும் கூட்டிக்கிட்டு வந்துட்டோமே இப்ப என்ன பண்ணுவாரு” நாரங்கியின் பேச்சைக் கேட்ட அழகப்பன் சிறிதும் யோசிக்காமல் “அதான் நம்ம ஊருநாட்டுல மருதமரம் அவ்ளோ மண்டிக்கிடக்கே. அதுல ஒரு இலைய புடுங்கித் தின்னா எல்லாம் சரியாய்டும்” என்றான்.

“ஆமய்யா... நல்லாதான் சொன்ன. அந்தப் பித்துப் புடிச்சிருந்தா நீ சொல்றமாறி இலைய பறிச்சுத் தின்னுப்புடலாம். ஆனா அவுகளுக்கு பாசம்ங்கிற பித்துல புடுச்சுருக்கு அதுக்கு ஒரே வைத்தியம் சுருட்டையன்தான்” என்றாள் நாரங்கி.

“ஏக்கா... அவன்பாட்டுக்கு சின்னப்புள்ளதனமா ஏதோ சொல்லிப்புட்டான் மனசுல எதையும் வச்சுக்காத” பாலாயி குரலில் பெத்ததாய்க்கான பதட்டம் தெரிந்தது.

“அடி... இவ வேற குறுக்கு மறுக்குமா ஏதாவது சொல்லி மனசப்போட்டு படபடத்துக்குவா. நம்ம புள்ள நமக்கிட்ட பேசாம வேற எங்கடிப் பேசுவான். அவன் இந்தளவுக்கு பேசுறதே மனசுக்கு குளுகுளுனு இருக்கு” சொல்லிக்கொண்டே பாலாயி தலையில் இருந்த மூட்டையை வாங்கிக் கொண்டாள்.

“வாய்ப்பேச்சு காத்தோடனு கேள்விப்பட்டதில்லையா. புடிக்காத சொல்லா இருந்தாலும் அதப் புடுச்சு தொங்கிக்கிட்டே இருந்தாதான் மனசுக்குள்ள கடமுடகடமுடனு சண்டை இழுக்கும். கூடக்கொறச்சு பேசினாலும், நம்ம புள்ளைகளுக்கு நல்லதுகெட்டது எதுனு நாம சொல்லித்தராம செத்துப்போன கண்டவனாரும் செட்டியாரும்மா சொல்லித் தருவாங்க” நாரங்கியின் இடுப்பில் சொருகிய கொசுவம் நடைக்கு ஏற்றாற்போல் நடனமாடியது.

கூழையனுக்கும் நாரங்கிக்கும் சுருட்டையன் எட்டாவது பிள்ளை. இவனுக்கு முன்னாடி பிறந்தது ஒண்ணு கூட மண்ணுல வாழ கொடுத்து வைக்கல. எட்டாவதா பொறந்த சுருட்டையனும் நாரங்கியை படாதபாடுபடுத்தி கொடி சுத்திதான் பொறந்தான். கொடிசுத்தி பொறந்ததால் பட்டவன் வாசலில் வைத்து சுருட்டையன் என்று நாரங்கிதான் பேரு வைத்தாள். கூழையனும் நாரங்கியும்

கொஞ்ச நேரம் விட்டுவிட்டு இருக்கமாட்டார்கள். சுருட்டையன் பட்டவன் கோயிலில் தூங்கும்போது ராத்திரியில் நாலஞ்சுதடவை எட்டிப்பார்த்துவிட்டுத்தான் போவாள். நாரங்கி வந்து செல்வது சுருட்டையன் உள்பட எல்லோருக்குமே தெரியும் என்றாலும் தெரியாதுபோல் காட்டிக்கொண்டார்கள்.

“ஏம்மா... அவங்கள நம்பித்தான் நாம இருக்கணுமா. மத்த ஊருநாட்டுல எல்லாம் நம்ம சனக்கட்டு எப்படி இருக்காங்க. நாம தான் பயந்து சாகுறோம்” அழகப்பன் குரல் ஓங்கியது.

“சாமி... கொரல தாழ்த்துய்யா... அது ஒரு பெரிய சங்கதி. எதையும் நாம எதிர்பார்க்காம உழைக்கிறதுனாலதான் நம்மள வெட்டியான்னு பேரு வச்சானுக. நமக்கு வயக்காடு கிடையாதுய்யா. கொல்லக்காட்டத்தான் நாம உழுது வெள்ளாமை பண்ணுனோம். இப்பவும் தீத்தான் ஊரணி, பொறப்பட்டா ஊரணியோட காட்டுப்பக்கம்தாய்யா நம்ம காடுகரையெல்லாம் கெடக்குது. ஊரணியோட மேட்டுலதான் வெள்ளாமை போட்டோம். மழை பேஞ்சா தண்ணி தங்காதுய்யா. ஆனா நம்ம ஊரணில தண்ணி எப்பவும் கெடக்கும். ராத்திரில வானத்து நிலா நம்ம ஊரணில குளிச்சுக் கரையேறுறத வச்சகண்ணு மாத்தாம பாத்து ரசிக்கலாம்” நாரங்கியின் பேச்சுக்கு அழகப்பனும் சுருட்டையனும் உதடுகளை திறந்தவாறு ‘ம் ம்...’ போட்டுக் கொண்டே வந்தனர்

“நம்ம மண்ணுல கேப்பையும் சோளமும் கம்பும் பயறும் வரகும் எப்புடி விளையும் தெரியுமா...? நம்ம குடிசையிலயே நாலு திருகை கெடக்குன்னா பாத்துக்கவே” பெருமூச்சு விட்டாள் நாரங்கி.

காட்டுக் குருவிகள் ஊரணிக் காட்டுலதான் றெக்க கட்டி பறந்தன. பறவைகள் கூட்டமாக பறந்தபோது வானமே இறக்கை வைத்துப் பறக்கிற மாதிரி இருந்தது.

பத்துப் பாஞ்சு தலைமுறைக்கு முன்னால்தான் மேலக் குடியிருப்புக்காரர்கள் மேகாட்டு பக்கமிருந்து பெருங்கூட்டமாக பிழைப்பு தேடி வந்தார்கள். பெருங்கூட்டம் ஒன்று பிழைப்புக்காக வயல்நாட்டுப் பகுதியில் முகாமிட்டு தங்கியிருப்பதாக கலசமங்களம் மன்னர் பெருந்தகை மலையக்கோனுக்கு ஒற்றர்கள் மூலமாக தகவல் சென்றது. அமைச்சர்களும், வீரர்களும் புடைசூழ வயல்நாட்டுப்

பகுதிக்கு வந்து சேர்ந்தார் கலசமங்களம் மன்னர் பெருந்தகை மலையக்கோன்.

மன்னரைப் பார்த்ததும் வந்தவர்கள் அனைவரும் நெடுஞ்சாண்கிடை யாகத் தரையில் விழுந்தனர். தரையில் விழுந்தவர்கள் யாரும் எழுந்திருக்கவே இல்லை. அவர்களின் அருகில் வந்து நின்ற மன்னர் எல்லோரையும் எழுந்திருக்குமாறு கேட்டுக்கொண்டார். கீழே படுத்துக்கிடந்தவர்களில் மேலக்காராளன் என்பவர் “எங்களை இந்நாட்டில் வாழ்வதற்கு அனுமதிப்பதாக வாக்கு கொடுத்தால் மட்டுமே எழுந்திருப்போம். இல்லையென்றால் இப்படியேதான் கிடப்போம்” என்றார்.

“வாழ்வதற்கு அனுமதி கொடுத்ததால்தானே இந்நாட்டு மன்னரான நானே உங்களைத் தேடி வந்திருக்கின்றேன். இந்த நிலம் உக்களுக்கானது. உங்கள் விருப்பம்போம் வாழலாம்…ஆளலாம்” மன்னரின் சொல்கேட்டு அனைவரும் எழுந்தனர்.

மன்னரிடம் பேசிய மேலக்காராளன் என்பவர் படைத்தளபதி போல் வாட்டசாட்டமாக இருந்தார். அவரின் முறுக்கு மீசையும் அடர்ந்த புருவங்களும் எதிரிகளை மிரட்டும் விதமாக இருந்தது. மேலக்காராளனின் தோள்பட்டைகளைத் தொட்ட மன்னர் “இந்த மாவீரனை உங்கள் தலைவனாக, அரசமைந்தனாக ஏற்றுக்கொள்ளுங்கள். நான் பல மைல்கள் தூரத்துக்கு அப்பால் இருக்கின்றேன். இந்த பெருநிலத்தை திருத்தியும் காடுகளை உங்கள் வசம் கொண்டுவந்து பயிர் செய்து வாழ்வைத் தொடங்குங்கள். இந்தப் பகுதியில் வாழும் மக்கள் உங்களுக்குத் தேவையானதைச் செய்து தருவார்கள். அவர்களோடு தாயாபிள்ளையாக வாழுங்கள். கலசநாட்டு எல்லையில் உள்ளவர்களும் இன்பம் பொங்க வாழ்கிறார்கள் என்ற சேதிமட்டும் கேட்டால் போதும்” என்று சொல்லிவிட்டு தனது படைகளோடு கலசமங்களம் நோக்கிச் சென்றார் மன்னர் பெருந்தகை மலையக்கோன்.

வியப்பு மேலிட மன்னரைப் பார்த்து எல்லோரும் நின்றனர். வயல்நாட்டுப் பகுதியான தீத்தான்ஊரணி, பொறப்பட்டா ஊரணி பகுதியில் வாழ்ந்த மக்கள் தங்களிடம் இருந்த சோளம், கம்பு, வரகு, கேப்பை போன்ற தானியங்களை வழங்கி பசியமர்த்தினர்.

பெரும்பள்ளமாய் கிடந்த பகுதியைப் பெரிய கண்மாயாக மாற்றினர். கரைகளைப் பலப்படுத்தினர். தண்ணீர் செல்வதற்கான வாய்க்கால்களை

உருவாக்கினர். வயல்வெளிகளை ஏற்படுத்தினர். வயல்நாட்டுப் பகுதிக்கு அந்நியப்பட்டவர்களைப்போல் வாழ்வதற்கு மனம் ஒப்பவில்லை. இந்த நிலம் தனது நிலம் என்று நம்பினர். கேப்பை, வரகு, சோளம், கம்பு இவை தங்களுக்கான உணவில்லை என்பதனை பிரகடனப்படுத்தும் விதமாக இத்தனைநாள் பாதுகாத்து வைத்திருந்த நெல்விதைகளை நிலத்தில் தூவி பயிர்களை விளைவித்தனர். விவசாய பணிகளுக்கு ஆள்பற்றாக்குறை ஏற்பட்டது. மேகாட்டு மக்களின் உணவு முறைகளும் பழக்கவழக்கமும் பூர்வீகமாக வாழ்ந்த மக்களுக்கு எந்த விதத்திலும் ஒத்துப்போகவில்லை. ஆதலால் மேகாட்டு மக்களின் நெல் விவசாயத்தைப் பார்த்து ஒதுங்கிக்கொண்டனர்.

விவசாயப் பணிகளுக்கு பூர்வீக மக்களை அழைத்தனர். ஆனால், விவசாயப் பணிகளுக்கு யாருமே முன்வரவில்லை. வழக்கம்போல் தங்களது பணிகளை மேற்கொண்டனர். மேட்டுநிலத்தில் விளைந்த தானியங்களைச் சமைத்துச் சாப்பிட்டும், மாட்டுக்கறியும் தின்று எல்லோருமே வலுவாக இருந்தனர். பகலில் கடினமாக உழைப்பதும் ராத்திரியில் தப்பு இசைத்துப் பாடல் பாடியும் பெரும்களிப்புடனும் இருந்தனர். பூர்வீக மக்களின் செயல்கள் யாவும் மேகாட்டு மக்களில் சிலருக்கு எரிச்சலைக் கொடுத்தது.

வற்றாத ஊரணித்தண்ணியும் வளம்கொழிக்கும் தானியங்களும் மேகாட்டு மக்களில் மேலக்காராளனான அரசமைந்தன் போன்ற சிலருக்குக் கண்களை உருத்தின.

அமாவாசை ராத்திரியில் எந்த அரவமும் இல்லாமல் மின்மினிப்பூச்சிகள் அசந்து தூங்கிக்கொண்டிருந்தபோது பூர்வீக மக்களின் தானிய சேமிப்பு குடிசைகள் தீப்பிடித்து எரிந்தன. எல்லோரும் அலறியடித்துக் கொண்டு குழந்தைகளைத் தூக்கிக்கொண்டும் தாங்கள் இசைத்த கருவிகளைத் தோளில் மாட்டிக்கொண்டும் குடிசைகளை விட்டு வெளியே வரும்போது குடியிருந்த குடிசைகளும் தீப்பிடித்து எரிந்தன. ராத்திரியில் திக்குத்தெரியாமல் விழித்த மக்கள் ஊரணிக்கரையிலேயே தஞ்சம் புகுந்தனர்.

வானத்துக்கும் பூமிக்கும் நெருப்பு கொழுந்துவிட்டு எரிந்தது. கூரைகளுக்கு தீ வைத்தது மேகாட்டு மக்கள்தான் என்று அனைவருமே ஐயம் கொண்டனர். மாடுகள் ராத்திரியில் வழிதெரியாமல் கத்திக் கொண்டு ஓடின. கோழிகள் பெருங்குரலெடுத்துக் கத்திப் பறந்தன.

பெரும்பாலான கோழிகள் ராத்திரியில் பறக்க முடியாமல் தீயில் கருகின. குஞ்சுத்தாய் கோழிகள் குஞ்சுகளைக் காப்பாற்ற தனது இறக்கைகளை கூடாரமாக்கின. கூடாரங்கள் தீயில் கருக குஞ்சுகளும் தாய்க்கோழிகளும் இறந்து போயின.

“உழைத்து சேர்த்த அம்புட்டு தானியங்களும் எரிஞ்சு நாசமா போச்சே” என்று ராத்திரி முழுவதும் அழுதே கண்ணீர் விட்டனர். அன்று சேமித்து வைத்திருந்த வரகும் கேப்பையும் பத்து தலைமுறைக்கு போதுமானதாக இருந்தது. மேகாட்டு மக்களோடு போட்டி போடும் அளவுக்கு ஆள்பலம் இல்லாததால் அனைவருமே நிற்கதியாக நின்றனர்.

இந்த நாளுக்காகத்தான் மேலக்காராளனான அரசமைந்தன் போன்றோர் காத்திருந்தனர். கையறு நிலையில் நின்றவர்களை பயன்படுத்திக்கொள்ள திட்டம் தீட்டினர்.

பொழுது விடிந்தது...

குடிசைகள் எரிந்த சாம்பல் வானை நோக்கியும் காற்றின் திசை நோக்கியும் பரவிக்கொண்டு இருந்தது. ஈங்குருவிகள்கூட கண்களில் தென்படவில்லை. அந்தப் பகுதி முழுவதும் உச்சி வெயிலைப் போல் அதிகாலையில் தகதகவென இருந்தது. மேலக்காராளனும் அவனோடு சேர்ந்த சிலரும் ஈச்சங்கூடைகளில் நெல் அரிசிச் சோறை உருண்டையாக்கிக் கொண்டு வந்தனர்.

“அய்யோ... எங்களை வாழ வைத்த குலசாமிகளுக்கா இந்த நிலை. கலசமங்களத்து மன்னரையும் உங்களையும் நம்பித்தானே நாங்கள் வந்தோம். பச்சிளங்குழந்தைகள் பசியால் வாடுமே... இதோ சாப்பிடுங்கள். இதுவும் உங்கள் மண்ணில் விளைந்ததுதான்” என்று கூடைகளை தூக்கி நீட்டினார் மேலக்காராளன்.

யாரும் சாப்பிடுவதற்கு முன்வரவில்லை. இத்தனை காலம் வராத சோதனை இப்போது வரணுமா...? எரிகிற சூரியனையும் மன்னர் கட்டி வைத்த சிவனையும் தவிர வேறெதையும் வணங்கியது இல்லையே. ஒருகுறையும் இல்லாமல் வாழ்ந்த நமக்கு இப்படியொரு பெருங்குறை நிகழணுமா...” என எண்ணிக் கலங்கினர்.

பெரிய உருண்டையை எடுத்துக் குழந்தைகளுக்கு ஊட்டிவிட்டார் மேலக்காராளன். பசியால் வாடிய குழந்தைகள் வல்லுவதக்குனு

தின்றனர். "நெருப்பு வைத்தது யார் என்று அறியாது ஆதாரம் இல்லாமல் அரசரிடம் போனால் அவர்தான் என்ன செய்வார். வேறுவழியில்லை உயிர்பிழைத்தாக வேண்டும்" சாப்பிடுவதற்கு பெண்கள் முன் வந்தனர். வேறுவழியின்றி ஆண்களும் தனது வீரத்தைக் கழட்டி ஊரணிக்குள் போட்டுவிட்டு வெறும் ஆளாய் முன் வந்தனர்.

குருவிகளை விரட்டுவதற்கும் கொண்டாடி மகிழ்வதற்கும் பயன்படுத்திய தப்பு, மேகாட்டு மக்களின் வயல்வெளிகளில் கொத்தித்திங்கும் மயில்களை விரட்டுவதற்கு மட்டுமே பயன்பட்டன. மேகாட்டு மக்கள் போட்ட நெல்லு சோத்துக்கு விசுவாசம் காட்டத் தொடங்கினர்.

மேகாட்டு மக்கள் மேலக்குடியிருப்புக்காரர்களாகவும் பூர்வீக மக்கள் கீழக்குடியிருப்புக்காரர்களாகவும் மாற்றப்பட்டனர். சிவன் கோயிலைத் தங்களது கோயிலாக வைத்துக் கொண்டனர் மேலக்குடியிருப்புக்காரர்கள்.

காலங்கள் கடந்தன. கீழக்குடியிருப்புக்காரர்களில் சிலர் மீண்டும் தங்களது உணவுப் பயிர்களை பயிரிட முனைந்தபோது மேலக்காராளன் வம்சத்தினர் தனியாக வெள்ளாமை செய்யக் கூடாது என மிரட்டினர். எல்லோரது முன்னாலும் நிற்க வைத்து புளியமாறால் அடித்து துன்புறுத்தினர். மேலக்குடியிருப்புக்காரர்களில் சிலர் கீழக்குடியிருப்புக்காரர்களுக்கு ஆதரவாக கிளம்பினர். அதனால் வேறுவழியில்லாமல் "பகலில் எங்கள் நிலங்களில் வேலை செய்ய வேண்டும். எங்களுக்கு வேலை செய்து முடித்த பிறகு நீங்கள் உங்கள் மேட்டு நிலங்களில் வெள்ளாமை செய்து கொள்ளலாம்" என்று அனுமதி அளித்தனர்.

"ம்... நாம விசுவாசம்னு நெனச்சதுதான் இப்ப நம்ம முதுகுல ஏறிச் சவாரி பண்ணுது. உண்ட வீட்டுக்கு எப்பவுமே ரெண்டகம் பண்றதில்லய்யா நாம... நம்மளோட தானியமெல்லாம் நெருப்புல வேகும்போது நம்ம ஆளுங்க மனசு என்ன பாடுபட்டிருக்கும்" நாரங்கி கண்கலங்கி நின்றாள். அவளின் கண்களில் நீர் கொப்பளித்துக் கொண்டு வந்தது. அனைவரது முகத்திலும் சோகம் குடிபுகுந்திருந்தது.

பகலில் மேலக்குடியிருப்புக்காரர்களுக்கு வேலை பார்ப்பதும்

ராத்திரியில் தங்களது மேட்டு நிலங்களில் வேலை செய்வதும் தொடர்கதையாக இருந்தது. பகல் முழுவதும் வயல்வெளிகளில் வேலை செய்வதால் சாயந்தர நேரங்களில் கீழக்குடியிருப்பில் எதை செய்தாலும் கண்டுகொள்வதில்லை. இன்னொரு முறை கூரைகள் தீப்பிடித்தால் என்ன ஆவது என்ற பயம் கீழக்குடியிருப்புக்காரர்கள் மனசில் சிம்மாசனம் போட்டு அமர்ந்து இருந்தது.

“அவங்க சனக்கட்டுலயும் நல்லவங்க இருக்கத்தானே செய்கிறாங்க” சொல்லிக் கொண்டே வழியில் இருந்த சுமைதாங்கி கல்லில் சுமையை இறக்கி வைத்து கழுத்தை நாலா பக்கமும் ஆட்டி, அசதியை போக்கிக்கொண்டாள் நாரங்கி.

சுருட்டையனும் மூச்சை உள்ளே இழுத்து பெருமூச்சுவிட்டுத் தலையை ஆட்டினான். அழகப்பனோ புதர் பக்கமாய் ஒதுங்கினான்.

“ஏய்யா... தோளுக்கு மேல வளந்துட்டீங்க. பெத்தவளுங்க நாங்க சுமையா இப்பூட்டு தூரம் ஆளுமாத்தி ஆளு தூக்கிக்கிட்டு வர்றோம். என்னம்மொ நீ தூக்குனது மாதிரி கழுத்தை அங்குட்டு ஆட்டுற அப்பறம் இங்குட்டு ஆட்டுற அப்புடியே பெருமூச்சும் விடுற... ம்...” சொல்லிச் சிரித்தாள் நாரங்கி.

“விடுக்கா சின்னப் புள்ளைங்க தானே”

“ஆமாடி... இது நல்ல கதையா இருக்கே...”

பாலாயி முகமும் அழகப்பன் முகமும் சோகத்திலிருந்து விடுபட்டுக் கொண்டிருப்பதை உணர்ந்தாள் நாரங்கி. பாலாயி முகத்தைப் பார்த்து ஆறு பற்கள் தெரிய சத்தம் இல்லாமல் சிரித்தாள் நாரங்கி. நாரங்கியின் முகவும் மலர்ந்து இருந்தது.

“இனிமே நாங்க தூக்கிக்கிறோம். அலுப்பு தட்டாமல் இருக்க நீ ஏதாவது பேசிக்கிட்டே வாம்மோ...” புதர் பக்கத்திலிருந்து சத்தம் போட்டான் அழகப்பன்.

17

வேம்பூரில் நாரங்கியைக் கண்டதும் பெத்தாயி கண்கள் வயல்நாட்டு பெரியகண்மாய் கலிங்கிபோல் பெருக்கெடுத்து ஓடியது. ஒருநாளும் வராதவங்க திடுதிப்புனு வந்து நின்றதால் என்ன செய்வதென்று தெரியாமல் திக்குமுக்காடிப் போனாள். கால்களை தரையில் ஊன்றாமல் மிதந்தாள் பெத்தாயி. பொறந்த எடத்துலருந்து ஏம்புட்டு ரத்த உறவு வந்துருக்கே... கல்யாணம் கட்டி எத்தன காலம் ஊருண்டோடிருச்சு. இப்பவாச்சும் வரணும்னு தோணுச்சே. நா ஒரு சிறுக்கி மக வாசல்ல நிக்கவச்சே புலம்பிக்கிட்டே இருக்கேன். அத்தாச்சி உள்ள வாங்க... உள்ள வாங்க... மருமக ராசாக்களா நீங்களும் உள்ள வாங்க... அழைத்தாள் பெத்தாயி.

பாலாயியைப் பார்த்ததும் “ஏத்தா... நம்ம மண்ணுக்கு வந்துட்டியல்ல... இனி ஒரு கொறையும் வராது. ம்... ஓம்புருசன் ஆத்தா... ஆத்தானு உசுரயே விடும். சேதி கேள்விப்பட்டப்ப வளநாட்டுக்கு மேற்கே யாவாரத்துக்குப் போயிட்டோம். துள்ளத்துடிக்க எங்கண்ணே இப்புடிப் போகுமுன்னு நெனச்சுகூட பாக்க முடியல. ம்... இனிமேலாச்சும் நாமெல்லாம் தாயாபுள்ளயா சொந்தம்சொத்துனு ஒன்னுமண்ணா இருக்கனும்த்தா... ஏம்...மருமக புள்ள எங்க... அண்ணன அப்புடியே உருச்சு வச்சுருக்கு. சாமி... அம்மாவ பத்தரமா பாத்துக்கய்யா... அழகப்பனை உருவி முத்தம் கொடுத்தாள் பெத்தாயி.

“ஏங்... கத்தாச்சி... ஏம்மருமயனுக்கு இந்தப் பெத்தாய பத்தி நாலுசொல்லு சொல்லி வச்சியா” நாரங்கியைப் பார்த்துக் கேட்டாள்.

“ம்... ஒன்னயப் பத்தியும் சொன்னேன். ஏம்...மருமகளப் பத்தியும் ஆழமாவே சொல்லி வச்சுருக்கேன்” சொல்லிக்கொண்டே நாலாபக்கமும் கண்களால் துலாவினாள் நாரங்கி.

சுருட்டையன் முகம் ஏற்றி வைத்த விளக்குபோல் பிரகாசமானது. அவனும் நாலாபக்கமும் கண்களைத் தேட விட்டான்.

தப்புக்கொட்டி ஊரணிக்கு தண்ணீர் எடுக்கச் சென்றிருந்த சொக்காயி தண்ணிப்பானையை வாசலில் இறக்கி இடுப்பில் வைத்து குடிசைக்குள் நுழைந்தாள். ஆட்கள் அதிகமாக இருப்பதைப் பார்த்துவிட்டு தண்ணிப்பானையை இறக்கி பிரிமனையில் வைத்து விட்டு பெத்தாயிக்கு பின்னால் உட்கார்ந்து கொண்டாள்.

சுருட்டையனின் கண்கள் எக்கிப்பார்க்க துடித்தது. இடுப்பை தூக்கினான். அதற்குள் “அம்மாடி... அவுகதான் உங்க மாமமயன். இவுக சின்ன மாமா மயன். அவுக உங்க அத்தை. இவுக சின்ன அத்தை. வந்ததும் வராம தண்ணிகூட கொடுக்காம பேச்சுல புடுச்சுக்கிட்டேன். கொஞ்சம் தண்ணி மொந்து கொடு” பெத்தாயி சொன்னதும் சுருட்டையன் மிகவும் உற்சாகமானான்.

உதடுகள் இன்பத்தில் விரிய ஆரம்பித்ததும் தனது கட்டுக்குள் கொண்டுவர முடியாமல் தோற்றுப்போன சொக்காயி பெரிய மண்குவளையில் சுருட்டைனுக்கு முதலில் தண்ணீர் கொடுத்தாள்.

“அத்தே... ஒரு மொடக்கு உள்ள போனதும் வயல்நாட்டு தீத்தான் ஊரணி தண்ணி மாதிரியே இருக்கு. ஆனா அடுத்தடுத்து குடிக்கும்போது மேகத்துக்குள்ளயே போயி அள்ளிக்கிட்டு வந்தது மாறில இருக்கு. இந்த வெயில் காலத்துலயும் குளுகுளுனு இருக்கு. பானையில நன்னாரி வேர நச்சு போட்ருக்கீகளா இல்ல ஊரணிலதான் மொளைக்க வச்சுருக்கீகளா” சுருட்டையன் சொன்னதும் “ம்... தப்புக்கொட்டி ஊரணித்தண்ணிய குடிச்சவங்களுக்கு வேற எந்தத் தண்ணியும் எறங்காது. மனசும் உசுரும் இங்கய்யே வட்டம்போட்டுக்கிட்டு இருக்கும்” என்றாள் சொக்காயி.

வேம்பூர் மக்கள் பெரியகண்மாய் தண்ணியையோ அல்லது

ஆத்துக்குள் ஊத்து நோண்டியோதான் தண்ணீர் எடுத்து குடித்து வந்தனர். குடிப்பதற்கென்று தனியாக ஊரணி கிடையாது. சின்னப்பன் என்பவர் பெரியகண்மாயின் வடக்கிகலிங்கி பக்கமாக ஊரணியைத் தோண்டினார். நம்ம மண்ணு செழிச்சுக்கெடக்குது. எங்கிட்டு தோண்டுனாலும் தண்ணி மளமளனு பொத்துக்கிட்டு வரப்போகுது. அதவிட்டுட்டு ஊரணிய வெட்டி அதுல ஆடுமாடுக இறங்காம யாரு காவகாக்குறது என்று ஏளனமாக பேசினர்.

சிறிதுசிறிதாக தோண்டினார் சின்னப்பன். ராத்திரியில் வெக்கை இல்லை என்பதால் களைப்பு ஏற்படும்போது தப்பைத் தட்டிக்கொள்வதும் களைப்பு நீங்கியதும் ஊரணி வெட்டுவதுமாக இருந்தார். எத்தனையோ ஊருநாட்டுக்குப் போயிருக்கேன். குடிக்கிறதுக்குன்னே தனியா ஊரணி வெட்டி வச்சுருக்காங்க. இம்மாந்தண்டி ஊருக்குனு ஒரு ஊரணி இல்லன்னா மானங்கெட்ட பொழப்பால இருக்கு. ஒருநாள் ராத்திரியில் தப்புச்சத்தமும் தவளைச்சத்தமும் அதிகமாக கேட்டது. ராத்திரியில் தூக்கம் கலைந்து எல்லோரும் ஊரணி வெட்டும் இடத்திற்கு ஓடிவந்தனர்.

தலைமுடியை விரித்துக்கொண்டு ஊரணிக்கரையில் தப்பை அடித்துக்கொண்டு புழுதிபறக்க ஆடிக்கொண்டிருந்தார் சின்னப்பன். தண்ணீர் ஊரணிக்கரையில் தளும்பியது. இவ்வளவு தண்ணி எங்கிருந்து வந்துச்சு என்று எவருக்குமே மட்டுப்படவில்லை. பெரியகண்மாய் தண்ணிய வெட்டிக் கொண்டு வந்துருப்பாரோ என்று எண்ணி ராத்திரியிலும் நாலாபக்கமும் சிலர் ஓடிப் பார்த்தனர். வெளியிலிருந்து தண்ணீர் வருவதற்கான வாய்ப்பே இல்லாமல் இருந்தது. எங்கோ ஓரிடத்தில் ஊத்து இருந்து பொத்துக்கொண்டு வருவதாக நம்பினர். ராத்திரி முழுவதும் ஆடிக்கொண்டிருந்தார் சின்னப்பன். கையெடுத்து வணங்கி நெடுஞ்சாண்கிடையாக விழுந்தனர். எதையும் கவனிக்காமல் தப்பை அடித்துக்கொண்டு ஆடுவதிலேயே குறியாக இருந்தார்.

ஊரணிக்கரையில் மருதமரங்களையும் அத்திமரங்களையும் நட்டு வைத்தார். மருதமரம் வைத்தியத்துக்கு ஆகும்; அத்திமரம் பச்சிக்கூட்டம் வந்து தங்குறதுக்கு வசதியா இருக்கும்ல. பச்சிக இருந்தாதானே வயலும்வாய்க்காலும் குளிர்ச்சியா இருக்கும். ஊரணித்தண்ணியை அள்ளிக்குடித்தனர். உடலெங்கும் சிலிர்த்தது. இப்புடியொரு தண்ணிய இதுநாள்வரைக்கும் குடிச்சதே இல்லையே.

எல்லோருமே சின்னப்பனை வியந்து பார்த்தனர். அறியாதவங்க தெரியாதவங்க யாரும் அசிங்கம் செஞ்சுறக்கூடாதுய்யா. அதுனால ஊரணிக்கரைய சுத்தியும் அடைக்கணும் என்று எல்லோரும் முடிவெடுத்தனர்.

அலிஞ்சி மாறுகளை வெட்டிக்கொண்டுவந்து வேலிபோல் நட்டு வைத்தனர். கரையின் ஈரப்பதத்திற்கு தகுந்தாற்போல் துளிர்விட்டு வளர்ந்தன. சின்னப்பன் ஊரணியை மட்டுமே காவல்காத்துக்கொண்டு இருந்தார். யாராவது கஞ்சி கொடுத்தால் வாங்கிக் குடிப்பார். கரையிலேயே படுத்து தூங்கினார். ஒருநாள் ராத்திரியில் தப்புகொட்டும் சத்தம் அதிகமாகக் கேட்டது. பொழுது விடியும்பொழுது எங்கோ தூரத்தில் சத்தம் கேட்டது. பொழுது விடிந்ததும் ஊரணிக்கு வந்து பார்த்தனர். சின்னப்பனை காணவில்லை. அக்கம்பக்கத்திலுள்ள ஊர்மக்களும் அங்கே பார்த்தோம் இங்கே பார்த்தோம் என்று சொன்னார்கள். ஆனால் கடைசிவரை வேம்பூரைச் சேர்ந்தவர்கள் யாரும் சின்னப்பனை பார்க்கவே இல்லை.

தப்புக்கொட்டிக்கொண்டே வெட்டிய ஊரணி என்பதால் எல்லோரும் தப்புக்கொட்டி ஊரணி என்றே அழைத்தனர். இடி இடிக்கும்போது விழும் சத்தம் தப்புடிச் சத்தம்போலவே கேட்டது. வானத்துலருந்து சின்னப்பன்தான் தப்புக்கொட்டுவதாக நம்பினர். தப்புக்கொட்டி ஊரணி வற்றினால் பஞ்சம் வரும் என்றும் நம்பினார்கள். ஆனால் தண்ணீர் குறையும்போது அடைமழை பெய்துவிடும். வழக்கம்போல் ஊரும் செழித்துவிடும்.

“அடி... ஆத்தி திருவிழா முடிஞ்சதும் ஏம்புட்டு மருமகளோடதான் வயல்நாட்டுக்கு போகணும். எம்புட்டு சமத்தா பேசுது” நாரங்கி சொல்லிக்கொண்டு இருக்கும்போதே மொச்சிக்காளையும் வந்து சேர்ந்தார்.

“ஆத்தா... வந்துட்டிய்யா...” கண்கள் பொலபொலவென்று கண்ணீர் வடித்தன. “ம்... நம்ம முனியப்பன்தான் கொண்டு வந்து சேத்துருக்கான்” நாரங்கியை கட்டிப்பிடித்து அழுதார் மொச்சிக்காளை. நாரங்கியும் “சாமி... இந்த சொந்தம்சொத்து விட்றகூடாது சாமி. அது ஓங்கையிலதான் இருக்கு” என்று தேமித்தேமி அழுதாள். இருவரும் அழுவதைப் பார்த்து பெத்தாயியும் அழத் தொடங்கிவிட்டாள்.

“ஆத்தா... நீயும் வந்துருக்கியா. என்னயப் பாத்தா ஏம்மச்சான் உருவி

முத்தம் கொடுப்பாரே. அவருக்கா இந்தத் தீவினை வரணும்." மொச்சிக்காளை பாலாயியைப் பார்த்து அழுததும் சுருட்டையனும் அழகப்பனும் கண்கலங்கினர்.

"ம்... ஆனது ஆச்சு. இருக்கும் புள்ள பொறக்கும்புள்ளயாச்சும் கைகால் சொகத்தோட நல்லா இருக்கணும். ஆயா... அடுப்புல என்னடா வச்சுருக்க" சொக்காயியைப் பார்த்து கேட்டார் மொச்சிக்காளை.

வேம்பூர் வரகுனா ஊருநாட்டுல தனி மரியாதை. இது முனியப்பன் வெளைய வச்ச வரகு. வேம்பூர் மக்கள் வரகினை சாமிபோல் காத்து வந்தனர்.

சொக்காயியின் பதிலுக்காக காத்திருக்கவில்லை. வரகு கஞ்சியின் வாசம் வாசலில் செல்வோரையும் சுண்டி இழுத்தது. "ஆயா ... இப்போதைக்கி தட்டைப்பயறு போட்டு வெரசா கொழம்பு வையி. ராத்திரிக்கி வெடக்கோழிய அடிச்சுருவோம். எவ்ளோ காலம் கழிச்சு புள்ளைக வந்துருக்கு. கரிக்கஞ்சி போடலனா அந்த முனியப்பனே கோவிச்சுக்குவான்" மொச்சிக்காளை சொல்வதைக்கேட்டு மனசுக்குள் சிரித்துக்கொண்டாள் சொக்காயி.

"ஆத்தா... ஓம்... மருமக சமைக்க ஆரம்பிச்சதிலருந்து அடுப்பங்கரைப் பக்கம் ஒங்க... அத்தாச்சி எட்டிப் பாக்குறதே இல்லயே. "ஏதேதோ பேசிக்கொண்டு இருந்தாலும் மொச்சிக்காளையின் நெனப்பு கூழையனைப் பற்றியே வட்டமடித்தது.

"மருமகப் புள்ளைக ரெண்டு பேருக்கும் நம்ம திருவிழா முடிஞ்சதும் கல்யாணத்தப் பண்ணிப்புடனும். தூரந்தொலைவுனு பாக்காம வரப்போக இருக்கனும்ல. ஆத்தா... ஏம்மச்சினனுக்கு இன்னும் கோவம் கொறையலையோ. உங்கள மட்டும் அனுப்பிவிட்ருக்காக. வேம்பூர் திருவிழாதான் வயல்நாட்டுக்கே தெரியுமே. ஒரு எட்டு வந்துருக்கலாம்ல. கூடவோ கொறச்சோ... யாருக்குள்ள யாரு. மொரட்டுப்பிடியா பிடிச்சுக்கிட்டு இருந்தா நம்ம புள்ளைக வாழ்க்கைய பாக்க வேணாமா" மொச்சிக்காளையின் கண்களில் வெகுநாள் ஏக்கம் வந்து அமர்ந்தது.

திருவிழா முடிஞ்சதும் சுருட்டையனுக்கு கல்யாணத்தை செஞ்சு வச்சுரணும் என எண்ணிய தனது நோக்கம் நிறைவேறுவதை எண்ணி மகிழ்ந்தாள் நாரங்கி.

சொக்காயி சுருட்டையனை எண்ணி கனவு கண்டாள். இது நெசந்தானா. இம்புட்டு காலம் கழிச்சு வந்துருக்காளே அவருக்கு இந்த சொக்காயிய புடிக்குமா... என்ன பேசாம எரிஞ்சுக்கிட்டே இருக்கே... அடுப்படியிடம் கோவித்துக்கொண்டாள் சொக்காயி. அடுப்பில் நெருப்பு கொழுந்துவிட்டு எரிந்தது. நீண்ட முடிகளையும் கறுத்த மீசையையும் வருடிக்கொண்டு சுருட்டையனிடம் பேசிக்கொண்டே இருக்க வேண்டும் என எண்ணினாள் சொக்காயி.

“இப்போதாவது வந்தோமே... இல்லையென்றால் இந்தத் தேவதையை வேறு யாராவது அல்லவா தூக்கிப் போயிருப்பார்கள்” கண்களால் சிறைபிடித்து காதல் கோட்டத்தில் பறந்துகொண்டிருந்தான் சுருட்டையன்.

“ஆயா... யாரும் எங்கேயும் ஓடிப்போகல. மெதுவாத்தானா அடுப்ப எரி...” மொச்சிக்காளையின் பேச்சைக் கேட்டு மகிழ்ச்சியை அடக்கி வைக்க முடியாமல் க்கூ.... என சிரித்தாள் சொக்காயி.

“பெரிய திருவிழாவுக்கு ஓம்மச்சினன் வந்துரும்ண்ணே. அவரு மனசுலயும் உன்ன மாறியே ஒன்னுமே இல்லண்ணே. யாரு கண்ணோ பட்டுதான் இத்தன காலம் வெறுமென ஓடிப்போச்சு. ஊருநாட்டுல வயவாய்க்காலுக்கு தண்ணிதழவு பாச்சுராப்புல இருக்கும். காடுகரடயும் காவகாக்கணும். அந்த வேலையும் முக்கியம்ல...” நாரங்கி சொல்லிக் கொண்டு இருக்கும்போதே இரண்டு முயல்களை அடித்துத் தூக்கிக்கொண்டு ரத்தக்கறையோடு வந்தான் மயிலு.

“ஆயா... நாளைக்கு கோழிய அடிச்சுக்கலாம். இன்னக்கி மொசல நெருப்புல வாட்டி சமச்சிரு. மொசக்கறிக்கும் வரகு கஞ்சிக்கும் அம்புட்டு ஒனக்கையா இருக்கும். இந்தாஞ்ச... புள்ளைக பசியோட இருக்கும். சட்டுப்புட்டுனு சமைக்கிற வேலை பாரு” பெத்தாயியைக் கிளப்பினார் மொச்சிக்காளை.

“நாளைக்கி ராத்திரிக்கித்தான் முனியப்பனுக்கு படையல். யப்பா... மச்சானுகள... நம்ம பெரியகம்மாய சுத்திக் காம்புச்சுட்டு முனியப்பன் கோயிலுக்கும் கூட்டிப்போயிட்டு வா. அதுக்குள்ள கொழம்பு கொதிச்சிரும்” மொச்சிக்காளை சொன்னதும் சரி என்றான் மயிலு.

“பொழுது சாஞ்சுருச்சு. ஊருநாட்ட நாளைக்கிக் கூட பாத்துக்கலாம்.

தூரம் தொலைவு போயிறாம. முனியப்பங்கோயிலோட வளச்சுக்கிட்டு வந்துரு'' சொல்லிக்கொண்டே ஓலைப்பெட்டியில் வரகு முறுக்கினை அள்ளிக்கொடுத்தாள் பெத்தாயி.

சுருட்டையனும் சொக்காயியும் மாறிமாறிப் பார்த்துக்கொண்டு இருந்தனர். குடிசையைவிட்டு அரைகுறை மனசோடு கிளம்பினான் சுருட்டையன். நானும் வரலாமா என்பதுபோல் கண்களை உருட்டினாள் சொக்காயி. இங்கதானே இருக்கப் போறோம் என்பதை வலது கண்ணால் சைகை செய்துவிட்டு கிளம்பினான் சுருட்டையன்.

''ஏண்ணே... மயிலு மச்சான் இருக்கதுகூட தெரியாம அண்ணியாரும் நீயும் வெறிவெறிக்க பாத்துக்குறீகளே. போற போக்கப் பாத்தா திருவிழாவுக்கு முன்னாடியே உங்க கல்யாணம்காச்சி முடிஞ்சிரும் போல'' அழகப்பனின் கேள்விக்கு பதில்சொல்ல முடியாமல் நெளிந்தான் சுருட்டையன்.

''விடு... மச்சான். எப்பவோ பாத்துருக்கனும். இப்பவாச்சும் பாக்க முடிஞ்சுச்சே. நீங்க பாத்துக்கங்க மச்சான்'' சொல்லி இடுப்பில் கிள்ளினான் மயிலு.

வேம்பூர் பெரிய கண்மாயின் கரையில் ஏறி நடந்தனர். கண்மாயின் மேற்கே பெண் ஒருத்தி தனது கூந்தலை விரித்து உலர்த்தியதுபோல் கிடந்த மலைத்தொடரைப் பார்த்து சுருட்டையனும் அழகப்பனும் விழிகளை உயர்த்தி ஆவென பார்த்தனர்.

அந்த மலைக்கு அருகே தான் சிறுவனாக இருந்தபோது சென்றதாக கூறினான் அழகப்பன். இருவரும் அப்படியா...! என்பது போல் பார்த்தனர்.

பொன்னிவளநாடு அங்கதானே இருக்கு என்று சுட்டிக்காட்டிய அழகப்பனிடம் ''அந்த மலைகள்தான் மேகாட்டு மலைகள். பொன்னிவளநாடு இதோ இந்தப் பக்கம் இருக்கிறது'' என்று பெரியகண்மாயின் தெற்குத் திசையைக் காண்பித்தான் மயிலு.

பொன்னிவளநாடு என்றதும் தீத்தானின் நெனப்பு அழகப்பனை வாட்டியது. கண்கலங்கினான்.

''யோவ்... மச்சான். மீசை மொளச்ச ஆம்பளையா நீ. இப்புடி கண்கலங்கலாமா...? வேம்பூர்ல ஏந்தங்கச்சிக பாத்துச்சுனா இது

என்னடி அதிசயம்... மழைக்காலம் இல்லாமலேயே கலிங்கி பொத்துக்கிட்டு போகுதுனு சொல்லி சிரிப்பாங்கய்யா. வந்த எடத்துல நாலு மக்கமனுசல பாத்தமா. நாலஞ்சு எடத்த சுத்திப்பாத்தோமானு இருக்குறதவிட்டுட்டு...'' மயிலு சொன்னதும் கண்களைத் துடைத்துக்கொண்டான் அழகப்பன்.

கோடை காலத்திலும் பெரிய கண்மாயில் தண்ணீர் தளும்பதளும்ப கிடந்தது. தண்ணீருக்குள் இறங்கி முகம் கழுவினர். “எந்த ஊருநாட்டுக்குப் போனாலும் அந்த ஊருநாட்டு கண்மாய் தண்ணிய அள்ளி ஒருமொடக்காச்சும் குடிச்சுருய்யா... எந்த நோக்காடும் வராது'' என்று தீத்தான் சொன்னது நினைவுக்கு வந்தது. கைகளை சேர்த்து உள்ளங்கையில் தண்ணீரை அள்ளி மொடக்குமொடக்கென குடித்தான் அழகப்பன்.

தப்புக்கொட்டி ஊரணியின் தண்ணீரைப்போலவே இருந்தது. மீண்டும் மீண்டும் அள்ளிக்குடித்து வயிறை நிறைத்தான்.

“வேணும்னா... பெரியகண்மாய் தண்ணிய பானையில மொந்து தர்றேன். ஊருநாட்டுக்குப் போகும்போது கொண்டு போங்க. இப்ப உங்க அத்தை கொடுத்த முறுக்க திங்கிறதுக்காச்சும் வயித்துல கொஞ்சம் இடம் வேணும்ல'' மயிலு சொன்னதைக் கேட்டதும் “இங்கேருந்துதான் வயல்நாட்டுக்கு தண்ணியே வருது. ஆனா இந்தச் சுவை அங்க வரலயே. சுவைய புடிச்சி வச்சிக்கிட்டுதான் அனுப்புறீகளோ'' சொல்லிச் சிரித்தான் அழகப்பன்.

பெரிய கண்மாய்க்குள் முக்குளிப்பானும் நீர்க்காக்கைகளும் முக்குளித்து விளையாடிக்கொண்டிருந்தன. தண்ணீருக்குள் முக்குளிப்பதும் தண்ணீருக்கு மேலே வந்ததும் நாலாபக்கமும் பார்த்துவிட்டு தலையை சிலுப்புவதுமாக இருந்தன. தண்ணீருக்குள் நின்ற மரங்களில் உட்கார்ந்திருந்த மீன்கொத்திகள் அயிரை மீன் வேட்டையில் ஈடுபட்டிருந்தன. தண்ணீரின் மேலே நீந்தி வரும்போது லாவகமாக சொர்க்கல் நீச்சலடித்து மீன்கொத்திகள் வேட்டையாடின. வேட்டையாடிய மகிழ்ச்சியில் வானத்தைப் பார்த்து “க்கே... க்கே...'' என மெல்லிய குரலில் கத்தின.

பெரிய கண்மாயில் நிறைய மரங்களை கொக்குகள் ஆக்கிரமித்து இருந்தன. வெள்ளை நிறக் கொக்குகளும் செம்மண் புழுதி கலந்த

கொக்குகளும் “க்ர்ரே... க்ர்ரே... க்ர்ரே...” என கத்திக்கொண்டு மரங்களை வட்டமடித்தன.

“க்கோய்...க்கோய்...” என உரக்க கத்தினான் அழகப்பன். மரத்திலிருந்து கொக்குகள் படபடத்து பறந்து சென்று தண்ணீருக்குள் நின்ற மரங்களில் தஞ்சம் புகுந்தன. ஏதோ பெரிய ஆபத்திலிருந்து தாங்கள் தப்பித்ததாக அவை எண்ணிக்கொண்டன.

“க்கொர்... க்கொர்...” குரங்குகள் மரத்துக்கு மரம் தாவி தங்களது இருப்பைக் காட்டிக்கொண்டன. குட்டிகள் தாய்க்குரங்குகளிடமிருந்து விலகி சின்னஞ்சிறிய கிளைகளில் தாவி அலப்பின. குட்டிகளைப் பார்த்து தனது இரண்டு கைகளைக் காதுக்கு ஒன்றாய் வைத்து க்கொர்... என சுருட்டையன் கத்தினான்.

“மச்சான்... எங்க ஊருநாட்டு குரங்குகளுக்கு நீங்க பேசுறது புரியுதே. பேச்சு மூச்சே காணோம். ஒடுங்கிப் போய் நிக்கிதுக” சொல்லிச் சிரித்தான் மயிலு.

வடக்கி கலிங்கி தெக்கி கலிங்கி என பெரியகண்மாய் கரையை ஒரு சுத்து சுத்தினர். வயல்நாட்டுக்கு தண்ணீர் வரும் வெள்ளாரு குண்டாறுகள் உருவாகும் இடத்தைப் பார்த்து இருவருமே வியந்தனர். ஆத்தங்கரைகளின் இருபக்கமும் தாழம்பூவும் மஞ்சிக்கத்தாழையும் மண்டிக்கிடந்தன.

“வயல்நாட்டுக்காரங்கள நாங்கதான் இப்ப வரைக்கும் வாழ வச்சிக்கிட்டு இருக்கோம். மச்சினைங்க ரெண்டு பேரும் மறந்துறாதீங்க” என்றான் மயிலு.

“சொன்னாலும் சொல்லாட்டியும் நீங்கதான் எங்கள வாழ வைக்கிறீங்கங்கிறத நாங்க ஒத்துக்கிறோம். தண்ணி கொடுக்குறமாறியே சொக்காயி அண்ணியவும் சீக்கிரம் கொடுத்துட்டா எங்க சுருட்டை அண்ணனும் மச்சினன் பேரச் சொல்லி வாழ்ந்துரும். என்னண்ணே நா... சொல்றது” அழகப்பனின் முதுகைத் தட்டிக்கொடுத்தான் மயிலு. எதுவும் பேசாமல் நெளிந்தான்.

பெரிய கழுகு ஒன்று தனது றெக்கையை அடித்துக்கொண்டு இலுப்பை மரத்தில் உட்கார்ந்தது. ஆள்காட்டி பறவை அலறிக்கொண்டு பெரியகண்மாய் முழுவதும் பறந்து திரிந்தது. காட்டு வாத்துகள் கூட்டமாய் பறந்து சென்று நீர்க்கொட்டைகளுக்குள் ஒளிந்து

கொண்டன. இலுப்பை மரத்தில் தங்கியிருந்த குயில்களும் கழுத்தில் வெள்ளைக்கோடு போட்ட மணிக்காக்கைகளும் அண்டங்காக்கைகளும் கத்துவதை மறந்து அமைதி காத்தன. மரத்தில் நாம் மட்டும்தான் இருக்கின்றோமா...? வேறு எந்தப் பறவைகளும் இல்லையா...? என்று எண்ணி ஒன்றிரண்டு கிளைகளில் தாவி உட்கார்ந்தது. பிறகு றெக்கையை அடித்து இலுப்பை மரத்தை ஒரு அலப்புஅலப்பிவிட்டு பறந்து சென்றது. மற்ற பறவைகள் நிம்மதி பெருமூச்சு விட்டதன் அறிகுறியாக கரையிலிருந்த மரங்கள் அசைந்து மெல்லிய குளிர்காற்றை வீசின.

முனியப்பன் கோயிலில் ஆள் உயர ஈட்டியும் அரிவாளும் நட்டு வைத்திருந்தனர். பக்கத்தில் நடுகல் ஒன்றும் இருந்தது. அதில் இரண்டு கண்களைச் செதுக்கி இருந்தனர். பார்ப்பதற்கே பயமாக இருந்தது. நாளைக்கு ராத்திரிக்குத்தான் எல்லோரும் வருவார்கள் என்றான் மயிலு.

மேகாட்டு மலைகளுக்குள் கதிரவன் ஓடி ஒளியத் தொடங்கியது. மூவரும் பெரிய கண்மாயிலிருந்து கிளம்பினர்.

ராத்திரியில் மொசக்கறி விருந்து சாப்பிட்டது சுருட்டையனைத் தூங்கவிடாமல் தடுத்தது. முயலைப்போல் மனசு தாவித்தாவி அங்குமிங்கும் ஓடியது. வாசலில்தான் எல்லோரும் படுத்திருந்தனர். சொக்காயி மட்டும் குடிசைக்குள் படுத்திருந்தாள். படுத்திருந்தாள் என்பதைவிட, தவித்திருந்தாள் என்றுதான் சொல்ல வேண்டும். ராத்திரி முழுவதும் தூங்காமல் புரண்டு புரண்டு படுத்தாள்.

18

மறுநாள் அமாவாசை நாளில் அர்த்த ராத்திரியில் முனியப்பனுக்கு படையலுடன் பூசை தொடங்கியது. ஒவ்வொரு நாளும் பூசையும் ஏதாவது ஒரு கூத்தும் நடைபெற்றது. பதினைந்தாம் நாள் பூசைதான் பெரிய திருவிழாவாகும். பெரிய திருவிழா இரண்டுநாள் இருக்கவே கூழையனும் வந்து சேர்ந்தார். மச்சினனும் மச்சினனும் தனது மகிழ்ச்சியை கொண்டாட எண்ணி புதுப்பட்டுக்குச் சென்றனர்.

புதுப்பட்டுலதான் பனங்கள்ளு இறக்கிக்கொண்டு இருந்தார்கள். ஓலை முடிச்சில் வாங்கி வயிறு முட்டக் குடித்தனர். பனங்கள்ளுக்கு ஈடாக கானாங்கோழி வறுவல் பனங்காடு முழுவதும் மணத்தது. பனங்கள்ளுக்கும் கானாங்கோழி வறுவலுக்கும் மடமடவென தொண்டைக்குள் இறங்கியது.

“மொச்சிக்காள... குடிச்சக்கள்ளுக்குப் பதிலா நாலு சுருட்டு மஞ்சிக்கயிறு கொடுத்துரு. அதுபோதும்” சொல்லிக்கொண்டிருந்தார் கள்ளுக்கடை வெள்ளையன்.

மொச்சிக்காளை தயவு இல்லாமல் நம்மால வாழ முடியாது. மொச்சிக்காளை பின்னிப்போட்ட கட்டுலு காலத்துக்கும் நிக்கிம்ல. நாம ஊத்திக்குடுத்த கள்ளு நாலுதடவ மூத்தரம் பேஞ்சா நாத்தத்தோட

நாத்தமா மறஞ்சு போயிரும். சுரைக்குடுக்கையில் கள்ளை ஊத்திக் கொடுத்தார் வெள்ளையன்.

“மச்சான்... பாத்தியல்ல ஓம்...மச்சினன் செல்வாக்க. இத்தனகாலம் கழிச்சும் அன்னக்கிமாதிரியே இப்பவும் பாசங்கொறையலய்யா. அதுபோதும் மச்சான் எனக்கு. உனக்கு என்ன வேணும்னாலும் கேளு. இப்பவே கொண்டாந்து எறக்குறேன். அந்த வானத்து கதிரவன கேக்குறியா சொல்லு. மொச்சிக்காளை கயித்துல சிக்காததுனு எதுவுமே இல்ல” சுரைக்குடுக்கையை தோளில் மாட்டிக்கொண்டு நடந்தார் மொச்சிக்காளை.

“மலையேறனும்னாலும் மச்சினன் தயவு வேணும்னு தெரியாமலா சொல்லிருக்காங்க. ஏம்...மச்சினன் எப்பவும் நீதானய்யா. அந்த பந்தபாசம் காலத்துக்கும் இருந்தா போதும்ய்யா” கூழையனும் சொல்ல பேசிக்கொண்டே வேம்பூருக்கு வந்தனர்.

பதினைந்தாம் நாள் திருவிழா விமர்சையாக நடந்தது. ஆண்கள் பலரும் பெண் வேடமிட்டு ராத்திரி தொடங்கும் நேரத்தில் முனியப்பன் கோயிலிலிருந்து ஊருக்குள் வந்தனர். சாமியாடி அருள்வந்து ஆடிக்கொண்டு இருந்தார். சாமியாடியின் வாயில் ஆட்டின் ஈரலை நெருப்பில் சுட்டு கவ்விக்கொண்டு இருந்தார். கையில் இருந்த வீச்சரிவாளை நாலாபக்கமும் சுழட்டி ஆடினார் சாமியாடி. சாமியாடியின் நாக்கும் உதடுகளும் வறண்டுபோய் இருந்தது. ஈரலைக் கவ்விக்கொண்டு இருந்தால் கறியின் வாசத்தில் எச்சில் ஊறும். ஆனால் சாமியாடியின் உதட்டில் துளியும் ஈரமில்லாமல் இருந்தது. விரதம் இருந்து தன்னிலை மறந்து அருள்வந்து ஆடினார். மக்கள் பயபக்தியுடன் குலவையிட்டு பாட்டுப்பாடி வணங்கினர். குலவையிடும்போதெல்லாம் சாமியாடி உக்கிரமாக ஆடினார்.

மயிலு பெண் வேடமிட்டு வந்திருந்தான். சுருட்டையனும் அழகப்பனும் மயிலை நெருங்கி கேலி செய்து கொண்டே வந்தனர். “அண்ணே... அண்ணியார நீங்க கல்யாணம் பண்ணிக்கங்க. நா... இந்த மயிலுக்குட்டிய கல்யாணம் பண்ணிக்கிறேன்” கேலி செய்தான் அழகப்பன். அப்படியெல்லாம் கேலி செய்யக்கூடாது. இது நேர்த்திக்கடனுக்காக போடும் வேடம். சாமிக்குத்தம் ஆகிவிடும் என்று சொல்லிக்கொண்டு இருந்தான் மயிலு.

“மயிலு அப்புடியே பொம்பளப் புள்ள மாதிரியே இருக்கான். அவன்மேல விழுந்த காத்துக்கருப்பு எல்லாம் இன்னையோட ஒழிஞ்சிறணும்” வேண்டிக்கொண்டிருந்தாள் பெத்தாயி.

ஊருக்குள் சாமி வந்து ஆடுவதற்கென்றே பெரிய பொட்டல் இருந்தது. அந்தப் பொட்டலில் பெண்கள் எல்லோரும் பொங்கல் வைத்துக்கொண்டு இருந்தனர். சாமியாட்டத்தையும் மாறுவேடமணிந்தவர்களையும் கண்டு ரசித்தனர்.

ஈரலைக் கவ்விக்கொண்டு ஆடிய சாமியாடி திடீரென்று ராத்திரி நேரத்தில் கிழக்கு நோக்கி ஓடினார். அவருடன் பூசாரியும் ஒருசிலரும் மட்டுமே ஓடினர்.

“சாமி... அவுக பின்னாடி ஓடிறாதீக. சாமி எல்லைக்கிப் போகுது. எல்லையிலப் போயி ஈரல வச்சுட்டு அவுக அவுக எடம் நோக்கிப் போயிருவாங்க. எனக்குத் தெரிஞ்சு யாரும் போனது இல்ல” என்று எச்சரிக்கை செய்துகொண்டே இருந்தாள் பெத்தாயி.

சாமியாடி எல்லை நோக்கிச் சென்றதும் மாறுவேடம் அணிந்தவர்கள் வேடத்தைக் கலைத்துவிட்டு தங்கள் இருப்பிடத்திற்கு சென்றனர். பொங்கலிட்டவர்களும் பொங்கல் பானையை கூடையில் சுமந்து கொண்டு அவரவர் இருப்பிடம் நோக்கிச் சென்றனர். அழகப்பனைக் காணவில்லை. பொட்டலைச் சுத்தி பலதடவை வந்துவிட்டாள் பாலாயி. ராத்திரி நேரத்தில் அழகப்பன் முகம் அகப்படவில்லை.

“எங்கடா போனான் ஆளக்காணோமே...” சுருட்டையனைப் பிடித்து உலுக்கினாள் பாலாயி.

“எனக்குப் பயமா இருக்கே. போகாத இடத்துக்குப் போயிட்டானோ... சாமி... சொல்லுய்யா...” பெத்தாயியும் கெஞ்சினாள்.

“வேடத்தக் கலைக்கும்போது நமக்கிட்டதானே இருந்தாரு. அதுக்குள்ள என்ன மாயமா எங்க போயிருப்பாரு” குழம்பிப்போய் நின்றான் மயிலு.

“எவ்ளோ சொல்லியும் கேக்காம எல்லைக்கிப் போயிட்டான்” என்று சுருட்டையன் சொன்னதுதான் தாமதம் வானத்துக்கும் பூமிக்கும் குதித்தாள் பாலாயி.

“இத்தனக்கடவு கடந்து எல்லைக்கிப் போறதுக்குத்தானா கூட்டி

வந்தேன். முனியப்பா எந்தக் கொறையுமில்லாம ஏம்...புள்ளயக் கூட்டி வந்து சேத்துரு" சொல்லிக்கொண்டே மயங்கி விழுந்தாள் பாலாயி.

தண்ணியைத் தெளித்து குடிசைக்கு கூட்டி வந்தனர். முனியப்பன் கோயிலிலிருந்து மொச்சிக்காளையும் கூழையனும் வந்தனர்.

இருவரும் பாலாயிக்கு ஆறுதல் சொல்லிக்கொண்டு இருந்தனர். மனம் அமைதியாகாமல் தவித்தாள் பாலாயி.

"ஊருநாட்டு சேதி தெரியாம வயசுக்கு வந்த புள்ளய எல்லைக்கி அனுப்பலாமா. பூசாரி, சாமியாடி அப்பறம் ஊருநாட்டுல முக்கியமானவங்க ஒன்னுரெண்டுபேரு கூடப் போவாங்க. எனக்குத் தெரிஞ்சு வேற யாரும் போனது இல்லப்பா. எல்லையில என்ன நடக்குதுனு பாக்குறதுக்காக பக்கத்து ஊருநாட்டுப் பயலுக அலிஞ்சி மரத்து ஓரத்துல ஒளிஞ்சி நின்னு பாத்துக்கிட்டு இருந்தத சாமியாடி பாத்துட்டு ஒத்தக்குரல் வச்சு கத்துனது பாத்துட்டு அந்தப் பயலுக ஓடிப்போயிருக்கானுக. விடிஞ்சு போயி பாத்தா ஈரல் இருந்த தடமே தெரியாம இருந்துச்சு. ஆனா அந்தப் பயலுக கண்ணு தெரியாம அங்கயே தடவிக்கிட்டுல கெடந்தானுக. ரொம்ப காலம் கழிச்சு சாமிதானே கண்ணத் தொறந்து விட்டுருக்கு. இதுக்குப் பயந்துதானே யாரும் அங்கிட்டு எட்டிப்பாக்குறது இல்ல. ஏதுக்கும் புள்ள வந்துட்டான்னா உள்ளக் கூட்டிவச்சி திட்டிசுத்திப் போடு" பெத்தாயிடம் சொல்லிக்கொண்டிருந்தாள் வையம்மாள்.

வையம்மாளுக்கு வயது தொண்ணூறு இருக்கும். வையம்மாள் சொன்னால் யாரும் மறுபேச்சு பேசமாட்டார்கள்.

"ஆனா... பய துடிப்புக்காரன்தான் போலவே. நானும் வந்ததுலருந்து பாக்குறேன். நம்ம ஊருநாட்டு இளவட்டங்க பூராபயலுகளும் அவனச் சுத்திக்கிட்டேல திரியுறானுக. பக்கிக்காடுக என்னான்னா முந்தானைய முடிஞ்சு சொருவிக்கிட்டு மூச்சுக்கு முந்நூறு தடவனு அவனப் பத்திதான் பேசுதுக. ம்... எங்க பொறந்துருக்காளோ அவன வளச்சுப் போடுறவ. ரொம்ப நேரம் இருந்தா இடுப்பு விசுக்குவிசுக்குனு கடுக்குது. நா கௌம்புறத்தா. பய வந்தா நா வந்துட்டுப் போனதா சொல்லு" கிளம்பினாள் வையம்மாள்.

"பாத்துப் போத்தே... கல்லுகில்லு தட்டிக்காம" பெத்தாயி குரலைக்

கேட்டு “க்ம்...க்ம்...” செருமிக்கொண்டே சென்றாள் வையம்மாள்.

நீண்ட நேரத்திற்குப் பிறகு வந்தான் அழகப்பன். எதையோ அடைய நினைத்த இன்பத்தை அடைந்துவிட்டதாக முகம் காட்டிக்கொடுத்தது. முகம் பளிச்சென இருந்தது.

“ராசா... ஒன்னும் ஆகலயே” உடல்முழுவதும் தொட்டுத்தொட்டு தடவி பின்னர், முகத்தை உருவி முத்தம் கொடுத்தாள் பாலாயி.

“ஏன்டா... இப்புடி பண்ணுன” முணுமுணுத்துக் கொண்டிருந்தான் சுருட்டையன்.

“என்னம்மோனு நெனச்சா... மச்சானுக்கு பயங்கிறதே இல்லயே” மயிலு உதட்டைப் பிதுக்கி தலையாட்டிக் கொண்டான்.

ராத்திரி முழுவதும் பாலாயி தூங்காமல் விழித்துக்கொண்டு இருந்தாள். யாரும் போகாத இடத்துக்கு போய் வந்தால் பெத்தவள் மனசு எப்படி நிம்மதியாக தூங்க முடியும்.

பொழுது விடிந்தும் திண்ணையில் தூங்கிக்கொண்டு இருந்தான் அழகப்பன். “சண்டியரு... எல்லைக்கி காவலுக்குப் போயிட்டு அசந்து தூங்குறாரோ. எந்திரி புடுச்சிருக்க மூதேவி ஓடட்டும்” சொல்லிக்கொண்டே மஞ்சத்தண்ணியை அழகப்பனின் முகத்தில் ஊத்தினாள் வையம்மாள். திக்கென விழித்து எழுந்தான்.

திருவிழா முடிஞ்ச மறுநாள் நோய்நொடி வராமல் இருக்க மஞ்சள் நீராடுதல் விழா நடக்கும். குழந்தைகள் கொண்டாடிக்கொண்டு இருந்தனர். சுருட்டையன் எங்குப் போய் ஒளிந்தான் என்று தெரியவில்லை. எல்லாப்பக்கமும் தேடிப் பார்த்து விட்டாள் சொக்காயி. சுருட்டையன் யாருடைய கண்களிலும் சிக்கவில்லை.

தப்புக்கொட்டி ஊரணியில் அலிஞ்சி மரத்தடியில் ஒளிந்து இருப்பதாக தகவல் கிடைத்தது. பானை நிறைய மஞ்சத்தண்ணியை கலக்கிக்கொண்டு சென்றாள் சொக்காயி. அவளோடு பெண் குழந்தைகள் சிலரும் வந்தனர்.

அலிஞ்சி மரத்தின் தூரை சுத்தம் செய்து உட்கார்ந்து கொண்டு வானத்தைப் பார்த்துக்கொண்டு இருந்த சுருட்டையன் தலையில் மஞ்சத்தண்ணியை ஊற்றினாள் சொக்காயி. ஆடு சிலுப்புவதைப் போல் சிலுப்பிக்கொண்டு ஓடினான்.

“வயல்நாட்டுக்காரரே… எங்க சுத்தியும் ரெங்கண்ணே சேவிக்கு வந்துதானே ஆகனும்” சிரித்துக் கொண்டெ வந்தாள் சொக்காயி.

இரண்டுநாள் கழித்து சொக்காயிக்கும் சுருட்டைனுக்கும் சாயந்தர நேரத்தில் கல்யாணம் நடந்தது. புதுப்பட்டு பனங்கள்ளு ஆண்களுக்கு பரிமாறப்பட்டது. வேணுங்கிற அளவுக்கு மொந்து குடித்தனர். மாட்டுக்கறி குழம்பு வாசம் பெரிய கண்மாயில் நீராடி மேகாட்டு மலையில் மோதி காட்டில் தூங்கிக்கொண்டிருந்த விலங்குகளை எழுப்பியது. வாசம் எங்கிருந்து வருகிறது என்பதைத் தெரியாமல் விலங்குகளும் திருதிருவென விழித்தன.

“ஆத்தா… பாலாயி. ஒல்லைநாட்டு இடையாத்தூர்ல நமக்கு வேண்டியவங்க கிட்ட ஒரு பொண்ணு இருக்கு பேசி முடிச்சுருவோமா” மொச்சிக்காளை சொன்னதும் பாலாயி அழகப்பனைத்தான் பார்த்தாள். அவனோ மொச்சிக்காளை சொல்வதைக் கேட்டு இடையாத்தூரில் மனசை முகாமிட்டு தங்கியிருந்தான்.

அழகப்பனின் கண்களில் யார்யார் முகங்களோ வந்துபோனது. ஒன்றும் புடிபடவில்லை.

“ஏம் மச்சான்… நம்ம ஊருநாட்டுல மயிலுக்கு கட்டுறமாதிரி பொண்ணு இருக்கா. சூட்டோட சூட்டா அவனுக்கும் ஒரு கால்கட்டப் போட்றலாம்ல” கூழையனிடம் கேட்டார் மொச்சிக்காளை.

“ஏங்கத்தே… பொண்ணு தர்றது இருக்கட்டும். ஏம்மச்சினனுக்கு பொண்ணக் கொடுத்தா கூட்டியாந்து கோயில் வாசல்ல நின்னு சத்தியம் வாங்க மாட்டார்ல” சுருட்டையன் சொன்னதும் எல்லோரும் கலகலவென சிரித்தனர். பெத்தாயியைப் பார்த்து மொச்சிக்காளை வெட்கத்தால் நெளிந்தார்.

19

ஆளணும்னு நெனச்ச நம்ம வம்சத்துல அசிங்கமான செயலச் செஞ்சுட்டடமே என தீத்தான் இறந்த பிறகு வருத்தப்பட்டார் வாளனார். மனக்காயத்திற்கான மருந்து கிடைக்காமல் தவித்தார். உச்சிப்பொழுதில் தெக்கிவாய்க்கால் நோக்கி நடக்க ஆரம்பித்தார். சிலநாட்களாகவே வாளனாரின் நடவடிக்கைகளில் நிறைய மாற்றம் தெரிந்தது.

காராளவேந்தனை அழைத்து "நாம... நெழல் தர்ற மரம்மாறி இருக்கனும்ய்யா. நெழலுல எந்த இடத்துலயும் ஓட்ட விழுந்துறக் கூடாது. இந்த மண்ணுக்கு பொழப்பு தேடி வந்தப்போ கீழக்குடியிருப்புக்காரங்கதான் அண்டிப்பொழைக்க இடம் கொடுத்தாங்க..." வாளனார் சொன்னதை நினைத்துப்பார்த்துக் கொண்டிருந்தாள் பார்வதி.

எங்கிட்டு வெரசா கௌம்பிப் போறீங்க என்று முன்னமாதிரியெல்லாம் பார்வதி கேட்பதே இல்லை. பேத்தி பொறந்ததிலிருந்து பேத்தியோடு பொழுதைக் கழிக்க ஆரம்பித்தாள். நாட்டுநடப்புகளை வாளனாரோடு சேர்ந்து காராளவேந்தனும் பார்க்க ஆரம்பித்தான்.

"உங்க அய்யனோடு சேர்ந்து ஊருநாட்டுநடப்ப தெரிஞ்சுக்கய்யா. ஊருநாட்டுக்குள்ள ரெண்டுமூணு சல்லிப்பயலுக திரியிறானுக.

அவனுகளோட மட்டும் சேராம இருந்தா போதும். நம்ம வம்சத்துக்கு ஒரு கொறையும் இல்ல'' பார்வதியின் பேச்சுக்கு 'ம்' போட்டவன் ''ஆயா... சல்லிப்பயலுக ஆட்டமெல்லாம் எள ரத்தம் இருக்க வரைக்குத்தான். விடு ஆயா... பாத்துக்குவோம்'' தனது மகன் காராளவேந்தனின் பக்குவமான பேச்சில் உருகிப்போனாள் பார்வதி.

தெக்கிவாய்க்காலில் நின்று வானத்தை நோட்டமிட்டார் வாளனார். வானம் வெளுத்துப் போயிருந்தது. தோளுக்கு மேல் பையன் வளர்ந்துவிட்டான். ஊருநாட்ட அவன் பாத்துக்குவான் என்று எண்ணிக்கொண்டிருந்த போது தீத்தானும் மாரியம்மாளும் மாறிமாறி வாளனார் கன்னத்தை அறைவது போலிருந்தது.

''தாயை தண்ணித்தொறையில பாத்தா புள்ளய ஆள்விட்டா பாக்கனும். என்னத்த வெதைக்கிறமோ அதுதானே மரமா வளந்து நிக்கிம். காலங்கடந்து பொறந்த புள்ள... பெத்தவங்க கவிச்சி புள்ளயவும் தொத்திக்காம''- என்றோ பார்வதி சொன்னது இப்பொழுதும் காக்காய்நெறிஞ்சி முள்ளை எடுத்து குத்தியதுபோல் இருந்தது. பேத்தியைப் பார்க்கும்போதெல்லாம் காராளவேந்தன் சிறுவனாக இருந்தபோது பார்வதி சொன்னதுதான் நினைவுக்கு வந்தது.

''எந்த சாமி புண்ணியமோ ஒருகொறையும் இல்லாம பேத்தி பொறந்துருக்கு. இருந்தாலும், பண்ணுன பாவம் எந்த ரூபத்துல எப்ப வருமோனு திக்குதிக்குனே மனசு அடிச்சுக்கிது'' காலையில் பார்வதி சொன்னதும் விரக்தியின் உச்சிக்குச் சென்றுவிட்டார் வாளனார். வாழ விரும்பாமல் பாழும்கிணற்றை எட்டிப்பார்த்துக் கொண்டு இருந்தார். வாளனாரின் மனசை கத்தாழை முள்ளால் குத்திக் கிழித்துக்கொண்டு இருந்தாள் சிலம்பனின் அம்மா மாரியம்மாள்.

கண்டவனாரின் மேலச்செய்யில் மண்டியிருந்த புதர் செடியையெல்லாம் தனியாளாய் வெட்டிக்கொண்டு இருந்தாள் மாரியம்மாள். உச்சி வெயிலின் தாக்குததால் மயக்கம் வருவது போலிருந்தது. தெற்கு வாய்க்காலில் தண்ணீர் பாய்ந்தோடிக் கொண்டிருந்தது. மரங்கள் அசைந்தாடும் நேரத்தில் வீசும் காற்றில் ஈரப்பதமும் சேர்ந்து சில நேரம் குளுமையைத் தந்தது. மேலச்செய்யை விட்டு வெளியேறி வாய்க்காலுக்குள் இறங்கினாள். வாய்க்கால் தண்ணீர் காலில் பட்டதும் வெயிலின் எரிச்சல் தணிந்து பனிபோர்த்திய உடலாக மாறிப்போனது. வாய்க்கால் தண்ணீரை அள்ளி முகத்தை கழுவியவள்

குளித்து விடலாம் என்ற முடிவுக்கு வந்துவிட்டாள். குளுமை குதிகாலை சுண்டி இழுத்ததால் வாய்க்காலுக்குள்ளேயே நின்றாள். தண்ணீர் அவளை இதமாக வருடியது. அப்படியே கொஞ்ச நேரம் தண்ணீருக்குள் கிடந்தாள். தண்ணீர் அவளை மேலும் குளுமையாக்கியது.

தலையை முக்கி எழுந்தாள். சேலையை மார்பில் சுற்றியபடி வரப்பில் ஏறினாள். வெயிலின் புழுக்கத்திலிருந்து நீராடிய மகிழ்சியில் சென்றுகொண்டிருந்தாள். பிணந்தின்னிக் கழுகு குறுகுறுவென பார்ப்பதுபோல் அவளது மார்புகளை மட்டுமே பார்த்துக்கொண்டு வந்த வாளனாரை கவனிக்கவில்லை.

ஆள் அரவமற்ற வயல்வெளியில் தலை குனிந்தவாறு ஈரத்துணியை இறுகப் பிடித்துக்கொண்டு வந்த அவளை, "என்ன மாரியம்மா... பொதர சுத்தம் பண்ணுனியா..." என்ற வாளனாரின் பேச்சில் ஈரம் கசிந்திருந்ததாக அவள் உணர்ந்தாள். தலையை நிமிராமல் "ஆமங்கய்யா..." என்றவாறே விலகிச் சென்றாள். வாளனார் வாயில் எச்சில் ஊற்றென பெருக்கெடுத்தது. வழிந்த எச்சிலை சுவைத்து விழுங்கினார்.

கொடும்பசியில் கிடந்தவனுக்கு தான் ஆசைப்பட்ட உணவு கிடைத்தால் கைகளை கட்டிக்கொண்டு வெறுமென இருப்பானா.....? முன்னால் சென்றுகொண்டு இருந்தவளை, பின்னால் சென்று தன் வயிற்றோடு அணைத்து மார்புகளைப் பிசைந்தான். இதை சற்றும் எதிர்பார்த்திடாத மாரியம்மாள் தனது கையில் வைத்திருந்த அரிவாளை கீழே போட்டுவிட்டு அலறிக்கொண்டு ஓட முயன்றாள்.

"விட்டுருங்க சாமி... விட்டுருங்க சாமி..." என்று விடாமல் கத்தியபோதும் மண்டை பிளக்கும் வெயிலில் ஒரு பச்சியைக் கூட பார்க்க முடியவில்லை. இலைகளை சுமந்திருந்த மரங்கள், பறவைகள் இல்லாமல் வெறிச்சோடி கிடந்தன. பூத்திருக்கும் மரங்களில் தேனீக்கள் மட்டுமே வட்டமிட்டுக் கொண்டிருந்தன.

அவளை மடக்கி கீழே சாய்த்தது அந்தப் பிணந்தின்னி கழுகு. அவளது தொண்டையை ஒரு கையால் அழுத்திக் கொண்டது. அவளால் கத்த முடியவில்லை. அவள் திணறினாள். இரண்டு கைகளையும் கால்களால் மிதித்துக் கொண்டான். தனது தோளில்

கிடந்த துண்டை எடுத்து அவள் வாயை இறுகக் கட்டினான். அவள் வாயிலிருந்து சத்தம் வரவேயில்லை. "க்...க்...க்... சத்தம் மெல்லியதாகக் கேட்டது. அவளுக்கு மூச்சு முட்டியது. எங்கிருந்தோ வந்த ஆக்காட்டிப் பறவையொன்று கூக்குரலிட்டு கத்திக்கொண்டே அங்குமிங்கும் பறந்து சென்றது. பறவையின் மொழியை இந்தப் பாரில் உணர்ந்தவர்கள் யாருமில்லை.

தனது பலத்தையெல்லாம் ஒன்று சேர்த்து அவனது ஆண் உறுப்பில் வலது கையால் குத்துவிட முயற்சித்து, அவனது இடது முழங்காலை தாக்கினாள். வலியை அவனது கண்கள் உணரவில்லை. தின்று சுவைப்பதிலேயே குறியாக இருந்தான். இடது கையால் மண்ணை வரண்டி அள்ளி அவனது கண்களில் வீசினாள். கண்கள் உறுத்தியது. விரல்களால் தேய்த்து கண்களை திறந்தான். தொடும் தூரத்தில் கிடந்த அரிவாளை எடுத்து அவனது வலது காலில் ஓங்கி வெட்டினாள். ரத்தம் கொட்டியது. வலி தாங்க முடியாமல் கத்தினால் அவமானம் என்று கருதினான். அவிழ்த்து கிடந்த அவனது துண்டை எடுத்து காலில் இறுக கட்டினான். உதடுகளைப் பிதுக்கிக்கொண்டு அவளை நோக்கி நடந்தான்.

"நீயெல்லாம் தலைவனாடா... எங்க கலசமங்களத்து மன்னரோட கால் தூசிக்கு ஆளாவியா...? சனக்கட்டு அதிகமாயிருந்தா நெனச்சதெல்லாம் பண்ணுவியா. இப்பவே போயி ஏஞ்சனத்துக்கிட்ட உன்னோட வண்டவாளத்த மானத்துல ஏத்துறேன். அதோட இந்த மாரியம்மா நிக்கமாட்டா... கலசமங்களத்துக்குப் போயி உங்க சனக்கட்டுல யாருயாரு என்னென்ன கொடும பண்ணுருங்கேனு சொல்லி உங்கள வந்த வழியே போக வைக்கிறேன்" முடியை அள்ளிக் கொண்டை போட்டு சேலையை வாரி சுருட்டிக்கட்டிக்கொண்டு அரிவாளோடு நடந்தாள்.

வாளனாருக்கு கல்யாணமாகி ஆண்டுகள் கடந்தும் குழந்தை இல்லை. வாளனார் மனைவி பார்வதி நாள்தோறும் சிவன் கோயிலிலேயே கெடையாய் கிடந்தாள். இப்போது இவள் ஊருநாட்டுக்குள் போயி நம் மானத்தை வாங்கினால் ஒருபயலும் மதிக்கமாட்டான். அதோட நம்மனால நம்ம சனக்கட்டு இந்த மண்ண விட்டுப் போக இடம் கொடுக்கக் கூடாது என எண்ணினான்.

விக்குவிக்குனு நடந்துபோய்க்கொண்டிருந்தவளை மீண்டும்

வழிமறித்தான். மாவேகம்மலைவேகமாக கொதித்துக்கொண்டு இருந்தாள். அடுத்த அடி எடுத்து வைக்க காலை தூக்கினாள். கைகளை ஒன்றாக பிணைந்து கொண்டு அவளது முகத்தில் ஓங்கி அறைந்தான். எட்டாத தூரத்தில் அரிவாள் விழுந்தது. வாய்க்கால் ஓரத்தில் சுருண்டு விழுந்தாள்.

“ஏன்டி... புருசன் இல்லாத ஈனச் சிறுக்கி... எதுத்து தாக்குறியா... நாங்க பாராள பொறந்தவங்கடி. நீ பரலோகம் போகப்போறடி..." சொல்லிக்கொண்டே அவளது சேலையை உருவி எறிந்தான். அவள் நிர்வாணமாய் தரையில் புரண்டாள். மூக்கிலிருந்து ரத்தம் வழிந்தது. அவளது கையின் மணிக்கட்டைப் பிடித்துப் பார்த்தான். நாடித்துடிப்பு நின்று போயிருந்தது. அவளை அடைய நினைத்த அவனது வேகம் குறையவே இல்லை. விசம் கொண்ட கட்டுவிரியன் பாம்பு பசிக்காக சுண்டெலியை விழுங்குவதாக இருந்தது.

காமப்பசி கொண்ட அந்தக் கழுகு செத்துப் போய்விட்டாள் எனத் தெரிந்தும், பசி தீரும் வரை உண்டு மகிழ்ந்தது. முழுப்பசியும் தீர்ந்த மகிழ்ச்சியில் தனது வேட்டியை எடுத்து இடுப்பில் கட்டிக் கொண்டான். அவளது கண்கள் மேல்நோக்கி பார்த்துக் கொண்டிருந்தது. அசைவற்று கிடந்தாள். தனது காலில் கட்டியிருந்த துண்டை அவிழ்த்து தோளில் போட்டுக் கொண்டான். ரத்தம் கசிவது நின்றுபோயிருந்தது.

வயல்வெளியில் நின்று கொண்டிருந்த தீத்தானால் சத்தம் எங்கிருந்து வருகிறது என்பதை உணர முடியவில்லை. எங்கெங்கோ அலைந்து கடைசியில் தெக்கிவாய்க்காலுக்கு ஓடி வருவதற்குள் அந்தக் குள்ளநரி முழுவதுமாக தின்று மூச்சையும் குடித்து, அந்த தெக்கிவாய்க்கால் தண்ணியில் போட்டுவிட்டு திரும்பும் போதுதான் வாளனாரைப் பார்த்தார். வாளனாரின் பார்வையில் கொடூரம் தெரிந்தது. தீத்தான் நடுநடுங்கி நின்று கொண்டிருந்தார்.

இந்த வெட்டியான் ஊருக்குள் சொல்லிவிடுவானோ என்று வாளனாருக்குள் அச்சம் இருந்தாலும் வயல்நாட்டு தலைவன் என்னை மீறி ஒன்னும் நடக்காது என்று தனக்குள் எண்ணிக் கொண்டார்.

"வெளிய தெரிஞ்சுச்சு... அப்பன் ஆத்தா இல்லாதவனுகூட பாக்க மாட்டேன். கழுத்தறுத்து போட்டுட்டு போய்க்கிட்டே இருப்பேன்.

இருந்தாலும் ஒனக்கு ஒரு நாளக்கி இருக்குது...'' வாளனார் சொல்லிச் சென்றது தீத்தான் மனதை உருக்குலையச் செய்தது.

வயல்காட்டுப் பக்கம் போனபோது குச்சி கிழித்துவிட்டதாக பார்வதியிடம் சொல்லி சமாளித்தார் வாளனார். தெக்கிச்சீமை வைத்தியரை வரவழைத்து காயத்திற்கு கட்டுப்போட்டார். காயத்தைப் பார்த்த வைத்தியர் குச்சி கிழிக்கவில்லை என்றும், அரிவாளால் வெட்டப்பட்டதாகவும் பார்வதியிடம் சொல்லிச் சென்றார்.

வயக்காட்டுக்குப் போன இடத்துல அரிவாள் எப்புடி வந்துச்சு. கட்டுக்கோப்பா இருக்க நம்ம சனக்கட்டுல எவனுக்கு இவர வெட்டுற துணிச்சல் வந்துச்சு. மொத்தமா ஒரு ஊருசனமே வந்தாலும் இவரோட மூச்சுக்காத்துக்கு ஈடுகொடுக்க முடியுமா...? குச்சி கிழிக்கிற அளவுக்கு அப்புடி என்னத்த பண்ணுனாரு. வைத்தியரு அரிவாள் வெட்டுனு சொல்லிட்டுப் போறாரு. இவரு குச்சி கிழிச்சுருச்சுனு எதையோ மூடி மறைக்கிறாரு. தண்ணிக்கி கீழ குசுவுனாலும் தலைக்கி மேல வந்துதானே ஆகனும். அவளுக்கு சட்டென தீத்தானின் முகம் வந்து போனது. தீத்தான் வரட்டும் எனக் காத்திருந்தாள். வயக்காட்டுல என்னம்மோ நடந்துருக்கு என ஐயம் கொண்டாள் பார்வதி.

மாரியம்மாளைத் தூக்கிவந்து அடக்கம் செய்வதற்கான வேலைகள் நடந்து கொண்டிருந்தது. சிறுவனாக இருந்த சிலம்பன் கண்ணீர் விட்டு கதறிக்கொண்டு இருந்தான். தீத்தானால் அழுகையை அடக்க முடியவில்லை. தீத்தானால் சிலம்பனைக் கட்டியணைத்து ஆறுதல் மட்டுமே சொல்ல முடிந்தது. மனக்குமுறலை யாரிடமாவது சொல்லியே ஆகவேண்டும் என புழுங்கிக்கொண்டிருந்தார் இளைஞரான தீத்தான்.

மாரியம்மாளைக் கொன்றது வாளனார்தான் என கூழையனிடம் சொன்னபோது "அவுகள பகச்சுக்கிட்டு பொழப்பு நடத்த முடியுமா. நமக்கிட்ட என்னடா இருக்கு... என்கிட்ட சொன்னமாதிரி எவனுக்கிட்டயும் சொல்லித் தொலஞ்சுராத. வீட்டுக்கு தூரமா இருக்குற நேரத்துல தெக்கி வாய்க்கால்ல குளிச்சதால முனி அடிச்சுருச்சுனு நம்ம சனமே நம்பிக்கிட்டு இருக்கு. இப்ப போயி இத சொன்ன... ஒன்னயவும் காக்கா கழுவுக்கு போட்டுட்டு காணமுனு சொல்லிருவானுகடா... அப்பனையும் ஆத்தாவையும் எழந்தவன்டா நீ. ஒனக்கு ஒரு கல்யாணம் காச்சியப் பண்ணி வம்சத்த பெருக்க

வேணாமா...'' கூழையன் சொன்னபோது தீத்தானுக்கு வேர்த்து வெடவெடத்துப் போனது.

“ஏய்யா... அந்தப் பச்சப் புள்ளயோட நெலமைய நெனச்சுப் பாரு. நம்மல விட்டா வேறகெதி இல்ல. இத்தோட இந்தச் சேதிய மண்ணபோட்டு மூடிரு'' என்றாள் நாரங்கி.

காராளவேந்தன் பிறந்து பிறகு அவனை மகிழ்விப்பதற்காக வாளனார் வீட்டுக்கு அடிக்கடி வந்துபோனார் தீத்தான். தீத்தானின் தப்புச்சத்தம் கேட்டுத்தான் காராளவேந்தன் முண்டவே ஆரம்பித்தான். நீண்டநாட்களாய் மனசில் புழுங்கிக்கொண்டே இருந்த சேதியை தீத்தான் மூலமாக உறுதிப்படுத்தினாள்.

வாளனாரின் காலில் அரிவாள் வெட்டு பெரிய தழும்பாக மாறிப்போயிருந்தது. மாரியம்மாள் செத்த அன்றைக்குத்தான் வாளனாரின் காலில் வெட்டுக்காயம் ஏற்பட்டிருந்தது. இரண்டுக்கும் ஏதோ தொடர்பு இருப்பதாக எண்ணினாள்.

வழக்கம்போல் காராளவேந்தனை மகிழ்விக்க தப்போடு வந்தார் தீத்தான். தப்படிச் சத்தம் தொடங்கியிருந்தது. சத்தத்தின் ஊடாக பேச்சைத் தொடங்கினாள் பார்வதி.

“ஏம்பா... மாரியம்மாள முனி அடிச்சு கொன்னுச்சா, இல்ல மிருகம் ஏதாவது தீண்டிச்சா... மாரியம்மா செத்தத மொதமொதனு பாத்தது நீதானே. பாத்தப்போ உன் கண்ணுல முனி தெரிஞ்சுச்சா இல்ல கொடூர மிருகம் தெரிஞ்சுச்சா... உங்க அய்யா காலுல இருக்க தழும்பு இனி எப்போதுமே மாறாது போலவே. எந்த சாமி புண்ணியமோ தெரியல ரொம்ப நாளு கழிச்சு இந்தப் புள்ள பொறந்துருக்கு. இதுவும் பொறந்ததுலருந்து சொரணக்கெட்டு கிடக்குது. ஏதாவது பழிபாவம் பண்ணிருந்தா கூட கோயிலுகொளமுனு போயி பாவத்த தொலச்சுக்கலாம்ல'' பார்வதி சொன்னதும் தீத்தான் முகம் வேர்த்துப் போயிருந்தது.

“மொகம் குப்புனு வேர்க்குறதப் பாத்தா தெக்கிவாய்க்காலுல நான் நெனச்சதுதான் நடந்துருக்கு. நீதான் உடந்தையா இருந்துருக்க...'' பார்வதி பேச்சை இழுத்தாள்.

மாரியம்மாளுக்கு ஏதோ நடக்கப்போயி அதை வாளனார் தடுத்திருக்க வேண்டும். அந்த நேரத்தில் எதிர்பாராதவிதமாக வாளனாரின் காலில்

காயம் ஏற்பட்டிருக்கிறது. அந்த நிகழ்வு என்னவென்று தெரியலயே என்று குழம்பினாள் பார்வதி.

வேறுவழியில்லாமல் தெக்கிவாய்க்காலில் நடந்ததை சொல்லி முடித்தார் தீத்தான். பார்வதியின் முகம் வேர்த்துவிறுவிறுத்தது. குலைநடுங்கிப் போனாள். ஊரக்காப்பாத்துற தலைவன் பண்ணுற காரியமா இது. தீத்தான் சொல்வது உண்மையா... அய்யோ புருசன இழந்த அவ மனசு பச்சப்புள்ளய நெனச்சு என்னபாடுபட்டுருக்கும். மனசு குழம்பிப் போனாள். சிலம்பனின் முகம் பார்வதியின் மனசைப் பாடாய்படுத்தியது.

சிலம்பன் மீதும் பாசமாக நடந்து கொண்டாள் பார்வதி. சிலம்பனையும் பார்வதியையும் ஒன்றாக பார்க்கும்போதெல்லாம் வாளனாரின் மனசுக்குள் சுருக்கென்று இருந்தது. “ம்... என்ன பண்றது புள்ளைக தப்பு பண்ணுனா சாமிதான் கண்டிக்கனும். இங்க சாமியே பண்ணக்கூடாத தப்பெல்லாம் பண்ணிருக்கு. பூசாரிதானே சாமியோட பாவத்தக் கழுவணும்...” பொடிவச்சு பேசிய பார்வதியின் பேச்சைக்கேட்டு நிலைகுலைந்து போனார் வாளனார். பார்வதியின் பேச்சு ஒவ்வொரு நாளும் வாளனார் மனசைக் குடைந்து கொண்டிருந்தது.

தீத்தான் இறந்தபோது அந்த ராத்திரி முழுவதும் தூங்காமல் அவதிப்பட்ட வாளனாரிடம் “நீங்க பண்ணுன பாவத்த தீத்தான் பாத்துப்புட்டான்ங்கிறதுக்குத்தானே அவன்மேல எறிஞ்சு எறிஞ்சு விழுந்தீக. இல்லாத பழியெல்லாம் சுமத்தி காயப்படுத்துனீங்க. எங்காவது ஒரு சொல்லு ஓங்கி பேசிருப்பானா... பண்ணுன பாவத்த தொலைக்கனும்னா அதுக்கு ஒரேவழிதாங்க இருக்கு. கீழக்குடியிருப்புக்குப் போயி தீத்தானுக்கு செய்ய வேண்டிய கடைசிச் சடங்க நாம நின்னு செய்யிறதுதான். உங்க காலுல உள்ள தழும்புக்கும் அதுதான் பரிகாரமா இருக்கும்” பார்வதியின் பேச்சுக்கு மறு பேச்சு பேசவில்லை வாளனார்.

தெக்கிவாய்க்காலில் நின்று கொண்டிருந்த வாளனார் மனம் கிரங்கடித்து தள்ளாடினார். அருகிலுள்ள பாழுங்கிணற்றில் யாரோ தம்மைப் பிடித்து தள்ளுவதாக உணர்ந்தார். வயல்காட்டுப்பக்கம் சென்ற வாளனாரை இன்னும் காணவில்லையே எனத் தேடி வந்தாள் பார்வதி. பாழுங்கிணற்றின் ஓரமாக நின்றுகொண்டு இருப்பதைப்

பார்த்தாள். இந்நேரத்தில் எதைப் பார்க்கிறார் என்பது புரியாதவளாக நடையைக் கூட்டினாள்.

யாரோ பாழடைந்த கிணற்றுப் பக்கம் நிற்பதைப் பார்த்து வயல்காட்டில் நின்றிருந்த சிலம்பனும் வேகமாக நடந்து வந்தான். வாளனாருக்கு கிறுகிறுனு கண்கள் சுத்தியது. தண்ணீர் இல்லாத பாழுங்கிணற்றில் குப்புற விழுந்தார்.

“அய்யோ... ஓடிவாங்களே...” உரக்கக் கத்தினாள் பார்வதி. அவளின் சத்தம் கேட்டு பாழுங்கிணற்றுக்கு ஓடி வந்தான் சிலம்பன். படி இல்லாத கிணற்றில் வேர்களையும் செடிகொடிகளையும் பிடித்துக்கொண்டு வேகமாய் தரை இறங்கினான் சிலம்பன். அதற்குள் பலரும் வந்து சேர்ந்தனர். கயிறுகளைக் கட்டிக்கொண்டு சிலர் கிணற்றுக்குள் இறங்கினர். ரத்த வெள்ளத்தில் இறந்து கிடந்தார் வாளனார்.

“அய்யா... அய்யா...” கதறினான் சிலம்பன். வாளனாரை தோளில் தொங்கப் போட்டுக்கொண்டு கயிறைப் பிடித்து மேலே ஏறிவந்தான் சிலம்பன். சிலம்பனின் உடல் முழுவதும் வாளனாரின் ரத்தம் வழிந்துகொண்டு இருந்தது. கண்ணீர் விட்டு கதறினான் காராளவேந்தன்.

கதறல் ஒலி கேட்டு அழகப்பனும் நொண்டிக்கருப்பையாவும் பாழடைந்த கிணறு நோக்கி ஓடி வந்தனர். ஊருநாடே கூடியிருந்தது.

“ஊருநாட்ட ஆளுடானு சொன்னிகளே... நாலு சொல்லு நல்ல சொல்லு சொல்லி முடிச்சது போதும்னு போய்ட்டிகளா... ஆயா... அய்யாவ பாரு... அய்யாவ பாரு” பார்வதியின் கைகளைப் பிடித்து உலுக்கினான் காராளவேந்தன்.

“அய்யாவ... முனி அடிச்சுருச்சுப்பா” காராளவேந்தனுக்கு ஆறுதல் சொன்னாள் பார்வதி.

பார்வதி சொன்னதைக் கேட்டு தன் தாய் மாரியம்மாளின் நினைவில் மூழ்கிப்போனான் சிலம்பன்.

20

வயல்நாட்டில் கண்டதையும் கேட்டதையும் ஏமம்பாறையில் சொல்லிக்கொண்டிருந்த அழகப்பனின் கண்களை வெறிக்கப் பார்த்தாள் பொன்னழகி. வயல்நாட்டில் நடந்த நிகழ்வுகளும் வாளனார் பற்றிய சேதியும் அவளின் உள்மனதை ஏதோ பிசைந்துகொண்டு இருந்தது. தனக்கான இடத்தை விட்டுக்கொடுத்துவிட்டு இந்தச் சனம் இப்படி ஏமாந்து போகலாமா என்றும் யோசித்தாள்.

நம் மாமனார், தன் கணவர் மீது எவ்வளவு பாசம் வைத்து இருந்திருந்தால் வெயிலும் மழையும் காடும்கரடும் பார்க்காமல் தோளில் தூக்கிக்கொண்டு சுமந்திருப்பார். அப்பா என்கிற அந்த இடம் இப்போதும் வெற்றிடமாகத்தானே இருக்கும். அந்த ஏக்கத்தை அவரிடமிருந்து எவ்வாறு நீக்குவது. கணவனுக்கு தாயாக வாழ்ந்துவிடலாம். ஆனால், தந்தையாக எப்படி வாழ்வது...? அளவுகடந்த அன்பினால் மட்டுமே அந்த வெற்றிடத்தை தன்னால் நிரப்ப முடியும் என்று நம்பினாள்.

ஏமம்பாறையில் சாயங்கால சூரியன் கண்சிமிட்டி மஞ்சள் பூசி குங்குமம் வைத்துக்கொண்டிருந்தது. அரசங்காட்டு ஆவிமலையிலிருந்து ஆவ்...ஆவ்...ஆவ் என சத்தம் கேட்கத் தொடங்கியது.

பிரமையனும் பூச்சிப்பிள்ளையும் இருவரையும் எதிர்பார்த்து காத்திருந்தனர்.

“புள்ளமாதிரி பொத்திப்பொத்தில பொன்னழகி வளத்துச்சு. இப்பக்கூடப் பாரு. நாமளும் வைத்தியர வச்சு வைத்தியம் பாத்தும் குட்டி பொறக்குமானே தெரியல. ஆனா நம்ம புள்ளையும் மருமயனும் வந்துதான் கன்னு போடனும்னு இருந்துருக்கு. அதுனால பசுமாட்டையும் கன்னையும் புள்ளைக்கிட்டயே கொடுத்துருவோம்” என்றாள் பூச்சிப்பிள்ளை.

“மாப்பிள்ளை வந்து ரெண்டுநாள் ஆச்சு. இந்த விசயத்த மனசுக்குள்ள போட்டு அடச்சு வச்சுருந்தேன். நீ பட்டுனு கேட்டுப்புட்ட. நமக்குப் பின்னாடி நம்ம புள்ளைக்குத்தானே வழக்கமா சேரனும். இப்பவே கொடுத்தாலும் எனக்கு ஏகபோக மகிழ்ச்சிதான்” என்றார் பிரமையன்.

பசுவையும் கன்னுக்குட்டியையும் வாங்கிக் கொள்வதற்கு இருவருமே தயக்கம் காட்டினாலும் வேறு வழியில்லாமல் பெற்றுக் கொண்டார்கள். சீதனமாக கொடுத்த பசுவையும் கன்னுக்குட்டியையும் ஓட்டி வந்து கீழக்குடியிருப்பில் கட்டியிருந்தனர். எல்லோரும் அழகப்பன் குடிசையை சூழ்ந்துகொண்டு வேடிக்கைப் பார்த்தனர்.

பொறந்த வீட்டிலிருந்து பொன்னையும் பொருளையும் சீதனமா வாங்கி வந்து பாத்துருக்கோம். இது என்னடானா வழக்கத்துக்கு மாறா பசுமாடும் கன்னுக்குட்டியும் கொடுத்துருக்காங்க. பொண்ணு எடுக்க கொடுக்க இருந்தா இனிமே இதுவும் கொடுக்குறாப்புல இருக்குமோ என்று பலரும் வெளிப்படையாகவே பேச ஆரம்பித்தனர்.

எதையும் காதில் வாங்கிக்கொள்ளாமல் குடிசையை விரிவுபடுத்தும் பணியில் பொன்னழகியும் அழகப்பனும் ஈடுபட்டனர். குடிசையின் நாலாபக்கமும் தாழ்வாரத்தை இறக்கினாள். பொழங்குவதற்கு பெரியதாக இருந்தது. மேற்கு தாழ்வாரத்தில் பாலாயி தங்கிக் கொண்டாள்.

பொன்னழகியின் கொசுவம் வச்சு சேலைகட்டியிருக்கும் அழகைப் பார்த்து பெண்களும் மயங்கித்தான் போனார்கள். நீளமான கூந்தலும் ஆராமீன் நீந்திச் செல்வது போன்ற இமைகளும் அவளை அழகுபடுத்தின. பொன்னழகியின் பேச்சும் செயலும் அவளை தனித்துவமாக அடையாளப்படுத்தின.

கீழக்குடியிருப்புக்கு கல்யாணமாகி யார் வந்தாலும் இரண்டு இடங்களை முக்கியமாக காண்பித்துவிடுவார்கள். காலையில்

ஒதுங்குவதற்கு பொறப்பட்டா ஊரணியின் கிழக்கு தண்ணித்துறையில் தண்ணீர் எடுத்துக்கொண்டு பொழுது விடிவதற்குள் ஊரணியிலிருந்து கூப்பிடு தொலைவில் இருக்கும் காட்டுப்பகுதிக்குள் செல்ல வேண்டும். மறந்தும் கூட, ஆண்கள் அந்தப்பக்கம் போனதே இல்லை. இன்னொன்று, முட்டிக்குறிச்சி.

பெண்கள் மாசந்தோறும் ஒதுங்கும் அந்த மூன்று நாளுக்கு தங்கும் இடத்திற்குப் பெயர்தான் முட்டிக்குறிச்சி. அது பொறப்பட்டா ஊரணியிலிருந்து கூப்பிடு தொலைவில் பெரியகண்மாயின் வடக்கி கலிங்கி வாய்க்கால் ஓரமாய் இருந்தது. இந்த இடத்திற்கும் ஆண்கள் யாரும் தப்பித்தவறி கூட வரமாட்டார்கள்.

அந்த மூன்று நாட்களில் பெண்கள் இல்லாத வீடுகளில் ஆண்கள்தான் சமைப்பார்கள். சமைத்ததை முட்டியில் (மண் சட்டி) வைத்து சிறுமிகளிடம் கொடுத்து விடுவார்கள். இதனைத்தான் முட்டிச்சோறு என்பார்கள். இந்த நாட்களில் ஆண்களைப் பார்த்தால் தனக்கு பாவம் வந்து சேரும் என்று பெண்கள் நம்பினர். குழந்தை பிறந்தவர்களும், முதன்முதலில் பெண்கள் வயசுக்கு வந்திருந்தாலும் அதாவது பருவம் எய்திருந்தாலும் முட்டிக்குறிச்சியில்தான் தங்க வைக்கப்படுவார்கள். வயசுக்கு வந்த பெண்களை முட்டிக்குறிச்சியில் ஐந்து நாட்கள் தங்க வைப்பார்கள். இதுதான் கன்னித் தீட்டு. ஐந்தாம் நாள் முட்டிக்குறிச்சியில் கிடைக்கும் ஊனான்கொடியையோ அல்லது சீனிக்கொடியையோ பிடிங்கி அதை இரண்டாக முடிச்சுப்போட்டு மூத்த பெண்கள் இருவர் பிடித்துக்கொள்ள கொடிக்குள் முன்னால் பின்னால் என ஏழேழுமுறை புறங்கையைக் கட்டிக்கொண்டு நுழைந்து வர வேண்டும். அப்படிச் செய்த பிறகு மஞ்சள் கரைத்த தண்ணியை ஊற்றி குளிக்கச் செய்வார்கள். இந்தச் சடங்கினை செய்தபிறகே தீட்டு கழிந்ததாக கருதப்படும்.

புதிதாக வந்த மருமகளிடம் முட்டிக்குறிச்சியை அவ்வளவு சீக்கிரம் காண்பிக்கமாட்டார்கள். கல்யாணம் முடிந்ததும் மருமகள் மாசமாக வேண்டும். சீக்கிரமே குழந்தை பெற்றுத்தர வேண்டும் என எல்லோருமே நினைப்பார்கள். பாலாயியிக்கும் தனது மருமகள் குளித்துவிடக்கூடாது. ஒதுங்கிவிடக்கூடாது என எண்ணினாள்.

வந்த சிலநாளிலேயே தூரமாகிவிட்டாள் பொன்னழகி. அந்த மூன்றுநாளும் பொன்னழகிக்கு முட்டிசோறுதான் கொடுக்க வேண்டும்

என்ற நிலை உருவானது. முதல்முறையாக கணவனை விட்டுப் பிரிகிறாள். முட்டிக்குறிச்சிக்கு தயங்கியபடியே சென்றாள்.

பனை மட்டைகளால் வேய்ந்த பெரிய குடிசை. அதனருகில் ஆங்காங்கே சொறிக்கான் கற்களால் கட்டப்பட்ட திண்டுகள். மண்ணால் செய்யப்பட்ட தொட்டிகள். குடிசையின் ஓரங்களில் பெரிய அம்மிக்கல் ஒன்றும் மாவு அரைக்க திரிகை இரண்டும் இருந்தது. குடிசையிலிருந்து கொஞ்சம் தள்ளி கிணறு ஒன்றும் இருந்தது. பெரிய பானையில் தண்ணீரைக் காய வைத்துக் கொண்டிருந்தாள் சொக்காயி. தொட்டிலில் பெண் குழந்தை தூங்கிக் கொண்டிருந்தது. குழந்தையின் வலது கையில் வசம்பு கட்டியிருந்தாள் சொக்காயி. கையை மூக்கு அருகே வைத்து வசம்பின் வாசத்தை குழந்தை நுகர்ந்து கொண்டிருந்தது.

வசம்பு கட்டிய கையினை குழந்தைகள் வாயருகே கொண்டு சென்று அதை சப்பும்போது சாறு உள்ளே இறங்கி நோய் எதிர்ப்பு சக்தியை கூட்டுகிறது. வயிறு சம்பந்தமான கோளாறுகள் எதுவும் குழந்தைகளை அண்டாது. சிலருக்கு புளிச்ச ஏப்பம் வந்து கொண்டே இருக்கும். சிலர் புளிச்ச ஏப்பத்தோடு வரும் எச்சிலை ஏதோ மறதியில் விழுங்கி விடுவார்கள். சிலர் துப்பிவிடுவார்கள். அதனால் பற்கள் கூசும். ம்... ஏன்டா இப்புடி பண்ணுது போன்ற உணர்வுகள் ஏற்படும். வசம்பு தூளினை சிறிதளவு எடுத்து தேனில் கலந்து சாப்பிட்டால் அதுபோன்ற தொந்தரவுகள் நீங்கிவிடும். வசம்பினை தினமும் சிறிதளவு சாப்பிட்டு வந்தால் எலும்பு வெடத்தலான் கம்புபோல உறுதியாக இருக்கும். நினைவாற்றலும் அதிகரிக்கும் என்பதால்தான் எல்லோரும் தனது குடிசைகளில் வசம்பினை பானையில் போட்டு பாதுகாத்து வைத்திருந்தனர். வசம்பு வச்சுருக்கவன்கிட்ட வம்பு வச்சுக்க கூடாது என்பார்கள்.

கீழக்குடியிருப்பில் வரிசையாகக் கட்டிய குடிசைகளும் தண்ணீர் தேங்காமல் செல்ல வாய்க்கால்களும் இருந்தன. வாசலைக் கூட்டிப்பெருக்கி சுத்தமாக வைத்திருந்தனர். கீழக்குடியிருப்பு நுழையும் இடத்தில் பெரியபுளிய மரம் ஒன்றும் இருந்தது. அங்குதான் பட்டவன் கோயில் இருந்தது. இளசுகள் பலரும் பட்டவன் கோயில் வாசலில்தான் ராத்திரியில் தூங்குவார்கள். ஓய்வு நேரங்களில் ஆண் - பெண் பாகுபாடு இல்லாமல் பலரும் பட்டவன்

கோயில் வாசலில்தான் தாயக்கட்டை உருட்டுவது, பல்லாங்குழி ஆடுவது எல்லாம் நடக்கும். ஆனால் முட்டிக்குறிச்சியில் நிலைமை தலைகீழாய் இருந்தது.

எப்பவோ ரெண்டுமூனு நாளைக்கித்தான் தங்கப் போறோம். அதுக்கு என்னத்துக்கு மெனக்கெட்டு சுத்தம் பண்ணனும் என்ற நெனப்புலதான் முட்டிக்குறிச்சி சுகாதாரம் இல்லாமல் இருந்தது. குடிப்பதற்கும் குளிப்பதற்கும் போதுமான தண்ணீர் இல்லை. முட்டிக்குறிச்சி ஒட்டிய கிணற்றில்தான் தண்ணீர் எடுத்துக்கொள்ள வேண்டும். ஆண்கள் யாரும் வருவதில்லை என்ற நினைப்பில் கிணற்றின் ஓரமாகவே குளிப்பதும் ஒதுங்குவதற்கு பயன்படுத்திய துணிகளை அலசி காயப்போடுவதுமாக இருந்தனர்.

ரத்தக்கவுள் மூக்கை துளைத்து தொண்டைக்குள் இறங்கியது. முட்டிக்குறிச்சியைச் சுற்றிலும் புதர் மண்டிக் கிடந்தது. ரத்த வாடைக்கு பாம்புகளும் பூச்சிகளும் தாராளமாக நடமாடும் வண்ணம் அமைந்திருந்தது. மாதவிடாய்க்கு பயன்படுத்திய துணிகளை காயப்போட்டு அதை எடுக்கும்போது மீசை வைத்த பாச்சைகள் அதில் ஒட்டிக்கொண்டு இருக்கும். துணியை உதறாமல் பயன்படுத்தினால் பூச்சிகள் கடித்து கொப்புளங்களும் அரிப்பும் ஏற்படும். கிணறைப் பார்த்ததும் பொன்னழகிக்கு குமட்டிக்கொண்டு வந்துது.

ஓடிஓடி உழைத்தவர்களை தூரம் என்கிற பெயரில் ஒதுக்கி வைத்து, முட்டிசோறுக்கு ஏங்க வைப்பது எந்த விதத்தில் நியாயம் என்ற கேள்வி பொன்னழகி மனசுக்குள் எழுந்தது. எல்லா குடியிருப்பிலும் பெண்களை ஒதுக்கி வைத்து இழிவுபடுத்தும் நிலை இனியும் தொடரலாமா என எண்ணினாள். கல்யாணமாகாத இளம் பெண்கள் சிலரும், வயதில் மூத்த பெண்கள் சிலரும் முட்டிக்குறிச்சியில் தங்கியிருந்தனர். மாதவிடாய் காலத்தில் எவ்வாறு நடந்து கொள்ள வேண்டும் என்று வயதில் மூத்த பெண்கள் சொல்லிக்கொடுத்தனர்.

முட்டிக்குறிச்சியில் ஒருபொழுது கூட பொன்னழகியால் இருக்க முடியவில்லை. அதிகாலையில் கறிவேப்பிலை துவையலும் உப்புக்கண்டம் நெருப்பில் சுட்டும் கேப்பைக்கூழ் கிண்டிக் கொண்டு வந்தாள் பாலாயி. வெந்தயத்தைப் பொடி செய்து தண்ணீரில் கலந்து கலயத்தில் கொண்டு வந்ததை வெறும் வயிற்றில் குடித்தாள் பொன்னழகி. வெந்தயத்தை பொடி செய்து தண்ணீரில் கலந்து

காலையில் வெறும் வயிற்றில் குடிக்கலாம் அல்லது வெந்தயத்தை ராத்திரியில் ஊற வைத்து காலையில் வெறும் வயிற்றில் குடிக்கலாம். இவ்வாறு குடிப்பதால் மாதவிடாய் காலத்தில் ஏற்படும் வயிற்றுவலி குறைந்து உடல் சூடும் குறையும். அதனால்தான் வெந்தயத்தைப் பொடி செய்து கலக்கி கொண்டு வந்தாள் பாலாயி.

உடல்சூடு அதிகமாக இருப்பவர்களுக்கு ஐந்தாறு நாள் கூட ரத்தப் போக்கு தொடரும். கீழக்குடியிருப்பில் உள்ளவர்கள் உப்புக்கண்டம், கேப்பைக்கூழ், கம்பங்கூழ், வரகு கஞ்சி குடிப்பதால் உடலின் வெப்பநிலை சீராகவே இருந்தது.

“என்ன இது... இருக்குறவுக கூட்டிப்பெருக்கி வச்சுக்கிறது இல்லையா. பூச்சிப்பொட்ட தீண்டுச்சுனா அஞ்சாறு எலையப் புடுங்கி கொமட்டுல மென்னு முழுங்குனா நஞ்சு முறிஞ்சுரும்னு பச்சிலைச்செடிய நட்டுவச்சா இப்புடி காய விட்டுட்டீக. நமக்கு எப்புடி தண்ணிதழுய ஊத்திக்கிறோம். அதுமாறி இதுகளுக்கு ஊத்துறது இல்லய்யா” கத்திக்கொண்டே கிணற்றிலிருந்து தண்ணீரை இறைத்து சிறியாநங்கை செடிகளுக்கு ஊற்றினாள் பாலாயி. கிணற்றில் கட்டியிருந்த கவளையில் நீளமான கயிற்றில் வாய் அகண்ட பானை கட்டியிருந்தது. பானை உடைந்து விடாமலும் கழண்டு விடாமலும் இருக்க பானையைச் சுற்றி கயிறுகள் இருந்தன.

முட்டிக்குறிச்சியை ஒழித்தால்தான் பெண்கள் தலை நிமிர்ந்து வாழ முடியும் என்று நினைத்தாள் பொன்னழகி. அங்கிருந்த பெண்களிடம் வானத்துலருந்து மழை பொத்துக்கிட்டு ஊத்துனாதான் இந்த மண்ணு செழிக்கமுடியும். மண்ணு செழிச்சாத்தான் நாமெல்லாம் வாழ முடியும். அதுமாறிதானே முட்டிக்குறிச்சில பொம்பளைங்க ஒதுங்குறதும். நாம உடல் சுகத்தோட இருக்கனும்னா அந்த மூனு நாளு தேவைதானே. மாதவிடாய் குறித்து எடுத்துக் கூறினாள் பொன்னழகி. அவளின் பேச்சுக்கு யாரிடமிருந்தும் ஆதரவு கிடைக்கவில்லை. ஏதோ மூனு நாளு கூழோ கஞ்சியோ கொடுத்து விடுறத தின்னுப்புட்டு கதகன்னிய பேசி சிரிச்சுட்டு கெடப்பியா... என்று சிலர் பேச்சை இழுத்தனர்.

“ஏம்மா... நமக்கு எதுக்கு ஊருநாட்டு வம்புவழக்கு... வேலிகள்ல கீச்சுமூச்சுனு ஏதாவது சத்தம் கேட்டா கம்பு கடியல எடுத்து ஒரு தட்டுதட்டிக்கங்க” பாலாயி சொன்னதை காதில் வாங்கிக்கொண்டாள் பொன்னழகி.

தங்கியிருந்தவர்களில் மூன்றுமாதத்திற்கு முன்னால் குழந்தை பெற்ற சுருட்டையன் மனைவி சொக்காயியும் தங்கியிருந்தாள்.

“ஏக்கா... நம்ம பட்டவன் புண்ணியத்தால ஒனக்கு ஒன்னும் வரக்கூடாது. இருந்தாலும் ஒரு பேச்சுக்கு கேக்குறேன். ஒனக்கு சொகமில்லாம நாலுநாலு கெடந்தியன்னே அந்த மாமாவால உன்னயமாதிரி புள்ளய கவனுச்சுக்க முடியுமா...? ஏற்கனவே முட்டிக்குறிச்சில நஞ்சு கடிச்சு நாலஞ்சு பேரு செத்துப்போயிட்டதா சொல்றாங்க. ஏந்.....தூரமாயிட்டா தூரத்துலதான் தங்கியிருக்கனுமா.? ஓடம்பு கொஞ்சம் அசதியாவும் அலுப்புதட்டுனாப்புலயும் இருக்கும். கசாயம் குடிச்சுட்டு கொஞ்ச நேரம் படுத்து எந்திரிச்சா எல்லாம் காத்தா பறந்து போயிரும். வம்பாடுபட்டு ஒழச்சு களச்சுப்போயி தங்குன குடிசையிலயே நாம தங்குனா சாமி கோவிச்சுக்குமா...? அப்புடி என்ன நாம நாத்தம்புடிச்சு கெடக்குறோம். சுத்தபத்தமா குளிச்சு தலைமுழுகினா உடம்புக்கும் சுகம்தானே. ஊருநாடு இல்லாம... நாதியத்தவமாதிரி இங்க வந்து கெடக்கனும்னு தேவையா நமக்கு. தூரம் இல்லாத நாளுல கொனச்சுகொனச்சு பேசுற நம்ம வீட்டு ஆம்பளைகளுக்கு இந்த மூனுநாளுல மட்டும் எங்க வந்து பட்டுக்குறுதாம்” பொன்னழகியின் பேச்சை எல்லோருமே உள்வாங்கிக் கொண்டு ஆமோதித்தாலும் ஊருநாட்டுக்கும் சாமிக்கும் பயந்து நடக்கனுமே என்று சிலர் அஞ்சினர்.

“இருந்தாலும் எத்தன நாளைக்கித்தான் களவானிக்கூட்டமாதிரி முடங்கியே கெடக்குறது. ராத்திரி நேரத்துல ஏதாவது அரவம் தீண்டி ஒன்னுகெடக்க ஒன்னு ஆச்சுன்னா புள்ளகுட்டிய யாரு பாக்குறது. ட்ரிய்யோ... செவளக்காளப் பத்தரம்னு கருடாசுப்பா தோள்ல கெடக்க துண்டத்தாடானு ஆம்பளைக பொழப்பத் தேடி போயிருவாங்க. பாப்பாத்தியம்மா மாடு வருது கட்டுனா கட்டு கட்டலனா விட்ருனு ஆம்பளைக பொழப்பப் பாக்கப் போயிட்டா புள்ளைக கெதிய நெனச்சுப் பாக்கவே பயமா இருக்கு” சொக்காயி சொல்வதைக்கேட்டு முட்டிக்குறிச்சியில் இருந்தவர்களில் சிலர் யோசிக்க ஆரம்பித்தனர்.

வந்ததும் வராததுமா ஊருநாட்டோட பழக்கவழக்கத்த மாத்தனும்னு நெனச்சு ஒன்னுக்கெடக்க ஒன்னு ஆச்சுனா யாரு தண்டம் கட்டுறதாம். இத சறுக்குனுட்டு புள்ளகுட்டிகளுக்கு சொகமில்லன்னா யாரு

பாக்குறதாம். வாளனாரோட நீண்டு வளர்த்த மீசையப் பாத்தாலே வந்த பொசலும் தானா அடங்கிப்போகும். அழுதபுள்ளயும் அதுவா வாயப் பொத்திக்கும். சொரை வெதை போட்டா பரங்கியா மொளைக்கும். காராளவேந்தனின் முட்டக்கண்ணப் பாத்தாலே ஈரக்கொளையே நடுநடுங்குது. யாரப் பகச்சு எந்த ஊருநாட்ட நாம ஆளுறது... சிலர் வெளிப்படையாகவே பேசினர்.

முட்டிக்குறிச்சியில் எழுந்த எதிர்ப்பைப் பார்த்து பின்வாங்கவில்லை. எடுத்தவுடனேயே எல்லாம் நடந்துறனும் என்று நினைப்பது எவ்வளவு முட்டாள்தனம் என்பதை உணர்ந்தாள். முட்டிக்குறிச்சியிலிருந்து மாற்றம் தொடங்க வேண்டும் என்பதில் உறுதியாக இருந்தாள் பொன்னழகி.

அர்த்த ராத்திரியில் யாரோ தலைமுடியை இழுத்து வெண்டுவதுபோல் இருக்கவும் திடுக்கிட்டு எழுந்தாள் முத்தாயி. குடிசையின் சனிமூலையில் நெருப்பு கொழுந்துவிட்டு எரிவது தெரிந்தது. எல்லோரும் அசந்து தூங்கிக்கொண்டு இருந்தார்கள். நெருப்பு... நெருப்பு... நெருப்பு என்று பக்கத்தில் படுத்திருந்தவர்களை அடித்து எழுப்பினாள். சாமி வந்து ஆடியதுபோல் கத்திய முத்தாயி குரல் கேட்டு அரக்கபறக்க எழுந்து எல்லோரும் வெளியே ஓடி வந்தனர். கண்ணுக்கு எட்டிய தூரம் வரை அனல் பரவியது. கருக்களுக்குள் மறைந்திருந்த வானத்து மீன்கள் வெளியில் தலைகாட்டி வெளிச்சத்தை பாய்ச்சிக்கொண்டு இருந்தன. சொக்காயி தனது குழந்தையை நெஞ்சோடு அணைத்துக்கொண்டாள். அவள் கண்களில் பயம் தொத்திக்கொண்டு இருந்தது. நெஞ்சு படபடத்தது. குழந்தையை மாறிமாறி முத்தமிட்டாள்.

நம்ம சாமிதான் முத்தாயியை எழுப்பிவிட்டதாக சொன்னாள் சொக்காயி. ஏதாவதுனா நாம என்ன பண்றது கொழுந்துவிட்டு எரிந்த நெருப்பை பார்த்துக்கொண்டே முட்டிக்குறிச்சியில் இருந்தவர்கள் அலறியடித்துக் கொண்டு கீழக்குடியிருப்புக்குள் ஓடிவந்தனர். அலறல் சத்தம் கேட்டு எல்லோரும் திடுதிப்புனு எழுந்தனர். அர்த்த ராத்திரியில் முட்டிக்குறிச்சி எரிவதைப் பார்த்து எல்லோருமே திகைத்துப்போய் நின்றனர்.

பொன்னழகியை கட்டியணைத்து ஒனக்கு ஒன்னும் ஆகலயே என்று உடம்பெல்லாம் தொட்டுத்தொட்டுப் பார்த்து நிம்மதி

பெருமூச்சுவிட்ட அழகப்பன் குழந்தையோடு இருந்த சொக்காயியை தேடினான். கண்ணீருடன் குழந்தையை வாங்கி முத்தம் கொடுத்துக்கொண்டு இருந்தான் சுருட்டையன். முட்டிக்குறிச்சியில் இருந்தவர்கள் முகத்திலிருந்து ஒருவித பதற்றம் அகலவே இல்லை என்பதை அவர்களது பேச்சிலும் செயலிலும் ஏற்பட்ட நடுக்கம் உறுதிபடுத்தியது.

கூழையனைப் பார்த்து "பெரியப்பா... முட்டிக்குறிச்சி எதுக்கு நெருப்பு புடுச்சு எரியுதுனு எனக்குத் தெரியாது. ஏன் இப்புடி ஆச்சுனு யோசிக்கிற நேரத்துல நல்ல வேள என் வூட்டுக்காரிக்கும் மத்தவங்களுக்கும் எதுவும் ஆகலனுதான் மனசு ஆறுதல் அடையுது. ஏற்கனவே அரவம் தீண்டி எங்க அப்பாவ இழந்துட்டேன். இனிமே அந்தமாறி எதுவும் நம்ம ஊருநாட்டுல நடந்துறக்கூடாது. சொக்காயி அண்ணி அர்த்த ராத்திரில அங்கிருந்து பச்சப்புள்ளய தூக்கிக்கிட்டு ஓடிவரும்போது அவுக மனசு என்னபாடு பட்டுருக்கும். எனக்கு என்னோட வூட்டுக்காரி எப்புடி முக்கியமோ அதேமாதிரிதான் அவுகவுகளுக்கும் அவுக உசுரு முக்கியம்... யாராவது தப்பா நெனச்சுக்கிட்டா மன்னிச்சிருங்க. நீ...வா... ம்மா ஆளோடுஆளா ஒன்னாவே தங்கிக்க" என்று பொன்னழகியை அழைத்துக்கொண்டு போனார் அழகப்பன்.

"ஏன்டா... திடுதிப்புனு நீபாட்டுக்கு லொடலொடனு மாடு மூத்தரம் பேஞ்சமாறி சொல்லிப்புட்டு போனாக்க அடுத்து என்ன பண்றதாம். நம்ம கொலசாமி பட்டவனுக்காச்சும் பயந்து நடக்கனும்ல" இடும்பனின் பேச்சைக் கேட்டு பலரும் ஆமோதித்து நின்றனர்.

கண்சிமிட்டும் நேரத்துக்குள் இந்தப் பதிலை எதிர்பார்க்காத அழகப்பனும் சுதாரித்துக் கொண்டார். பட்டவன் நம்ம கொலசாமிதானே. நம்ம கொலசாமி என்னைக்கி பொம்பளப் புள்ளைக பெரியபுள்ளையா ஆனப்பறம் மாசத்துல மூனுநாளு தள்ளி வைக்கனும்னு சொன்னுச்சு. நம்ம பட்டவன் கதைய எங்க அப்பா சொன்னப்ப மனசு இப்பவரைக்கும் வேதனப்படுது" அழகப்பன் சொன்னதும் எல்லோரும் கழுத்தை நீட்டி அழகப்பனையே பார்த்தனர். தீப்பந்த வெளிச்சத்தில் எல்லோரது முகமும் ஒருவித பயத்துடனேயே தெரிந்தது.

ஏழெட்டு தலைமுறையாகத்தான் பட்டவனை வழிபடும் வழக்கம்

கீழக்குடியிருப்பில் வந்தது. வயல்நாட்டின் பெரிய கண்மாயில் தண்ணீர் இல்லாமல் வயல்வெளிகளில் பயிர்கள் கருகிப்போய்விடும் நிலை உருவானது. மேலக்குடியிருப்புக்காரர்கள் பலரும் ஓடிச்சென்று பெரியதனம் வீட்டில் (அதாவது வாளனாரின் முப்பாட்டன்) முறையிட்டார்கள். எப்படியாவது பயிர்களைக் காப்பாற்ற வேண்டும். இல்லையென்றால் பயிர்கள் அழிந்து பஞ்சத்தில் அடிபட்டு செத்தே போய்விடுவோம் என்று மன்றாடினர். அதற்கு ஒரே வழி வயல்நாட்டின் வடக்கே இருக்கும் அன்னூர் கட்டியக்காரரிடம் கேட்டு அங்குள்ள பெரியகண்மாயிலிருந்து கால்வாய் வெட்டி தண்ணீர் கொண்டுவந்து விட்டால் காலத்துக்கும் பஞ்சம் வராது என்றனர்.

இத்தன தலைக்கட்டுக்கும் தலைவனா இருக்கும் நான் போயி அவன்கிட்ட தண்ணிக்காக யாசகம் கேட்குறதா. கருகி சாம்பலாப் போனாலும் போகட்டும் தண்ணிக்கிப் போயி நிக்க மாட்டேன் என்று பெரியதனம் மறுத்துவிட்டார். வேறு வழியில்லாமல் சிலர் அன்னூர் கட்டியக்காரரைச் சந்தித்து நடந்ததைச் சொன்னார்கள். உதவி என்று வந்தவர்களை வெறுங்கையோடு அனுப்ப மனமில்லாதவர் கட்டியக்காரர். இன்னக்கி ராத்திரியே தண்ணீர் வரும் என்று வாக்கு தந்தார்.

ராத்திரியோடு ராத்திரியாக ஆட்களை இறக்கி கால்வாய் வெட்டினார் கட்டியக்காரர். அன்னூர் கண்மாயிலிருந்து தண்ணீர் மளமளவென்று நடுச்சாமத்தில் வயல்நாட்டு பெரியகண்மாயில் தலை வைத்தது. அப்போது ஊர்க்காவல் புரிந்த பணிக்கன், பெரியகண்மாயில் தண்ணீர் பெருக ஆரம்பித்ததும் மடையைத் திறந்து வயல்களுக்கு தண்ணீர் பாய்ச்சினார். வாடைக்காற்றில் கண்கள் சோர்ந்தன. தூக்கம் தள்ளாட வைத்தது. நடுமடை அருகே மண்வெட்டியை வைத்துவிட்டு நாயைப்போல் நொடக்கிக்கொண்டு படுத்தார். போத்திக்கொள்ள ஏதும் இல்லாததால் உடல் நடுங்கியது.

வயல்நாட்டு பெரியகண்மாய்க்கு தண்ணீர் தலை வைத்துவிட்டதா என்று பார்ப்பதற்காக ராத்திரியில் துணைக்கு இருவரை அழைத்துக்கொண்டு பெரியகண்மாய்க்கு வந்தார் கட்டியக்காரர். தண்ணீர் பெருகி வாய்க்கால்களில் ஓடிக்கொண்டி இருந்தது. கரையில் பணிக்கன் குளிரால் நடுங்கிக்கொண்டு இருந்ததைப்

பார்த்து தன்னுடைய போர்வையை போர்த்திவிட்டு அன்னூருக்குச் சென்றுவிட்டார்.

ராத்திரியில் தண்ணீரைக் கண்ட தவளைகள் மகிழ்ச்சியில் தனது குரலை உயர்த்திப் பாட ஆரம்பித்தன. அவைகள் எப்போதும் இல்லாமல் ட்ர்.....ர்...ட்ர்...ர் என்று கத்தின.

வாடைக்காற்றில் வதங்கிய ஆள்காட்டிப் பறவைகளும் கரிச்சான் குருவிகளும் குளிர்க்காற்று வீசியதால் கொண்டாட்டத்தில் ட்ரீக்கோ... ட்ரீக்கோ... என்றும் கிரிச்...கிரிச் என்றும் கத்தி வயல்வெளியெங்கும் பறந்து பறவைகளை உசுப்பின.

கானாங்கோழிகள் பெரியவாய்க்கால்களின் ஓரங்களில் க்ரிக்...க்ரிக் என கத்தின. பெரியகண்மாயின் மரங்களில் தங்கியிருந்த கொக்குகள் க்ரோ...க்... க்ரோ...க் என கத்தின. ராத்திரியிலும் றெக்கையை அடித்து க்ட்ரோக்... க்ட்ரோக் என காட்டுவாத்துகள் முழக்கமிட்டன. க்ஆவ்...க்ஆவ்... என மயில்கள் அகவும் சத்தம் கேட்டு விழித்தார் பெரியதனம். பக்கத்தில் குடியிருந்த ஒருவரை அழைத்துக்கொண்டு நடக்க ஆரம்பித்தார். பெரியதனத்துடன் வந்தவர் பத்து ஆளின் உருவத்தை உருக்கி வைத்துக்கொண்டவர் போல் இருந்தார். அதனால் எங்கு சென்றாலும் அவரைத்தான் அழைத்துச் செல்வார்.

என்ன இது... மழை பெய்யவே இல்லை. ஆனால் தவளைகளும் பறவைகளும் மிச்சக்கொழுப்பு மிருதங்கம் போடுறமாதிரி கத்துதுகளே என்று எண்ணிக்கொண்டு வயல்வெளிக்குப் போனார் பெரியதனம். வயல்களில் தண்ணீர் கிடந்தது. வானத்தைப் பார்த்தார் வானம் வெளிவாங்கி இருந்தது. மண்வாசம் சொக்க வைத்தது.

பெரியகண்மாயைப் பார்வையிட்டார். தண்ணீர் பெருகிக் கிடந்தது. கொம்புபோன்ற காதுகளை வானத்தை நோக்கி நீட்டிக்கொண்டு கொம்பன் ஆந்தைகள் அங்குமிங்கும் பறந்தன. ராத்திரி நேரத்திலும் அதன் கண்கள் வானத்து மீனைப்போல் மின்னின. க்ஊ...க்ஊ... உக்... உக்... க்ஊ... குயிலின் ஓசையைக் கேட்டுக்கொண்டே கண்மாயிலிருந்து தண்ணிர் திறந்துவிடும் வடக்கிமடைப் பக்கமாக நடந்தார் பெரியதனம். யாரோ போர்வை போத்தி படுத்திருப்பதைப் பார்த்து இருவரும் அருகில் வந்தனர். போர்வையை விலக்கிப் பார்த்தால் படுத்திருந்தது பணிக்கன்.

இந்தப் போர்வை அன்னூர் கட்டியக்காரரர் போர்வை என்பதை உறுதி செய்தார். இதுபோன்ற போர்வையை அவர்தான் போத்தியிருப்பார். தண்ணீரை அன்னூரிலிருந்து கொண்டுவந்து மட்டுமல்லாமல் அவனோட போர்வையில் சொகுசாக தூங்குவதா...? என ஆத்திரம் கொண்டார் பெரியதனம். கோபம் எரிமலைக்குழம்பாய் வெடித்துச் சிதறியது. ஆத்திரத்தை அடக்க முடியாமல் தவித்த பெரியதனம் மண்வெட்டியை எடுத்து பணிக்கன் கழுத்தில் ஓங்கி வெட்டினார். துண்டம் தனியாய் தலை தனியாய் பிரிந்தது. கரையில் ரத்தம் பெருக்கெடுத்து ஓடியது. என்ன நடந்தது என்றே தெரியாமல் இறந்து போனார் பணிக்கன்.

காலையில் சேதி கேள்விப்பட்டு கட்டியக்காரரர் குதிரை வண்டியில் வந்தார். ஈசநாட்டுக்காரனுக்கு வயல்நாட்டுல என்ன வேலனு சொல்லி அவமானப்படுத்தினார் பெரியதனம். கண்கலங்கியபடியே திரும்பிச் சென்றார் கட்டியக்காரரர். பெரியதனத்தை மீறி எதுவும் பேசமுடியாமல் மக்கள் தவித்தனர்.

வடக்கிமடை செங்குருதி கண்டதால் செங்கமடையாக மாறிப்போனது. பணிக்கனை வடக்கிமடையின் புறகரையில் புதைத்து கல் ஒன்றை நட்டனர். கரையிலிருந்து ஒருபிடிமண் அள்ளி வந்து கீழக்குடியிருப்பின் புளியமரத்தடியில் குழிதோண்டி புதைத்தனர். இந்த ஊருநாட்டுக்காக துன்பப்பட்டவனை நாமதான் கும்பிடனும்னு எண்ணி குலசாமியாக வழிபட்டனர். பட்டவன வயல்நாட்டுக்காரங்க கொன்னுப்புட்டு உதவி செய்ய வந்த அன்னூர் கட்டியக்காரரர அவமானப்படுத்தியதுதான் மிச்சம்.

அழகப்பன் பட்டவனைப்பற்றி சொன்னதும் எல்லோருக்கும் உடல் சிலிர்த்தது. பலரின் கண்களிலிருந்து கண்ணீர் பொலபொலவென்று கொட்டியது.

“அவுங்க பண்ணுன கொலை பாவத்த கழிக்கத்தான் நாம பட்டவனுக்கு படையல் போடும்போதெல்லாம் கலயம் நெறைய பால் கொடுக்குறாங்க. வெதப்புங்கிற பேருல நெல்லோ கேப்பையோ வரகோ கொடுத்து பாவத்த போக்கிக்கிறாங்க. ஏன்... நம்ம மாட்டுல கறந்து படையல் போட்டா சாமி ஏத்துக்காதா... காலங்காலமா நம்ம மண்ணுல வெளையிற வரகரிசியும் கேப்பையரிசியவும் திரிகைல அரச்சு கஞ்சியோ கூழோ ஆக்குனா பட்டவன் வேணாம்னு

சொல்லிருவாரா" அழகப்பனின் பேச்சு அனைவரையும் சிந்திக்க வைத்தது.

ஏம்மா... ஆளோடுஆளா நீயும் இரு. அந்த மூனு நாளு என்ன... உடம்புல அதுவா வந்துட்டு அதுவா போகப்போது. அந்த நாள்ல முடிஞ்சா வேலவெட்டியப் பாரு. இல்லன்னா நாங்க எதுக்கு இருக்கோம்... என ஒவ்வொருவரும் தங்கள் பெண்களை அழைத்துக் கொண்டனர்.

பொன்னழகி எந்த நேரத்துல வாயத் தொறந்தாளோ முட்டிக்குறிச்சி முழுசா எறிஞ்சுருச்சு. கருநாக்கு புடுச்சவளா இருப்பாளோ. ஆத்தி... ஊருநாட்டுல அதத் தொட்டு என்னென்ன நடக்கப் போவுதோ தெரியலயே... என பெண்கள் சிலர் பயந்தனர்.

வந்தது வரட்டும் பாத்துக்குவோம். எரியுற நெருப்புல மாட்டியிருந்தா போன உசுரு திரும்பி வந்துருமா. முட்டிக்குறிச்சி எரியனும்னு விதி இருந்துருக்கு. அத யாரால மாத்த முடியும். நல்லவேளை எந்த உசுருக்கும் பாதகம் இல்ல... சிலர் நிம்மதி பெருமூச்சு விட்டனர்.

கீழக்குடியிருப்பில் ராத்திரியில் நடந்தது பொழுது விடிவதற்குள் வயல்நாடு முழுவதும் பரவியது. காலங்காலமா தூரந்தொலைவு உள்ள பொம்பளைங்கள முட்டிக்குறிச்சியிலத்தானே தங்க வச்சோம். இது என்ன ஊருநாட்டுல இல்லாத புதுப் பழக்கம் என சிலர் கொதித்து எழுந்தனர்.

ஏற்கனவே நமது முன்னோர்கள் மேகாட்டிலிருந்து வந்தபோது கீழக்குடியிருப்பில் நெருப்பு வைத்துக் கொளுத்தியது இப்போது வரை புகைந்து கொண்டு இருக்கிறது. இப்போது முட்டிக்குறிச்சியும் எரிந்திருக்கிறது. அதுனால தேவையில்லாமல் மூக்கை நுழைக்க வேண்டாம் என பலரும் நழுவிக்கொண்டனர்.

அழகப்பன் மனைவிதான் ஏதோ செய்து இருக்க வேண்டும் என காராளவேந்தன் நினைத்துக் கொண்டு வெள்ளைத்தேவியிடம் தனது ஐயத்தைக் கூறினார். "குடியிருக்குற குடிசையா நெருப்புப் புடுச்சு எரிஞ்சுச்சு. முட்டிக்குறிச்சிதானே எரிஞ்சுச்சு. போயிட்டுப்போவுது விடுங்க. அங்க படுற வேதனை எங்களுக்குத்தான் தெரியும்"என்று முணுமுணுத்தாள்.

“அந்த மூனுநாள்ல நம்ம சனக்கட்டு பொம்பளைங்க ஒதுங்குற முட்டிக்குறிச்சில புள்ளைங்க கொண்டு வந்து தர்ற சோறு தண்ணிய பொத்திப்பொத்திப் பாதுகாத்து வச்சுக்கிட்டு சாப்புடுறது. பெரியமனுசிக கொண்டு வந்தா அது வேணும் இது வேணும்னு எத்தன தடவதான் அலைய விடுறது. அதுக்குப் பயந்துக்கிட்டே கொண்டாந்து கொடுக்குறத பேசாம சாப்புட்டுட்டு கதைகிதைய பேசிக்கிட்டு அங்கேயே நொடக்கிக்கிறொம். பெரியதனம் வீட்டு ஆளுகனு அங்கே என்ன கட்டுலு தலவாணியா இருக்குது. அஞ்சாறு குடிசைய கட்டிவிட்டுருக்கோம். வத்தாத கெணத்த வெட்டி வச்சிருக்கோம். அதவிட்டா வேற என்ன சொகம் இருக்கு.அந்த காலத்துலருந்து இப்ப வரைக்கும் புதுசா எதுவுமே இல்லையே” வெள்ளைத்தேவி சொல்வது நியாயம் என்றே தோன்றியது.

முட்டிக்குறிச்சியில் பார்வதி தங்கியிருந்தபோது வயிற்று வலியால் துடித்தாள். அருகிலிருந்தவர்கள் ஏதேதோ செய்தும் வலி நிற்கவில்லை. மாங்கொட்டை பொடியை தண்ணிரில் கலக்கி கொடுத்தார்கள். சிறிது வலி குறைந்தாலும் முழுவதுமாக குணமாகவில்லை. பிச்சாயிக்கு சேதி சொல்லி அனுப்ப அவளும் வந்து சேர்ந்தாள். பார்வதியின் வயிற்றில் நல்லெண்ணெயை கொஞ்சம் தடவினாள். சூடு தணிந்தது போல் இருந்தாலும் உள்ளூர வலிக்கத்தான் செய்தது. கொஞ்சூண்டு நல்லெண்ணெயை மாவிலையில் ஊற்றினாள். அதைக் குடித்தாள் பார்வதி. வலி குறைந்து தூக்கம் வருவதுபோல் இருந்தது. நிம்மதியாக தூங்கி எழுந்தாள் பார்வதி.

“ஆத்தா... நாங்கதான் அரிசிச்சோறு பாக்குறதும் ஆண்டவன பாக்குறதும் ஒன்னுனு நெனைக்கிறோம். நமக்கிட்டதான் புட்டரிசி இருக்குல்ல. இந்தமாறி நாள்ல அதக் கஞ்சி வச்சுக் குடிச்சா ஒடம்புக்கும் நல்லது. வலி வேதன அண்டாது” பிச்சாயி சொன்னதிலிருந்து பார்வதி முட்டிக்குறிச்சிக்கு செல்லும்போதெல்லாம் புட்டரிசி என்று சொல்லக்கூடிய சிவப்பு அரிசியும் முட்டிக்குறிச்சிக்கு சென்றுவிடும். சிவப்பு அரிசி சோறு பெரும்பாலும் பெண்கள்தான் சாப்பிடுவார்கள். சிவப்பு அரிசியை முட்டிக்குறிச்சியில் என்ன செய்கிறார்கள் என்று தெரிந்து கொள்ள ஆர்வமாக இருந்த காராளவேந்தனுக்கு வெள்ளைத்தேவிதான் புரிய வைத்தாள்.

வயதாகிவிட்டதால் இப்போதெல்லாம் பார்வதிக்கு அந்த மூனுநாள் தொந்தரவு வருவதில்லை. முட்டிக்குறிச்சிக்கு எப்போதாவது சென்று சுத்தபத்தமாக இருக்கச் சொல்லிவிட்டு வருவாள்.

தவறு செய்தால் தண்டனைகள் வழங்கப்படும். வயல்நாட்டில் யாரையும் அடைத்து வைப்பதில்லை. பெண்களுக்கு இயற்கையாகவே உடலில் ஏற்படும் மாற்றங்களுக்காக முட்டிக்குறிச்சி என்கிற பெயரில் அடைத்து வைப்பதா.? கீழக்குடியிருப்பில் நடந்தது சரிதான். ஆனா இங்கே எப்படி சாத்தியமாக்குவது. ஆ...ஊ...னு குதித்துவிடுவார்களே. வயல்நாட்டுக்கு தலைவன் என்றாலும் ஊருநாட்டுக்குள் இருக்கும் அஞ்சாறு பேரை மீறி எதுவுமே செய்ய முடியவில்லையே என மனசுக்குள் புழுங்கினான் காராளவேந்தன்.

"நாம நெழலா இருக்கனும். அதுல ஓட்டை விழுந்துறக் கூடாது" என்று வாளனார் சொன்னது நினைவுக்கு வந்தது. "ஆமா... ஆமா... முட்டிக்குறிச்சிதானே எரிஞ்சிச்சு. அதெல்லாம் எரிய வேண்டியதுதான்" காராளவேந்தன் சொன்னதும் க்ம்... என பார்வதியும் சிரித்தாள்.

21

பொழுது விடிந்தது...

மூன்றாம் நாள் ராத்திரியில் முட்டிக்குறிச்சியில் நடந்ததை அழகப்பனிடம் கண்களால் சொல்லிக்கொண்டு இருந்தாள் பொன்னழகி. காட்சிகள் நிழலாடியது. இடது கை முட்டியை தரையில் ஊன்றி மேல்நோக்கி விரித்து மல்லாக்கப் படுத்திருந்திருந்தாள் பொன்னழகி. தன்னை மறந்து இடது கை தொப்பென்று கீழே விழுந்தது. கை தரையில் விழுந்த உணர்வுடன் கண்விழித்துப் பார்த்தாள். எல்லோரும் அசந்து தூங்கிக் கொண்டிருந்தார்கள். ஆந்தைகள் கத்தியது. களியஞ்சிட்டுக்குருவிகள் க்ரு...க்... க்ரு...க்... க்ரீ... என கத்துவதும் ஒன்றொன்று சண்டையிட்டுக் கொஞ்சுவதுமாக இருந்தன. மரங்களில் சில்லிவண்டுகள் கீச்சிட்டன. ங்...ங்...ஜி...ங்... ங்...ஜி தேவாங்கு கத்துவதும் மரங்கள் ஒன்றோடொன்று காற்றில் உரசுவதுமாக இருந்தது.

அர்த்த ராத்திரியில் முட்டிக்குறிச்சியின் சனிமூலையில் தீ வைத்து விட்டு அருகில் படுத்திருந்த சிலம்பன் மனைவி முத்தாயியின் தலைமுடியை இழுத்து ஒரு வெண்டு வெண்டினாள் பொன்னழகி. வலி தாங்காமல்தான் முத்தாயி எழுந்தாள். பிறகு என்னன்னமோ நடந்துவிட்டது.

அழகப்பனைப் பார்த்து சிரித்துக்கொண்டாள் பொன்னழகி. அவளின் கைகளை இறுகப் பிடித்து இடுப்பில் கைகோத்தார் அழகப்பன்.

“சாமிய மதிக்காம நம்ம சனக்கட்டையும் மதிக்காம கீழக் குடியிருப்புக்காரனுக எடுத்தோம் கவித்தோமுனு திரியுறானுக. நாளப்பின்ன அவளுக வேலவெட்டிக்கு வரும்போது தீட்டுத்தூரம் பாக்காம நடுவயலுக்குள்ள எறங்குனாளுகன்னா பயிருபச்சை வெளங்குமா...? புல்லுபூண்டுதான் மொளைக்குமா...? அவளுகளப்பாத்து நம்மூட்டு பொம்பளைகளும் கெட்டு குட்டிச்சுவரா போகப்போறாளுக. அதுக்குள்ள அங்க உள்ளவனுகள கூப்புட்டு கண்டிச்சுருங்க... இல்ல கவுனுச்சாலும் பரவாயில்லைனுதான் தோணுது. பாலாயி மருமக மேல ஒரு கண்ணு வச்சுக்கங்க. அழகப்பனையும் ஒரு தட்டு தட்டுனாதான் அவுக அப்பனமாறி புள்ளப்பூச்சியாக் கெடப்பான். இல்லனு வையி நம்ம வூட்டுக்குள்ள பூந்து நடுமணி ஆட்டிருவானுக. ஏற்கனவே இந்த எழவு வயித்துல பொறந்த நொண்டிப்பயல கீழக்குடியிருப்புக்காரனுகளுக்கு நேந்து விட்டுருக்கேன். ஏ...ங் வீட்டுக்கு வாழவந்தவ என்னடானா புருசன மாறியே இங்கிட்டு ஒரு மினிக்கு... அங்கிட்டு ஒரு மினிக்கினு மினிக்கிக்கிட்டு திரியுறா. இதுக்கு ஒரு முடிவு கட்டலனு வையி... இந்த சனக்கட்டுல பொறந்ததுக்கே அருத்தம்பொருத்தம் இல்லாம போயிரும்...” குமரேசன் மனைவி அங்காயி சொல்வதைக் கேட்டு இளைஞர்கள் சிலரின் நாடிநரம்புகள் துடித்தன.

சின்னச்சாமி மகன் ரெங்கனார் தனது கைகளை முறுக்கிக்கொண்டும் முறுக்கு மீசையை ரெண்டுபக்கமும் தடவிக்கொண்டும் கடுகடுவென இருந்தான்.

‘நா... பெத்ததுதான் அப்புடின்னா நீங்களாச்சும் கொஞ்சம்நெஞ்சம் சொரணையோட இருங்கய்யா... ஒங்க... அய்யாவ இப்ப பாத்தாலும் அவனுக நடுங்கிப் போவானுக. அந்தப் பயம் ஒங்களப்பாத்தா அவனுகளுக்கு குண்டுமணி அளவுகூட இல்லையே. உங்க ஆயா வேலாயி வேற நா வேறயா... உன்னப் பெத்த ஆயாமாறி என்னய நெனச்சுக்கய்யா. நீதாய்யா நம்ம புள்ளைகளுக்கு புத்திமதியச் சொல்லி ஓம்பக்கம் கொண்டு வரனும். பெரியதனம் வீட்டுக்கு இந்த சேதி காத்துவாக்குல போயிறாம பாத்துக்கனும். அப்பறம் நாம நெனச்சது ஒன்னும் நடக்காம போயிரும்” என்றாள் அங்காயி.

“ஆயா... நொண்டிக் கருப்பையாவ அங்கிட்டு போகாம இருக்கச் சொல்லு. மத்தத நா பாத்துக்குறேன். என்ன சேனையாரே... நாஞ்சொல்றது சரிதானே” ரெங்கனார் சொன்னதும் செம்பியனார் மகன் சேனையாரும் சரி என்றான்.

புள்ளையப் பெத்தாளுகளா அடுத்தும் புருசனுக்கு முந்தானைய விரிச்சாளுகளா வயவாய்காலுக்குப் போயிட்டு சோறுதண்ணி ஆக்குனாளுகளானு இருக்கனும் என்பதே மேலக்குடியிருப்புக்காரர்களில் சிலரின் எண்ணமாக இருந்தது. அந்த எண்ணத்திலிருந்து பார்வதியும் வெள்ளைத்தேவியும் மாறுபட்டு இருந்தனர்.

“ஊருல உள்ளவளுக ஏதாவது ஏடாகூடமா சொல்லிக்கொடுத்தா நம்பிடாதப்பா. ஒனக்கும் பொண்டாட்டி புள்ளனு குடும்பம் வந்துருச்சு. நாந்தான் ஒங்க அய்யா மாதிரி ஏதோ திக்கு தெரியாம இருந்திட்டேன்னா நீயும் அந்த தப்ப செஞ்சுறாதய்யா. அவுக குடியிருப்புக்குள்ள என்னம்மோ பண்ணிட்டுப் போறாங்க. கடியலையும் கம்பையும் தூக்குனவனுக்கு அதுலதாய்யா கடைசி காலமுனு காலங்காலமா பெரியவுங்க சொல்றாங்க. வேணாம்ய்யா. நாளப்பின்ன அவுக இல்லாம வெள்ளாம வெளச்சல் போட முடியுமா.” வேலாயி சொன்னபோது ரெங்கனார் எதையும் காதில் வாங்கிக்கொள்ளவில்லை.

கீழக்குடியிருப்பில் முட்டிக்குறிச்சி எரிந்ததைப் பற்றித்தான் வயல்நாடு முழுவதும் பேச்சாக இருந்தது. என்னம்மோ ஏதோ என்று பயந்துபோய் இடையாத்தூரிலிருந்து பிரமையனும் பூச்சிப்பிள்ளையும் கீழக்குடியிருப்புக்கு கிளம்பி வந்தனர்.

பிரமையன் வந்த சேதி கேள்விப்பட்டு பெரியகண்மாயிக்குள் இறங்கி நீந்தி சென்று மரங்களின் ஊடாக ஏறி ஒவ்வொரு கிளையாக பார்த்தார் அழகப்பன். சம்பங்கி மரத்தில் கட்டியிருந்த ஒரு கூட்டில் ஏழு கொக்கு முட்டைகள் இருந்தன. கிளைகளில் முள்ளும் ஊசி இலைகளும் கொண்டது சம்பங்கி மரம். ஒவ்வொன்றாக எடுத்து கன்னத்தில் வைத்துப் பார்த்தார். முட்டைகளில் சூடு இல்லை என்பதால், கருகூட்டியிருக்க வாய்ப்பில்லை என்பதை உறுதிபடுத்திக் கொண்டார். கூட்டை வந்து கொக்குப் பார்த்தால் பகீர்னு இருக்கும் என்று எண்ணி இரண்டு முட்டைகளை கூட்டில் வைத்துவிட்டு ஐந்து முட்டைகளை துணியில் கட்டிக்கொண்டு வீட்டுக்கு வந்தார்.

அதற்குள் பிரமையன் கொண்டு வந்த இரண்டு பொட்டைக்கோழியில் ஒன்றை அடித்து சமையல் செய்துகொண்டு இருந்தாள் பொன்னழகி. கிடாப்புக்குள் ஒரு கோழி க்வாக்...க்வாக் என கத்திக்கொண்டு இருந்தது.

கறி நன்கு வெந்து சுவையாக இருக்க வேண்டும் என்பதற்காக கொவ்வாகொடியின் தண்டினை சிறிது வெட்டி குழம்பில் போட்டிருந்தாள். உடலில் உள்ள எலும்புகள் வலுப்பெற வேண்டும் என்பதற்காக மூங்கில் இலைகள் அஞ்சாறு பறித்து அம்மியில் அரைத்து குழம்பில் போட்டாள். கீழே விழுந்து கைகால் ஒடிந்து கட்டுப் போட்டு இருப்பவர்களுக்கு பொட்டைக்கோழி குழம்பில் கொழுந்து மூங்கில் இலைகள் அஞ்சாறு பறித்து அரைத்து குழம்பில் கொதிக்கவிட்டு சாப்பிட்டு வந்தால் உடைந்த எலும்புகள் விரைவில் கூடும். இளசுகளுக்கு இள ரத்தம் சூடு பிடிக்கும். பொன்னழகி வைத்த குழம்பின் வாசம் கீழக்குடியிருப்பு முழுவதும் பரவியது.

வாசத்தை உள்ளிழுத்துக் கொண்டே வந்தான் அழகப்பன். “என்னப்பா... அழகா... மருமக. கைப்பக்குவம் வயல்நாடு முழுசா பரவுது. காப்படி அரப்படி சேத்து உலையில போடச்சொல்லு. குழம்பு வாசத்துக்கு திடுதிப்புனு யாரும் வந்துறப்போறாங்க” நாரங்கி சொன்னதும் புன்முறுவல் பூத்தவாறு கடந்து சென்றார் அழகப்பன்.

அழகப்பனைப் பார்த்தும் பிரமையனுக்கு நிம்மதியாக இருந்தது. திண்ணையில் உட்கார்ந்திருந்தவர் எழுந்து வாசலுக்கு வந்தார். வாங்க மாமா என்று சொல்லிக்கொண்டே பொன்னழகியிடம் சென்றார் அழகப்பன். மகளும் மருமகனும் மகிழ்ச்சியாக வாழ்வதாக எண்ணிக்கொண்டார் பிரமையன். அழகப்பனிடமிருந்து கொக்கு முட்டைகளை வாங்கினாள் பொன்னழகி. சமைப்பதற்காக வரகு அரிசியை அள்ளி முறத்தில் புடைக்க ஆரம்பித்தவளிடம் “ஆத்தா... பெரிய பானைக்குள்ள இருக்க நெல்ல எடுத்துக் கொடு. நா உரலுல குத்துறேன். நெல்லரிசில சோறு ஆக்குவோம்” பாலாயி சொன்னதும் நெல்லை அள்ளி முறத்தில் கொண்டு வந்தாள் பொன்னழகி.

உரலில் போட்டு பாலாயியும் பூச்சிப்பிள்ளையும் மாறிமாறி குத்திப் புடைத்தார்கள்.

இடையாத்தூரிலிருந்து வரும்போதே கொஞ்சூண்டு நெல்லு குத்தி

அரிசி கொண்டு வந்திருந்தனர். மூட்டையை பிரிக்காததால் அரிசி கொண்டு வந்தது பொன்னழகிக்கு தெரியவில்லை.

இருவரும் மாறிமாறி குத்திப் புடைத்தனர். உம்மி தனியாக குருணை தனியாக நேம்பினாள் பாலாயி. நேம்பிய குருணையை தனியாக வைத்தாள். குழம்பை இறக்கி கீழே பிரிமனையில் வைத்துவிட்டு கொக்கு முட்டையை வேகவைத்திருந்தாள் பொன்னழகி.

“ஏம்மருமகள பாத்துதான் ஊருநாட்டுக்குள்ள பொம்பளைங்க பல பேரு சமைக்கிறதுக்கும் சேல கட்டுறதுக்கும் கத்துக்கிறாளுக. ம்...ங் இப்பதான் அத்தாச்சி கவலைய மறந்து அஞ்சாறு கஞ்சித்தண்ணியக் குடிக்கிறேன்... இதையெல்லாம் பாக்க அந்த ஆம்பளைக்கி கொடுத்து வைக்கலயேனு மனசு அப்பப்ப அல்லாடுது. ரெண்டு பேரு முகத்தையும் பாத்து பொறப்பட்டா ஊரணித் தண்ணிய தேத்தாங்கொட்டையில தேத்துனதா நெனச்சு மனச தேத்திக்கிறேன். நம்ம பட்டவன் புண்ணியத்துல ஏம்மருக வயித்துல ரெண்டு பிச்சைய கொடுத்துட்டான்னா அது போதும்...” கண்கலங்கினாள் பாலாயி.

பசுமாட்டின் அருகில் நின்று தடவிக் கொடுத்துக்கொண்டு இருந்தார் பிரமையன். அங்கிருந்ததைவிட இங்கு நன்றாகவே இருந்தது. மாட்டின் மேல் எங்காவது உன்னி இருக்குமா என்று நாலாபக்கமும் பார்த்தார். குளித்து தலைதுவட்டியது போல் நின்றது பசுமாடு. இருவரும் மாட்டையும் நன்கு கவனித்துக் கொள்வதாக எண்ணினார்.

தீத்தானுக்குப் பிறகு வயல்வாய்க்காலையும் பெரியகண்மாயையும் காவல் காக்கும் பொறுப்பு அழகப்பனிடம்தான் வந்துள்ளது. காவல்காப்பது தவிர மற்ற நேரங்களில் ஊரணிக்கரையில் உள்ள கொல்லக்காட்டில் மாட்டையும் கன்னுக்குட்டியையும் மேயவிடுவதும் உடம்பில் உன்னி இருந்தால் எடுப்பது என மாட்டின்மீது எப்போதும் அக்கறைதான். உன்னியை உண்டு மகிழலாம் என்று எண்ணி பறந்து வரும் காக்கைகளும் கரிச்சான் குருவிகளும் கொக்குகளும் ஏமாந்துதான் போகும்.

ரொம்ப நாளைக்குப் பிறகு நெல்லுச் சோறு பரிமாறப்பட்டது. நெல்லுச் சோறுக்கும் கோழி குழம்புக்கும் கொக்கு முட்டை அவியலுக்கும் சுவையாக இருந்தது. கல்யாணம் செஞ்சு கொடுக்குற வரைக்கும் ஊருநாட்டுல கூட்டாளிகளோடு காடுகரடுனு சுத்தி

திரிஞ்ச புள்ளைக்கு சமையல் கனக்கச்சிதமா அமஞ்சிருச்சே. தனது மனைவி பூச்சிப்பிள்ளையின் பக்குவம் அப்படியே இருப்பதாக மகிழ்ந்தார் பிரமையன்... விரலைச் சப்பி சுவைத்து சாப்பிட்டவருக்கு கறியையும் நெல்லுச் சோறையும் அள்ளி வைத்தாள் பொன்னழகி.

“ஏந்... தங்கச்சி வச்ச கொழம்பு நம்ம வாசல் வரைக்கும் சுண்டி இழுக்குதுன்னா பாத்துக்கவே. அதுல என்னதாத்தா கலந்தே. ஓங்கத்தாச்சிக்கும் அதச் சொல்லிக்குடுவே. எங்க சனக்கட்டுல உள்ளவுகளுக்கு பொழுதுக்கும் சொல்லிக்கொடுத்தாலும் சமைக்கத் தெரியாது. வந்த புண்ணுக்கு வைத்தியம் பாக்கவும் தெரியாது...” நொண்டிக்கருப்பையாவின் சத்தம் கேட்டு வெளியே வந்தாள் பொன்னழகி.

“அவனுக்கு கூரையில காக்கா சவுனம் சொல்லிருக்கும். அந்த சோத்துக் கலயத்துல அவனுக்கும் போடு” அழகப்பன் சொல்லிக்கொண்டு இருக்கும்போதே அருகில் வந்து உட்கார்ந்தார். அவனுக்கும் ஒரு கொக்கு முட்டையை வைத்து கறிக்குழம்பு ஊற்றி பரிமாறினாள். சட்டியை வழிச்சு நக்கி எச்சில் ஊற சாப்பிட்டார் நொண்டிக்கருப்பையா.

“ஏய்யா... கல்யாணம்காட்சிதான் முடிஞ்சுருச்சே. சின்னப்பொண்ணுகூட இருக்காம பொழுது விடிஞ்சதும் வந்தர்ற. இவன் என்னடானா ஒன்னய விட்டுட்டு ஊருநாட்டுக்குள்ள ஒரு பக்கமும் ஒரு அடி எடுத்து வைக்க மாட்டேங்கிறான். ஊருநாட்டுப் பக்கம் எங்கிட்டாச்சும் கூட்டிப் போக வேண்டியதுதானே. புள்ள ஏதாவது நெனச்சுக்கப்போவுதுய்யா” பாலாயி சொன்னதும் சிறிது நேரம் அமைதியானார் நொண்டிக்கருப்பையா.

புள்ளமனசு காயம்படும்படி ஏதும் சொல்லிப்புட்டமோ என்று தயங்கினாள் பாலாயி.

“ஏஞ்சனக்கட்டுல இத்தன பேரு இருந்தும் என்னய மனுசனா பாத்தது நீங்கதாம்மா. இவன ஊருநாட்டுல எவ கட்டிக்கப்போறானு எல்லாரும் சொன்னப்ப ஏஞ்சின்னப்பொண்ணுதான் தயங்காம வந்து கட்டிக்கிருச்சு. எல்லா எடத்துக்கும் கூட்டிப்போகனும்னு ஆசையாத்தான் இருக்கு. இந்தக் கால வச்சிக்கிட்டு எவ்ளோ தூரம் போகமுடியுங்குற. இருந்தாலும் ரெண்டு நாள் கழிச்சு நெடுங்காட்டுக்கு

கூட்டிப்போறதா சொல்லிருக்கேன்'' நொண்டிக்கருப்பையா சொன்னதும் "ஏ...ராசா'' என்று கைகளால் நொண்டிக்கருப்பையா தலையைச்சுத்தி நெட்டிப் பறித்து மகிழ்ந்தாள் பாலாயி.

நெடுங்காட்டில் ஒரே இடத்தில் எட்டு கோபுரங்கள் கொண்ட கோயில்கள் உள்ளன. இது முடிமலையின் மேற்கே உள்ளது. எட்டு கோயில்களும் மேற்கு திசை பார்த்து இருக்கிறது. ஒவ்வொரு கோபுரமும் வானத்தில் தவழும் வண்ணத் தேவதைகளால் வடிவமைக்கப்பட்டது. விண்மீன்களை செதுக்கி சிலைகளின் நெற்றியில் ஒட்டியிருப்பார்கள். ராத்திரியில் நிலவின் ஒளியை உள்வாங்கி பிரதிபலிக்கும். ஆறு கோயில்களில் லிங்கத்தையும் இரண்டு கோயில்களில் பார்வதியையும் சிலையாக செதுக்கி வைத்திருந்தனர். ஒரே இடத்தில் எட்டு கோயில்கள் இருப்பதால் பல ஊருநாட்டிலிருந்து மக்கள் வந்து பார்த்து சென்றனர்.

எல்லோரும் சாப்பிட்டதும் திண்ணையில் உட்கார்ந்திருந்தார் பிரமையன். வாசல்படியில் உட்கார்ந்தால் பூச்சிப்பிள்ளை திட்டுவாள் என்பது தெரியும். யாராவது திடுதிப்புனு ஓடிவந்து ஒளிஞ்சுக்கணும்னு நெனச்சு உள்ள ஓடிவந்தா என்னாகுறது. அதனால் வாசல்படியில் உட்காராமல் கொஞ்சம் தள்ளி பிரமையனைப் பார்த்து உட்கார்ந்திருந்தாள் பொன்னழகி.

ஊருநாட்டு நடப்புகளைத் தெரிந்துகொள்ள ஆர்வமாக இருந்தாள் பொன்னழகி. அடைக்கி, உலகநாயகி, பெரியாத்தாள், நாகவள்ளி மருதாயி, வெள்ளாளச்சி இவர்கள் எல்லோரும் பொன்னழகியின் கூட்டாளிகள். இவர்களில் யாரைப் பற்றி முதலில் விசாரிப்பது என்று யோசித்துக்கொண்டிருந்தாள் பொன்னழகி.

பாலாயியும் பூச்சிப்பிள்ளையும் பக்கத்தில் இருந்த உசிலை மரத்தடியில் உட்கார்ந்து கதை பேசிக்கொண்டு இருந்தனர். உண்ட மயக்கத்தில் உச்சிப்பொழுதில் வயலுக்குப்போயி என்ன செய்யப்போகிறோம் என்று நினைத்து கீழத்தாழ்வாரத்தில் குட்டித்தூக்கம் போட்டார் அழகப்பன்.

அழகப்பனையும் பொன்னழகியையும் ஏதாவது செய்து ஊருநாட்டு காலில் கும்புடபோட்டுவிட வேண்டும் என்று எண்ணி ரெங்கனாரும் சேனையாரும் புத்தியை தீட்டிக்கொண்டு இருந்தனர். ஊருநாட்டில் இன்னது காணாமல் போச்சுனு சொல்லி ஊருநாட்டு கூட்டத்தக்

கூட்டிறலாமா… இல்ல தனியா சிக்கும்போது ஒரே போடா போட்றலாமா…? அப்புடிப் போட்டா கீழக்குடியிருப்புக்காரனுகளுக்கு பயம் எப்புடி வரும்…? கூட்டத்தைக் கூட்டி கும்புடப்போட்டு புளியமாறால் நாலுசாத்து சாத்துனாதான் பயம் வரும். இல்லன்னா துளிர் விட்டுப் போயிரும் என எண்ணி அதற்கான யோசனையில் மூழ்கினர்.

“ஒஞ்சோட்டி ஆளுகயெல்லாம் உனக்குப் பண்ணுன ஒடனேயே கல்யாணம்காச்சினு கட்டிக்கிட்டுப் போயிருச்சுக. நாலஞ்சு நாளக்கி முன்னாடி கூட அடைக்கியும் அவ புருசனும் வந்து ரெண்டு நாளு இருந்துட்டுப் போனாங்க. முழுகாம இருக்கதா ஒங்க அம்மாகிட்ட சொன்னுச்சாம். அந்தப் பையனும் பாக்க வாட்டசாட்டமா நம்ம காளைக்கோழிமலைமாறி கம்பீரமா இருக்காக. பொழுதுசாயிற வரைக்கும் ரெண்டு பேரும் நம்ம இடத்துலதான் இருந்து பேசிக்கிட்டு இருந்தாங்க. நம்ம ஊருநாட்டுக்கு வர்றதுக்கு வழி சொல்லிருக்கேன். தோதுபட்டா எப்புடியும் உன்னய ஒரு எட்டு வந்து பாத்துட்டுப் போவாங்கனு நெனைக்கிறேன்” பேசிக்கொண்டே ஒருசாச்சு செவத்துல சாஞ்சவருக்கு தேங்காய் நார் மூட்டையில் கட்டிய தலவாணியை எடுத்துக் கொடுத்தாள்.

மேற்கூரை நெருக்க கட்டியிருப்பதைப் பார்த்து “ஏம்மா… கல்யாணம் பண்ணிக் கொடுக்கும்போது நாலாபக்கமும் தாவாரம் இல்லையே. திண்ணையெல்லாம் போட்டு மட்டைய நெருக்கக் கட்டியிருக்கு. இது பலகாலத்துக்கு தாங்குமே. நம்ம ஊருநாட்டுல இப்புடி வேலை பாக்க யாராலும் முடியாதும்மா. நம்ம குடிசை பிரிச்சுப்புட்டு இப்புடித்தான் கட்டனும். நம்ம ஊருநாட்டுலருந்து கட்டிக்கொடுக்க அங்க வருவாங்களா…” பிரமையன் கேட்டதும் கக்…கக்…கவென வாய்விட்டுச் சிரித்தாள் பொன்னழகி. புள்ள எதுக்கு இப்புடி சிரிக்குது. சிரிக்கிற மாறி எதுவும் கேட்டுப்புட்டேனா என்பதுபோல் மேலும்கீழும் விழித்தார் பிரமையன்.

பொன்னழகி சிரிப்பதைக் கேட்டு அரைத்தூக்கத்தில் வாசலை எட்டிப்பார்த்தார் அழகப்பன். அப்படி எதைச் சொல்லிவிட்டார் என்று இவள் இப்படிச் சிரிக்கிறாள் என்று தெரிந்துகொள்ள ஒருக்கணச்சு படுத்துக்கொண்டே இடது கையை தலைக்கு குத்துக்கால் வச்சு பொன்னழகியை பார்த்தார்.

“அண்ணே… இதக் கட்டுனவுகள வயல்நாடுபூரா தேடுனாலும்

கெடைக்க மாட்டாக. ஏன்னா... இதக் கட்டுனதே ஏம்மருமகளும் உங்க மருமயனும்தானே. வேணும்னா நாலஞ்சுநாளு கூட்டிப்போயி வச்சிக்கிட்டு வேல முடிஞ்சதும் அனுப்பி வைங்கண்ணே...” என்றாள் பாலாயி.

அப்போது மேலக்குடியிருப்பிலிருந்து சனக்கட்டன் மனைவி வள்ளியம்மை என்பவள் தனது ஆறுவயது மகனை கூட்டிக்கொண்டு பாலாயியை நோக்கி வந்தாள். பையனின் காலு கையி எல்லாம் கொப்புளம்கொப்புளமாக வெடித்து சீழ்வடிந்து புண்ணாக இருந்தது. கால்களைச் சொறிந்துசொறிந்து கோடுகோடாகவும் இருந்தது. எதற்காக இவள் வந்திருக்கிறாள் என்று தெரியாமல் அவளையே பார்த்தாள் பாலாயி. பூச்சிப்பிள்ளைக்கும் ஒன்றுமே புரியாமல் பாலாயியை பார்த்துக்கொண்டு இருந்தாள்.

சிறிது நேரம் மூச்சை ஆசுவாசப்படுத்திக்கொண்டவள் பேசத் தொடங்கினாள். “ஏத்தா... பாலாயி. இந்தப் பயலுக்குத்தான் கண்ட எடமெல்லாம் புண்ணு வெடிக்குது. காணாத எடத்துலதான் இன்னும் புண்ணு வெடிக்கல. பாரு குண்டியெல்லாம் வெடிச்சுக்கெடக்குது. பிச்சாயிய பாக்கப் போனா எங்கப் போச்சோ தெரியல. அது வர்ற வரைக்கும் அம்மாசிதான் காத்துருக்குமா இல்ல அயிரதான் தண்ணில நீந்தாம இருக்குமா. தலவலியும் காச்சலும் தனக்கு வந்தாதான் தெரியுங்குறமாறி இந்தப் பயலயே பாத்துக்கிட்டு திரிய வேண்டியதா இருக்கு. ஓம்மருமகளுக்குத்தான் வைத்தியம் பாக்கத் தெரியும்னு ஊருநாட்டுல பேசிக்கிறாங்களே. கொஞ்சம் வைத்தியம் பண்ணச் சொல்லுவே...” பெத்தவளுக்குத்தான் தெரியுமாம் புள்ளையோட அருமை என்பதாக மகனை மடியில் வைத்துக்கொண்டு தரையில் உட்கார்ந்தே விட்டாள் வள்ளியம்மை. அவளின் கண்களில் வழிந்த கண்ணீரை முந்தானையில் துடைத்துக் கொண்டாள்.

இது வாங்கி வந்த வரம்... புண்ணுப்புடுச்சுதான் பொழைக்கனும்னா அத யாரால மாத்த முடியும் என்று மறுபடியும் கண்கலங்கினாள். கால்களைச் சொறிந்துகொண்டே இருந்தவனை கைகளால் தட்டினாள். இப்புடியே சொறிஞ்சுசொறிஞ்சுதான் இந்த நெலமைக்கு கொண்டு வந்துட்டான் என்று அதட்டினாள் வள்ளியம்மை.

வாசலிலிருந்து வெளியே வந்த பொன்னழகி பையனின் கால்களையும் கையையும் தொட்டுப் பார்த்தாள். புண் சீழ் பிடித்து அழுகிய

முட்டையின் வாசத்தை கொண்டிருந்தது. சொறிஞ்சு சொறிஞ்சு காலும் கையும் தடிச்சுப் போயிருந்தது. பையன் தெம்பு இல்லாமல் சொனங்கினான்.

“இப்புடி புண்ணு வெடிக்கிற வரைக்கும் என்னத்தா பண்ணிக்கிட்டு இருந்த. புள்ள எப்புடித் தாங்குவான். சொறிஞ்சு சீழ்பட்ட இடமெல்லாம் கொப்புளம் வந்துருச்சு. புள்ள வேதன பொறுக்கமுடியாம சொனங்குது” என வருத்தப்பட்டாள் பாலாயி.

நொண்டிக்கருப்பையாவை பார்த்ததும் “இந்தா ஏங்...கொழுந்தனுக்குத் தெரியாததா...? ஊருநாட்டக் கெடுக்குறதுக்குனே கல்யாணம்காச்சியப் பண்ணிப்புட்டு நாலஞ்சு திரியுதுக. அதுக கூட சேர்ந்து ஏவூட்டு ஆம்பளையும் கட்ட உருட்டுறது. ஆடுபுலி ஆட்டம்னு திரியுது. ராத்திரியான பொண்டாட்டிய மட்டும் தேடத் தெரியுது. பெத்ததுகள யாரு பாக்குறதாம். நாந்தான் தூக்கிச் சொமக்குறேன். ம்........ங்” என்று பெருமூச்சு விட்டாள் வள்ளியம்மை

“ஏங்க... அவுகெல்லாம் பெரிய எடத்துல சவகாசம் வச்சுருக்காங்க. இதையெல்லாம் பாப்பாங்களா. என்னயவே ஊருநாட்டுல வப்பனானு முறுக்கிக்கிட்டு திரியுறாங்க. அவுகளச் சொல்லி என்ன பண்ண. என்னப் பெத்த அய்யாவும் ஆயாவுமே மொனச்சிக்கிட்டு திரியும்போது அவுகள கொற சொல்லி என்ன பண்றது. ஏந்தங்கச்சி நல்லா வைத்தியம் பாத்துவிடும். வைத்தியம் பாத்துட்டு வெறுங்கைய வீசிட்டு போயிறாம நாலு மரக்கால் நெல்லு அளந்து கொடுத்துட்டுப் போ. அஞ்சாறு நாளக்கி குத்தி சாப்புடுவாங்கள்ள... க்கோவ்... க்கோவ்.....” என ஏப்பம் விட்டுக்கொண்டே நடந்து சென்றார் நொண்டிக்கருப்பையா. அழகப்பனும் முள்ளுப்பத்தையை தள்ளுவதற்கு கவைக்கம்பை தூக்கி தோளில் வைத்துக்கொண்டு வாங்கருவாளை கையில் எடுத்துக்கொண்டு கொல்லைக்காட்டில் பயிரிடப்பட்டிருக்கும் கேப்பைக்கருதைப் பார்க்கச் சென்றார்.

வேகவேகமாய் நடந்து வயல்வெளிப்பக்கமாக சென்றாள் பொன்னழகி. சிறிது நேரத்திற்குப் பிறகு கொத்தாக கொட்டாங்கரண்டி செடியை பறித்து வந்திருந்தாள். இந்தச் செடி அறுவடை முடிந்த வயல்கள் அல்லது வரப்புகளில் கனமான பனிபடர்ந்த இலைபோல் அரை அடியிலிருந்து ஒருஅடி உயரத்திற்கு மண்டிக்கிடக்கும். கூந்தப்பனைக் காயைவிட சிறிதாக நீல நிறத்தில் உருண்டையாக பூக்கள் இருக்கும்.

ஒரு கைப்பிடி இலையை உரலில் போட்டு இடித்தாள். இடிக்கும்போதே வாசம் குமட்டிக்கொண்டு வந்தது. சாறைப் பிழிந்து சங்கில் ஊற்றினாள். கிழக்கே பார்த்து வணங்கிவிட்டு ஒரு சொட்டு பூமியில் விட்டாள். ஒரு சொட்டு சாறை பையனின் தொப்புளில் வைத்தாள். தொப்புளில் வைத்ததும் பையன் சிரித்தான்.

கொட்டாங்கரண்டியின் வாசம் யாருக்குமே பிடிக்காது. வாயில் ஊற்றும்போது குடிக்கவில்லை என்றால் என்ன செய்வது என்று யோசித்தாள் பொன்னழகி. கொட்டாங்கரண்டியின் வாசத்தை சுவாசித்துவிட்டு மூக்கைச் சுளித்தான். குடிசைக்குள் சென்ற பொன்னழகி சுரைக்குடுக்கைக்குள் வைத்திருந்த தாழம்பூ ஒன்றை எடுத்துவந்து பையனிடம் கொடுத்தாள். தாழம்பூவை வாங்கியவன் மூக்கில் வைத்து இழுத்தான். வாசம் குடல்வரை சென்று கூடியிருந்தது. தாழம்பூவோடு இரண்டறக்கலந்து இருந்தபோது வாயைத் திறக்கச் சொல்லி கடவாய்க்குள் ரெண்டு சங்கு சாறை ஊற்றினாள். கசப்பும் குமட்டலும் வருவதற்குள் சிறிது கருப்பட்டியை வாய்க்குள் போட்டாள். மூக்கைச் சுளித்தாலும் கருப்பட்டியின் சுவையில் உள்ளிழுத்தான்.

கேப்பக்கொல்லையில் கேப்பைக்கருது அறுவடைக்குத் தயாராக இருந்தது. குருவிகள் கருதில் உட்கார்ந்து கொத்தித் தின்று கொண்டு இருந்தன.

“எம்புட்டுத் தின்னுறப்போவுதுக தின்னுட்டுப் போகட்டும்” என்றார் அழகப்பன்.

“தின்னுட்டுப்போகுதுனு விட்றலாமுனுதான் தோணுது. ஆனா அதுக கொண்டுபோயி எங்காவது ரொப்பிக்கிதுக. இப்புடியும் விட்டுக்கிட்டே இருந்தா மலங்காட்டுல இருக்குற குருவிக பூரா இங்க வந்து அடகாத்து குஞ்சு பொரிச்சுரும். வம்பாடுபட்டு ஒழச்சு ஊர்க்குருவிக திங்கிறதுக்கா கொடுக்குறது. அதுக விட்டி பூச்சியத் தின்னுப் பொழச்சுக்குங்க” சொல்லிக்கொண்டே மரத்தில் தொங்கிய தப்பை எடுத்து தோளில் மாட்டிக்கொண்டு டன்... டன்... டன் என அடித்தார் நொண்டிக்கருப்பையா. குருவிகள் பறந்து வானில் மிதந்தன.

இளங்கருதுகள் நாலஞ்சு பிடுங்கி கையில் தெரக்கி ஊதிக்கொடுத்தார் அழகப்பன். வாயில் போட்டு மென்னு திங்கும்போது

சீம்பாலைப்போல் சுவையாக இருந்தது. வாயிலிருந்து வழிந்ததை நாக்கால் துலாவி சுவைத்தார் நொண்டிக்கருப்பையா.

“சத்தத்தக் கேட்டியா... நம்ம சனக்கட்டே காரித்துப்புது. அவனுககூட சேந்து தப்படிச்சுத் திரியுறான். இந்தமாறி ஓம்மயனாலதான் அடிக்க முடியும். ஓம்மயன் என்ன பரம்பரை அடியக்காரனா...?” அங்காயிக்கிட்ட சொல்லிக்கொண்டு இருந்தார் குமரேசன்.

“அது ஒன்னுதான் கொறச்ச... கெழக்க உதிக்கிறவன் மேறிக்க மறையக்கூட மறக்கலாம். ஆனா ஒருகாலும் இந்தப்பய மாற மாட்டானு தெரிஞ்சும் எதுக்கு அவனப்பத்தி பேசுறீக” உதட்டை முறுக்கினாள் அங்காயி.

“வந்ததுக்காக இப்ப வைத்தியம் பண்ணுனேன். இந்தச் சாற காலையில வெறும் வயித்துல மூனு நாளைக்கி குடிச்சா போதும். எப்பேர்ப்பட்ட புண்ணும் அரிப்பும் மறஞ்சு போயிரும்...’ சொல்லிக்கொண்டே கொழுந்து வேப்பிலைகளை பறித்து வைத்தியத்துக்குனு வச்சிருக்கிற அம்மியில் ஒரு பல்லு அளவு மஞ்சள் சேர்த்து மையாக அரைத்து எலுமிச்சம்பழம் அளவுக்கு கொடுத்தாள் பொன்னழகி. புள்ளயத் தூக்கிட்டுப் போனதும் புண்ணுல மெல்லமா தடவிவிடுத்தா... சீக்கிரமா புண்ணு ஆறிரும். போயிட்டு காலையில புள்ளையக் கூட்டிக்கிட்டு வா...” என்ற பொன்னழகியை கையெடுத்துக் கும்பிட்டாள் வள்ளியம்மை.

“அட... என்னம்மா... என்னயப்போயி கும்புட்டுக்கிட்டு. அந்தப் பட்டவனக் கும்பிட்டாவாச்சும் புண்ணியம் கெடைக்கும்...” என்றாள் பொன்னழகி.

“ஏம்மா... நம்ம ஊருநாட்டு வைத்தியம் இங்க கூட பலிக்குதா. நா ஒன்னு சொல்றேன்... சரியாப்பட்டுச்சுன்னா அத மாப்பிள்ளைக் கிட்டயும் கலந்து பேசிக்க. எல்லா நேரமும் ஓங்கிட்ட வரவேண்டாம்ல. உனக்குத் தெரிஞ்சத நாலு பேருக்கு சொல்லிக்கொடு. அதுக்குத்தான் சொல்றேன். முறையா கத்துக்கிட்டா நம்ம ஊருநாட்டுக்கும் நல்லதுதானே...” என்றார் பிரமையன்.

“ஏங்க... பச்சிலை வைத்தியத்துக்கும் ஊருநாட்டுக்கும் என்னங்க சம்பந்தம் இருக்கு. கடைசியா சொன்னீங்களே ஒரு யோசன அது நல்லாருக்குங்க. நம்ம ஊருநாட்டுல எத்தனையோ பெருசுங்க

அடுத்தவங்களுக்கு சொல்லித்தராம போய்ச் சேந்துருச்சுங்க'' என்று பிரமையன் யோசனைக்கு வலு சேர்த்தாள் பூச்சிப்பிள்ளை.

“ஆத்தா... பெரியமனசு பண்ணி ஒங்க அய்யா சொல்றமாறி செய்யி. ஏஞ்சோட்டி ஆளுக பூராபேரும் ஓம்பக்கம் நிக்கிறோம்'' தைரியம் சொன்னாள் வள்ளியம்மை.

மூவரின் பேச்சுக்கும் முக்கியத்துவம் தருபவள் போல் தலையை அசைத்தும் புன்முறுவல் பூத்தும் ஆமோதித்தாள் பொன்னழகி.

“இந்தக் குடி வெளக்கெரிய வந்தவம்மா. நீ எடுத்து வைக்கிற ஒவ்வொரு அடியும் நல்லா இருக்கும்'' சொல்லி கைகளால் நெட்டி பறித்து திட்டிசுத்தினாள் பாலாயி.

குழந்தைகளுக்கு எனில் கொட்டாங்கரண்டியை இடித்துச் சாறு எடுத்துக் கொடுப்பாள். ஏனெனில், கொட்டாங்கரண்டிக்கு அவ்வளவாக கசப்புத்தன்மை கிடையாது. பெரியவர்களுக்கு எனில் மூட்டனாரியை இடித்து சாறு எடுத்து கொடுப்பாள். மூட்டனாரி வேலி போல் பத்தையாக படர்ந்திருக்கும் செடி வகையைச் சேர்ந்தது. மூட்டனாரியைத் தொட்டாலே நாலு நாளைக்கு அதன் வாடை குமட்டிக்கொண்டு வரும். அதன் வாடையை நினைத்தால் சாப்பிடத் தோணாது. ஒரு மொடக்கு உள்ளே இழுப்பதற்குள் போதும்போதும் என்றாகிவிடும். நாத்தம் குடலைப் பொரட்டிக்கொண்டு வந்துவிடும். ஆனால், சொறிசிரங்கு அரிப்பு புண்ணுக்கு மூட்டனாரிதான் சிறந்தது.

குழந்தைகள் பிறந்து ஒரு வருடம் ஆன பிறகு மூட்டனாரியோ அல்லது கொட்டாங்கரண்டியோ இடித்து சாறு எடுத்து மூனுநாளைக்குக் கொடுத்தால் போதும். பெரிய ஆளாக வளர்ந்த பிறகும் சொறிசிரங்கு, புண்ணு என எதுவும் அண்டாது.

பொன்னழகிக்கு வெள்ளாளச்சியைப் பற்றித் தெரிந்துகொள்ள ஆர்வம் மேலிட்டது. வெள்ளாளச்சி எப்போதும் பயந்தாங்கொல்லியாகவே இருப்பாள். யாருடனும் அதட்டி பெருங்குரல் எடுத்துப் பேசாதவள். பொன்னழகிக்கு கல்யாணம் ஆனபோது தேம்பித் தேம்பி அழுது கன்னம் வீங்கிப் போயிருந்தாள். வெள்ளாளச்சியை விட்டு பொன்னழகிக்கு பிரிய மனமில்லை என்றாலும் கல்யாணம் நடந்தால் பிரிந்துதானே ஆக வேண்டும். பொன்னழகியின் மடியில் தலைவைத்து படுத்துக்கொண்டாள். வெள்ளாளச்சியின் உடல்

நெருப்பாக கொதித்தது. எந்த வைத்தியமும் எடுத்துக்கொள்ளவில்லை. கல்யாணமாகி கீழக்குடியிருப்புக்கு வந்ததும் பல நேரங்களில் வெள்ளாளச்சியின் நெனப்பு பொன்னழகியை வாட்டி எடுத்தது.

ஒருநாள் காளைக்கோழி மலையை பார்ப்பதற்காக வேறு யாரையும் கூப்பிடாமல் வெள்ளாளச்சியும் பொன்னழகியும் சென்றார்கள். மலையின் அடிவாரம் வரை சென்ற அவர்கள் மலையின் மேல் ஏறவில்லை. மலை உச்சியில் இருக்கும் காளைக்கோழி பாறையில் ஏறி உட்கார வேண்டும் என்பதுதான் பொன்னழகியின் ஆசை. காளைக்கோழிமலையில் ஏற வேண்டும் என்று இரண்டாவது முறையாக முயற்சி எடுத்து வந்திருக்கிறாள். மலையின் அடிவாரத்தில் அடர்ந்த காடுகள் இருந்ததால் இருவருக்குமே ஒருவித பயம் தொற்றிக்கொண்டது. காளைக்கோழி மலையின் வடக்கு பக்கமாகவே நின்று ரசித்துக்கொண்டிருந்தாள் பொன்னழகி.

மலையின் வடக்குப்பக்கமாக இருந்த பெரிய குகையிலிருந்து கழுகு தனது நீண்ட றெக்கையை அடித்துக்கொண்டு பறந்தது. மலையின் உச்சியில்தான் கழுகு தங்கும் என கேள்விப்பட்டிருக்கிறார்கள். கீழிருந்து பறக்க காரணம் என்ன என இருவரும் நினைத்துக்கொண்டிருந்தபோது பறந்து சென்ற கழுகு, குகைக்கு மீண்டும் திரும்பியது. ஏதோவொரு உயிரினத்தைக் கொன்று தனது காலில் தூக்கிக்கொண்டு பறந்தது.

இருவருக்கும் திடுக்கென வாரிப்போட்டது. குகைக்குள் உறுமும் சத்தம் கேட்டது. இதுபோன்ற சத்தத்தை இருவருமே இதற்கு முன்னர் கேள்விப்பட்டதே இல்லை. கொடூரப் பசியில் இருக்கும் விலங்கின் சத்தமாக இருந்தது. நாம் தெரியாத்தனமாக தனியாக வந்துவிட்டோமோ என தங்களுக்குள் புலம்பிக்கொண்டனர். உடல் வேர்த்து நீர்க்கசிவுகள் வெளியேறிக்கொண்டு இருந்தன. காளைக்கோழிமலைக் காட்டில் கொடிய விலங்குகள் இருப்பதாக கேள்விப்பட்டதில்லை. இருந்தாலும் காட்டில் என்னென்ன இருக்கும் என்று யாரால் அறுதியிட்டுச் சொல்ல முடியும்.

காடுகரடு என்று எதையும் கவனிக்காமல் சத்தம் கேட்டு ஓட்டம் பிடித்தவர்கள் இடையாத்தூரில் வந்துதான் மூச்சு வாங்கி நின்றார்கள். கல்லுமுள்ளு நிறைந்த காட்டில் கண்ணுமூக்குத் தெரியாமல் ஓடிவந்ததை நினைத்தால் இப்போதும் பொன்னழகிக்கு பயமாகத்தான் இருக்கும்.

22

வெள்ளாளச்சியின் நினைப்பில் மூழ்கிப்போயிருந்தாள் பொன்னழகி. வெள்ளாளச்சி என்னைப்பற்றி நினைத்துக்கொண்டு இருப்பாளா...? இல்லை, நான்தான் அவளை நினைத்துக்கொண்டு இருக்கின்றேனா...? காடுகரடு என காலமெல்லாம் ஒன்றாக சுற்றித்திரிந்தோமே... அப்படியிருக்க எப்படி என்னை நினைக்காமல் இருப்பாள். கல்யாணமாகி வரும்போது உடல்மெலிந்து நோய்வாய்ப்பட்டவள் போல் இருந்தாளே...? என்னைப் பிரிந்து தனிமையில் எப்படி இருக்கிறாள் என்று தெரியவில்லையே...! என்னிடம் பழகுவதுபோல் மற்றவர்களுடன் பழக மாட்டாளே. சீக்கிரம் இவளுக்கும் கல்யாணம் நடந்தால் எல்லாம் சரியாகிவிடும்... என எண்ணிக்கொண்டிருந்தாள். அப்போது பொன்னழகியின் முன்னால் தோன்றினாள் வெள்ளாளச்சி.

'அடி... பைத்தியக்காரி. நீ மட்டும்தான் நினைப்பாயா...? உன் நெனப்புதானடி என் உயிரை தக்க வைத்துக் கொண்டு இருக்கிறது. நீ இல்லாத இந்த ஊருநாட்டில் உன்னோடு இருந்த நினைவுகளை எண்ணியே காலம் கடத்துகிறேன். நாம் எப்போதும் உட்கார்ந்து பல்லாங்குழி ஆடுவோமே அந்த இடம் நினைவிருக்கா உனக்கு...? நான் ஒரு பைத்தியக்காரி. ஆமாம், யாருக்கும் தெரியாமல் எங்கெங்கோ சுற்றினோமே அதனால் ரெண்டுபேருமே பைத்தியக்காரிகள்தான். நிழலில் உட்கார்ந்து விளையாடிய அந்த வாகை என்னைப் பார்த்து

ஏளனமாய் சிரிக்கிறது. என்னம்மோ அவள் பிரியமாட்டாள் என்று சொன்னாயே...? நான்தான் இந்த மண்ணையும் உன்னையும் விட்டு பிரியாமல் இங்கேயே இருக்கிறேன் பார்த்தாயா... என்று எள்ளி நகையாடுகிறது. இதற்காகவே அந்த வாகை மரத்துக்கு செல்வதையே நிறுத்திவிட்டேன். சீக்கிரம் ஒருநாள் இங்கு வா. நாம் இருவரும் சென்று அந்த வாகை மரத்து நிழலில் உட்கார்ந்து பல்லாங்குழி ஆடுவோம். அந்த வாகை மரம் நம்மைப் பார்த்து தலை குனியட்டும் என்று சொல்லிக்கொண்டே தாவாயில் கைவைத்து சோகமாக உட்கார்ந்தாள். கண்ணீர் வழிய ஆரம்பித்தது.

"நா... இருக்கும்போது உனக்கு என்னடி ஆச்சு. நம்ம ஊருநாட்டுல ஊத்து தண்ணி ஊருதோ இல்லையோ ஓம்புட்டு கண்ணுல மட்டும் பானைபானையா கண்ணீரு ஊறிருது" சொல்லிக்கொண்டே அவளின் கண்ணீரைத் துடைத்தாள். கண்ணீரைத் துடைக்க துடைக்க நிற்கவே இல்லை. அழுதுகொண்டே இருந்தாள்.

ஏன் அழுகிறாள் என்று புரியாமல் தவித்தாள் பொன்னழகி. அவளும் எதுவுமே சொல்லவில்லை. பொன்னழகியின் கண்களும் கலங்கின. மொகட்டுக் கருக்களால் பெய்யும் திடீர் மழையென கண்ணீர் சிந்தினாள் பொன்னழகி.

"என்னம்மா... யோசனையில இருக்க. நா... பாட்டுக்கு பேசிக்கிட்டு இருக்கேன். ஒரு......ம் போடாமா மொகட்டையே பாத்துக்கிட்டு இருக்க" பொன்னழகியின் பக்கமாக திரும்பி முகத்தைப் பார்த்தார் பிரமையன்.

"ஆத்தி... ஏம்மா கண்ணு கலங்குது..." பதறினார். பிரமையன் சத்தம் போடுவதைக் கேட்டு பூச்சிப்பிள்ளையும் பாலாயியும் ஓடி வந்தனர். பொன்னழகியின் கண்ணீரைத் துடைத்துவிட்டாள் பூச்சிப்பிள்ளை. குடிப்பதற்கு தண்ணீர் கொண்டு வந்து கொடுத்தாள் பாலாயி.

"அப்பா... வெள்ளாளச்சி என்ன பண்றா..."

"அதானே... பாத்தேன். என்னடா வந்ததுலருந்து வாயத் தெறக்கலயேனு நெனச்சேன்" பூச்சிப்பிள்ளை சொன்னதும் "என்ன..." என்பதுபோல் பார்த்தாள் பாலாயி.

"அது வேற யாரும் இல்ல அத்தாச்சி. அவளோட கூட்டாளிதான். எங்க ஊருநாட்டுல இவுக ரெண்டு பேரையும் தெரியாதுனு சொல்றவங்க

பாவம் செஞ்சவங்கனுதான் சொல்லனும். இவுக ரெண்டு பேரு காலும் படாத எடமே இல்ல... சட்டுபுட்டுனு கல்யாணங்காச்சினு ஆனதும் புள்ள இங்க வந்துருச்சுல. அத நெனச்சுதான் புள்ள கலங்குது" பூச்சிப்பிள்ளை சொன்னதைக் கேட்டு புன்முறுவல் பூத்தாள் பாலாயி.

"ஓம்புட்டு கூட்டாளிய நாலஞ்சு நாளா ஊருநாட்டுல காணாம இருக்கவும் ஊருநாடே டம்மு டம்முனு இப்ப வரைக்கும் கெடக்குது. காடுகரடுனு ஒரு எடம் பாக்கியில்லாம தேடிப் பாத்தாச்சு. காளைக்கோழி மலைய மட்டும் அஞ்சாறு தடவக்கி மேல சுத்திலும் அலசியாச்சு. என்ன ஆனாளோனு ஒரு தடயமும் கெடைக்கல. ஒரே கெதிமிதியா கெடக்குது. ம்... நம்ம பக்கட்டும்..." பேச்சை இழுத்தார் பிரமையன்.

"நம்ம பக்கட்டும்னா..." விழிகளால் அவள் பேசியதை உள்வாங்கிக் கொண்டார் பிரமையன்.

"அன்னயிலருந்து கருப்பனையும் ஆளக் காணோம். தாயாபுள்ளயா பழகிக்கிட்டு இருக்க எடத்துல இதெல்லாம் நமக்கு தேவையா...? அங்க பாத்தோம் இங்க பாத்தோம்னு ஆளாளுக்கு ஒன்னு சொல்றாங்கம்மா. ரெண்டு பேரும் அரசங்காட்டுக்குள்ள போனதா பாத்தவங்க, கேள்விப்பட்டவங்க சொல்றாங்க. அரசங்காட்டுக்கு எங்க தலவு இருக்கு, வால் இருக்குனே கண்டுபிடிக்க முடியாது. ம்..... என்ன ஏதுனே புடிபட மாட்டேங்கிதும்மா. நாம ஏதும் கண்ணுகாதுல பாக்கவும் இல்ல கேக்கவும் இல்ல..." சொல்லிக்கொண்டே தலை சாய்த்து படுத்தார் பிரமையன்.

வெவரம் தெரியாத காலத்துலருந்து ஒன்னுமன்னா பழகிக்கிட்டு இருக்கோம். காத்துவாக்குல ஒரு சேதி கூட பேசிப் பாத்ததில்ல. அந்தண்ணனும் வாயில்லா பூச்சியாத்தான் திரிஞ்சுச்சு. எந்தப் புத்துல எந்தப் பாம்பு இருக்குன்னு யாருக்குத் தெரியுங்கிறது எனக்குத்தான் பொருந்துமோ...?

அப்படியே இருந்தாலும் என்கிட்ட எதுக்கு மறைக்கனும். எனக்கு அண்ணன்தானே வேணும். நா...எதுவும் தடை சொல்லியிருப்பேனா. ச்சே... நா வாழத்தானே வச்சிருப்பேன். யாருக்கும் சொல்லாம ஓடிப்போய் என்ன பண்ணப் போறாங்க. தங்கவைக்க எடம்கிடம்

கிடைக்காம என்ன பண்ணப் போறாங்களோ தெரியலயே. இங்கயாச்சும் வந்துருந்தா ஏதாவது உதவி பண்ணிருப்பேனே. இப்ப என்ன ஆனாங்களோ... கஞ்சி தண்ணிக்கி எதுவும் கொண்டு போனாங்களா. இல்ல... காடுமேட்ல கெடைக்கிறத வச்சு எத்தன நாளக்கி வாழ முடியும். ஒருவேளை தேடிப்போனவங்க கண்டுபிடிச்சிட்டா எதுவும் பண்ணிப்புடுவாங்களோ. வெள்ளாளச்சி என் உசுராச்சே... அவளுக்கு ஒன்னும் ஆகக் கூடாது. பொன்னழகி மனசுக்குள் பலவாறு கேள்வியும் கேட்டுக்கொண்டு பதிலும் சொல்லிக் கொண்டாள்.

வெள்ளாளச்சியைப் பற்றி கேள்விப்பட்டதும் பொன்னழகியால் மனசை ஒருநிலைப்படுத்த முடியவில்லை. அவளுக்கு எதுவும் ஆகக் கூடாதென்று புலம்பினாள். கண்களை மூடி பட்டவனை வேண்டிக்கொண்டாள்.

காணாமல் போவதற்கு முதல்நாள் பகல் முழுவதும் பிரமையன் வீட்டில்தான் தங்கியிருந்தாள். பொன்னழகியின் ஏக்கத்தால் வந்து போவதாகவே கருதினர். இப்படி ஆகும் என்று யாருக்குமே தெரியாது.

இடையாத்தூருக்கு நேர்கிழக்கு திசையில்தான் அரசங்காடு இருக்கிறது. அரசங்காட்டுக்குள் இருக்கும் ஆவிமலையில்தான் வெள்ளாளச்சியும் கருப்பனும் தஞ்சம் புகுந்தனர். மிக அடர்ந்த காடுகள் நிறைந்த பகுதி என்பதால் யாரும் செல்ல மாட்டார்கள். கிளுவை மரங்கள் வெடத்தலான் மரங்களுடன் கோபுரக்கத்தாழை மரங்கள் நிறைந்த காட்டுப்பகுதி. காரப்பத்தையும் சூரப்பத்தையும் பின்னிப்பிணைந்து வளர்ந்து இருக்கும். ஆனான் நெருஞ்சி முட்கள் ஆட்களை அண்டவிடாமல் செய்திருந்தது. காட்டுக்குள் நுழைந்துவிட்டால் திக்குதிசை தெரியாமல் போய்விடும் என்பதால் ஆட்கள் நடமாட்டம் என்பது அரிதாகத்தான் இருக்கும்.

ஆவிமலையிலிருந்து மேற்கே பார்த்தால் காளைக்கோழிமலை பளிச்சென தெரியும். ஆவிமலையில் வற்றாத சுனை உண்டு. அரசங்காட்டில் திரியும் விலங்குகளுக்கு ஆவிமலைதான் ஒரே நீர் ஆதாரம். சாயந்தர நேரத்தில் விலங்குகள் எல்லாம் தண்ணீர் குடித்துவிட்டு அதனதன் இருப்பிடத்திற்குச் செல்லும்.

ஆவிமலையில் ஆவு என்ற விலங்கினங்களும் வாழ்ந்தன. பார்ப்பதற்கு கரடியைப் போலவே இருக்கும். பகல் நேரத்தில் நடமாடுவதே இல்லை. எங்காவது புதர்களுக்குள் படுத்துக்கொள்ளும். ராத்திரி நேரத்தில்தான் அவை வெளியில் நடமாட ஆரம்பிக்கும். நிலா மறையும்போது ஆ...வ் ஆ...வ் என ஒரு விலங்கு கத்தினால் போதும் ஆங்காங்கே பதுங்கி இருக்கக்கூடிய ஆவு விலங்குகள் அனைத்தும் ஒலி எழுப்பி தங்களின் இருப்பை பதிவு செய்துகொள்ளும்.

ஆவு விலங்குகள் கத்தும்போது ஆட்காட்டி பறவைதான் முதலில் எச்சரிக்கை குரல் எழுப்பும். ஆட்காட்டி பறவை ராத்திரியில் தூங்காமல் மற்ற விலங்குகளையும் பறவைகளையும் கண்காணித்து ஆபத்து வந்தால் குரல் எழுப்பும்.

அப்பேர்ப்பட்ட அரசங்காட்டுக்குள்தான் வெள்ளாளச்சியும் கருப்பனும் இருக்கிறார்கள். ஒல்லை நாட்டில் யாரும் பெற்றோர்கள் சம்மதம் இல்லாமல் கல்யாணம் செய்தது கிடையாது. முதன்முதலாக பெற்றோருக்கு தெரியாமல் வெள்ளாளச்சியும் கருப்பனும் தங்களது வாழ்க்கையை தேர்ந்தெடுத்து இருக்கிறார்கள். இதனால் பிரச்சினை வந்துவிடுமோ என்று அஞ்சிதான் அவர்கள் யாருக்கும் தெரியாமல் வெளியேறினர்.

மூனாள் உயரத்திற்கு வளர்ந்திருந்த கோபுரக்கத்தாழை மரங்களில் வெளிர்சிவப்பு நிறத்தில் பழங்கள் பழுத்திருந்தன. அடியிலிருந்து மரம் முழுவதும் ஈட்டி போன்ற முட்கள் கொத்துக்கொத்தாய் வரிசைகட்டி நின்றன. மரத்தை ஆட்டினால் டொடக்டொடக் என பெண்ணின் காதில் தொங்கும் அணிகலன்களை ஒத்த சத்தம் வரும். வறண்டநிலத்தில் வளரும் கோபுரக்கத்தாழையின் உடல் சதைப்பற்று கொண்ட நீர்ச்சத்துகளால் ஆனது.

இருவருக்கும் பசி வயிறைக் கிள்ளியது. கைக்கு எட்டிய பழங்களைப் பறித்தான் கருப்பன். பறித்த பழங்களை இரண்டாக வகுந்தான். உள்ளுக்குள் வெள்ளையும் கருப்புமாய் நொறுநொறுவென இருந்தன. நாக்கால் துலாவி உதடுகளால் சப்பினார்கள். இனிப்பும் புளிப்பும் கலந்த கலவையாக இருந்தது. பழத்தைத் திங்கும்போதே வறண்டுகிடந்த நாக்கில் எச்சில் பெருக்கெடுத்தது. அதனால் தண்ணீர் தாகம் ஓரளவு நின்றது.

கோபுரக்கத்தாழையின் பழங்களை எந்தப் பறவைகளும் தின்பதில்லை. பறவைகள் உட்கார்ந்து உண்பதற்கான சூழ்நிலை மரத்தில் இல்லாததே. ஆவு விலங்குகளுக்கு கோபுரக்கத்தாழைப் பழங்களின் வாசம் மிகவும் பிடிக்கும். பறித்து திங்க முடியாததால் ஏமாந்து போகும். வாசம் மூக்கில் நுழைந்ததும் வாயிலிருந்து எச்சில் ஊறி வழிய ஆரம்பித்துவிடும். வாசத்தை உள்ளிழுத்து எச்சிலை உறிஞ்சி சுவைக்கும். கீழே விழும் பழங்களைத் தின்பதற்கு ஒன்றுடன் ஒன்று போட்டிப்போடும். பல நேரங்களில் சண்டைபோட்டுக்கொண்டு காட்டையே அதிர வைத்துவிடும். விலங்குகளை வேட்டையாடுவதும் பறவைகளின் முட்டைகள் மற்றும் குஞ்சுகளை தேடித்தின்பதும் ஆவு விலங்குகளின் அன்றாட செயல்பாடாக இருந்தாலும் மனிதர்களைக் கண்டால் ஓடி ஒளிந்து கொள்ளும். மனிதர்கள் வேட்டையாடி விடுவார்கள் என்ற பயம். ஆனால் மனிதர்களை ஆவு கொன்றுவிடும் என பயந்தே அரசங்காட்டுக்குள் யாரும் செல்வதில்லை.

ஆவி மலையின் உச்சியில்தான் வெள்ளாளச்சியும் கருப்பனும் தங்கியிருந்தனர். பகலில் உணவுகளைத் தேடுவதும் ராத்திரியில் ஆவிமலையில் தங்குவதுமாக இருந்தனர். ராத்திரியில் அவ்வப்போது ஆவுகள் கத்தும் சத்தம்கேட்டு நடுங்கிப் போனாள் வெள்ளாளச்சி. இதுபோன்ற காட்டுக்குள் தங்கியது இல்லை. அவளின் பயத்தைப் போக்குவதற்காக ராத்திரி முழுவதும் ஆவிமலையின் உச்சியில் நெருப்பை மூட்டி வைத்திருந்தான் கருப்பன். ராத்திரியில் ஆவிமலையின் உச்சியில் நெருப்பு எரிவதை ஊருநாட்டில் உள்ளவர்கள் ஆச்சரியமாக பார்த்தனர்.

அரசங்காட்டை வெள்ளாளச்சியும் கருப்பனுமே ஆளட்டும். இருவரும் ஊருநாட்டுக்குள் வரக்கூடாது என ஒல்லைநாட்டிலிருந்து ஆணை பறந்தது. ஆணை பிறப்பித்த சில நாளிலேயே அது திரும்பப் பெறப்பட்டது. தாய்தகப்பனுக்குத் தெரியாமல் எல்லோரும் தங்களுக்குப் பிடித்தமானவர்களை யாருக்கும் சொல்லாமல் கல்யாணம் செய்துகொண்டு ஆவிமலைக்கு சென்றுவிடும் அபாயம் வந்துவிடும் எனக் கருதியே ஆணையை திரும்பப் பெற்றனர்.

ஊருநாட்டுக்குள் நடப்பதைப் பற்றி கவலைப்படாமல் ஆவிமலையின் உச்சியில் கற்களைப் பயன்படுத்தி மாளிகை ஒன்றைக் கட்டினர். காளைக்கோழிமலையிலிருந்து பார்த்தால் ஆவிமலையில் கட்டியுள்ள

மாளிகை தெரியும். உயரமான மரங்களில் ஏறி நின்று பார்த்தாலும் ஆவிமலையும் மாளிகையும் தெரிந்தது.

சிறுசத்தத்தைக் கேட்டாலே அலறித்துடிக்கும் வெள்ளாளச்சி ஆள்அரவமற்ற வனாந்தரத்தில் கருப்பனோடு வாழ்ந்து கொண்டு இருக்கிறாள். அரசங்காடு பகலில் அமைதியாக இருப்பதும் ராத்திரியில் ஆவிமலையின் உச்சியில் கதிரவன் உதித்து காவல்காப்பதுமாக இருந்தது.

அரசங்காட்டுக்குள் கருப்பனோடு சென்றதாக பிரமையன் சொன்னதிலருந்து வெள்ளாளச்சியைப் பார்த்து கட்டித்தழுவ எண்ணினாள் பொன்னழகி.

யாரும் செல்வதற்கே தயங்கும் அரசங்காட்டில் வாழ்வதற்கு துணிச்சல் எங்கிருந்து வந்தது. இல்லை வாழ்வில் ஏற்பட்ட விரக்தியின் உச்சமா...? ஆட்காட்டி கத்தினாலே அழுதுவிடுவாள்; ஆவு உள்ள காட்டில் எப்படி வாழ்கிறாள்... யோசனையில் மூழ்கினாள் பொன்னழகி. இமைகளுக்குள் நுழைந்து இதயத்திற்குள் சமணக்கால் போட்டு உட்கார்ந்தாள் வெள்ளாளச்சி.

“பொண்ணு... எத்தன நாளக்கித்தான் நா அழுதுகிட்டும் பயந்துகிட்டும் இருக்கது. நாம ரெண்டு பேரும் காளைக்கோழிமலையின் உச்சிக்கு போக நெனச்சோம். ம்... நம்மால முடியல. ஆனா இப்ப தெனமும் இங்கிருந்தே காளைக்கோழிமலை உச்சியை பாக்குறேன். அப்படியே எட்டித் தொடலாம்போல இருக்கு. ஆவிமலையிலருந்து பாத்தா நம்ம ஊருநாடு குட்டிகுட்டியாத் தெரியுது. காட்டுக்குள்ள யாரு வர்றா. போறாங்குறத நா மேலேருந்தே பாத்துக்குறேன். ஆவிமலையில இருக்குற சுனைத்தண்ணி காளைக்கோழிமலை தேனைப்போல ருசியா இருக்கு” எச்சில் விழுங்கினாள் வெள்ளாளச்சி.

வெள்ளாளச்சி பேசுவதைக் கேட்டு கக்கக்கவென சிரித்தாள் பொன்னழகி. பதிலுக்கு வெள்ளாளச்சியும் சிரித்து மகிழ்ந்தாள்.

ஆவிமலையின் பாறைகளில் கற்களைக் கொண்டு வெள்ளாளச்சியும் கருப்பனும் ஓவியங்களை வரைந்து விளையாடினர். ஏதாவது ஒன்றைப் பார்த்துவிட்டால் அப்படியே வரையும் ஆற்றல் படைத்தவன் கருப்பன். வெள்ளாளச்சியை நினைத்து குத்துப்பாறையில் செதுக்க ஆரம்பித்தான். மலையில் நெருப்பு மூட்டி அரசங்காட்டில் விளைந்த விளாங்காயை

சுட்டுக்கொண்டு இருந்தாள் வெள்ளாளச்சி. விளாங்காயை பச்சையாக தின்றால் தொண்டை கரகரப்பு ஏற்படும். அதனால் விளாங்காயை சுட்டுத்தின்றால் கூடுதல் சுவையாக இருக்கும்.

ஒருகட்டத்தில் குத்துப்பாறையில் கற்களால் செதுக்கும் சத்தம் கேட்காமல் அமைதி நிலவியது. விளாங்காய் சுடுவதை நிறுத்திவிட்டு என்னம்மோ ஏதோ என்று கருப்பனை எட்டிப் பார்த்தாள். கற்களால் செதுக்கிய ஓவியத்தை தன்னை மறந்து பார்த்துக்கொண்டே இருந்தான் கருப்பன்.

ஓவியத்தைப் பார்த்த வெள்ளாளச்சி ஓடிவந்து கருப்பனை ஆரத்தழுவி முத்தமிட்டாள். குத்துப்பாறையில் வெள்ளாளச்சியின் ஓவியம் அருகே பொன்னழகியின் உருவத்தையும் வரைந்திருந்தான் கருப்பன்.

23

இப்போதெல்லாம் கீழக்குடியிருப்பில் உள்ள பெண்கள் யாரும் முட்டிக்குறிச்சிக்கு செல்வதில்லை. குடிசையில் ஆளோடு ஆளாகவோ அல்லது தனியாக திண்ணையிலோ தங்கிக்கொள்கிறார்கள். மேலக்குடியிருப்பு பெண்களில் சிலர் அவர்களது முட்டிக்குறிச்சிக்கு செல்வதை நிறுத்திவிட்டார்கள்.

வெள்ளைத்தேவியும் முட்டிக்குறிச்சிக்கு செல்வதை நிறுத்தி விட்டாள். சில நாட்களாக வெள்ளைத்தேவியிடம் கேட்க வேண்டும் என்று மனசுக்குள் பூட்டி வைத்திருந்ததை பட்டென கேட்டுவிட்டார் காராளவேந்தன். "ஆமா... முட்டிக்குறிச்சிக்கு பொம்பளைங்க யாரும் போறாங்களா இல்லை நம்ம வீட்லருந்து மட்டும்தான் போகலயா...? கீழக்குடியிருப்புப்பக்கம் யாருமே எட்டிப் பாக்குறது இல்லனு கேள்விப்பட்டேன். அதான்..." என்று பேச்சை இழுத்து நிறுத்தி மீண்டும் ஆரம்பித்தார்.

"வயல்நாட்டுக்கு தலைவன்ங்கிற முறையில ஊருநாட்டுல நடக்குறத தெரிஞ்சுக்கனும்ல" வலது கால் பெருவிரலால் தரையில் அரை வட்டம் போட்டு நெளிந்தார். அவரின் பற்கள் கருக்களுக்குள் எட்டிப் பார்க்கும் நிலவைப் போலிருந்தது.

ஊருநாட்டுல செய்ய வேண்டிய வேலை எவ்வளவோ இருக்கு. அதவிட்டுட்டு இதக் கேக்குறீக. பொம்பளைங்க வீட்ல ஒதுங்குனா என்ன இல்ல காட்ல ஒதுங்குனா இவுகளுக்கு என்ன...?

வெள்ளைத்தேவி மனசுக்குள் தோன்றினாலும் வெளிக்காட்டாமல் ம்..... ஊருநாட்டோட வளர்ச்சிக்கு ரொம்ப முக்கியம்தான்... என்றாள்.

எதுக்கு இதப்போயி கேட்டோம்... ச்சே... என்று கண்களை சிலிப்பினார். அவரின் முகத்தைப் பார்த்து வாய்பொத்தி சிரித்துக்கொண்டே கடைந்து வைத்திருந்த மோரில் பச்சைமிளகாய் ஒன்றை நறுக்கிப்போட்டு கொண்டுவந்து கொடுத்தாள். கடக்கடக்கென சுவைத்து குடித்தார். வெள்ளாத்து கால்வாய்க்கு செல்வதாக கூறி சென்றார் காராளவேந்தன். வாசலில் கூட்டு வண்டி தயாராக நின்றது. கூட்டுவண்டியின் நுகத்தடியில் பூட்டாங்கயிறு போட்டு இரண்டு கருப்புக்காளைகள் பூட்டப்பட்டிருந்தன. அவை தார்க்குச்சி இல்லாமலேயே எப்போது வேண்டுமானாலும் இலக்கு நோக்கி பயணிக்க தயார்படுத்திக் கொண்டிருந்தன. மசகு போட்டு கடையாணி சொருகப்பட்டு இருப்பதை உறுதிபடுத்திக் கொண்டார் குட்டிமணி.

குதிரைகளை பராமரிக்க செலவுகள் அதிகமாக தேவைப்படுவதாலும் வயல்நாட்டு மண்ணின் காலநிலை குதிரைகளுக்கு ஏற்ற சூழ்நிலையை உருவாக்கவில்லை என்பதாலும் வாளனார் இருக்கும்பொதே குதிரைகளை வண்டியில் பூட்டுவதையும் வளர்ப்பதையும் நிறுத்திவிட்டனர்.

நீண்ட காலமாக பெரியதனம் குடும்பத்திற்கு கூட்டுவண்டி ஓட்டி வருகிறார் குட்டிமணி. கூட்டு வண்டி ஓட்டுவதில் பலகாலம் அனுபவம் வாய்ந்தவர். வயதானவர் என்றாலும் அவரையே கூட்டுவண்டி ஓட்ட வைத்துக்கொண்டார். கூட்டுவண்டியில் கொண்டு செல்லும் தண்ணீர் பானையிலிருந்து ஒரு சொட்டு தண்ணீர் கீழே அலம்பாதவாறு வண்டியை லாவகமாக ஓட்டிச் செல்வதில் குட்டிமணியை விட வேறு யாராலும் முடியாது. மேடுபள்ளங்களில் கூட்டுவண்டியின் சக்கரங்கள் ஏறி இறங்குவதே தெரியாது. மாடுகளின் கழுத்தில் நுகத்தடி இருப்பதே தெரியாத அளவுக்கு மாடுகளையும் பழக்கி இருப்பார். கருப்புக்காளைகள் கழுத்தைக் குலுக்கி கட்டியிருந்த மணியை ஆட்டின.

“ம்... வந்துட்டேன்...வந்துட்டேன் குட்டிமணியண்ணே நம்ம பசங்கள கௌப்புங்க” சொல்லிக்கொண்ட கூட்டுவண்டிக்கு வந்தார் காராளவேந்தன். ஆட்கள் வேலை செய்யும் வெள்ளாத்துகால்வாயில் வண்டி நின்றது.

வெள்ளாத்துலருந்து பெரியகண்மாயிக்கு வர்ற கால்வாயை மக்கள் தூர்வாரிக்கொண்டு இருந்தார்கள். ஐப்பசி கார்த்திகையில் அடைமழை வந்துவிடும். அதற்குள் நீர்பிடிப்பு பகுதிகளை தூர்வாரி கரைகளை பலப்படுதினால்தான் வெள்ளச்சேதம் ஏற்படாமல் இருக்கும். தூர்வாரும் பணிகளைப் பார்வையிட்டுக்கொண்டே வந்தார் காராளவேந்தன். வேலை செய்யும் ஆட்களின் எண்ணிக்கை குறைவாக இருந்தது.

“அண்ணே... நம்ம ஊருநாட்டுல இவ்வளவு ஆட்கள்தான் இருக்காங்களா...? நான் எதிர்பார்க்கிற முக்கியமான ஆட்களையே காணோம்” அழகப்பனை மனதில் வைத்துதான் இந்தக் கேள்வியைக் கேட்டார். வயக்காட்டையும் கண்மாயையும் காவகாக்குற அழகப்பன் தனது கண்ணில் படாதது வருத்தமாக இருந்தது.

கால்வாய்க்குள்ளிருந்து ரெங்கனாரும் சேனையாரும் மேலே ஏறி வந்தனர். இருவரின் முகமும் கடுகடுவென இருந்தது. இருவரையும் ஏறெடுத்துப் பார்த்தார் காராளவேந்தன்.

“நாங்களும் உங்க சனக்கட்டுதான். உங்க சொல்லுக்கு கட்டுப்பட்டு ஆளுக்கு மொதலா வந்து மாங்குமாங்குனு வெட்டிக்கிட்டு இருக்கோம். ஆனா நம்மல பாத்தா கையக்கட்டுற பயலுகளையும் சிறுக்கிகளையும் கண்டுக்க மாட்றீக. பெரியவரு இருந்துருந்தா இந்நேரம் நடக்குறதே வேற” தலையைச் சொறிந்துகொண்டான் ரெங்கனார்.

வேலைக்கு வராதவர்களை இழுத்துவந்து ஊருநாட்டில் உள்ளவர்கள் மத்தியில் தண்டனை கொடுக்க வேண்டும் என்பதுதான் ரெங்கனாரின் ஆசையாக இருந்தது.

“ம்... இப்பென்ன வராதவங்களப் போயி ரெண்டு பேரும் இழுத்து வந்தர்றீகளா...?” சொற்களில் அழுத்தம் கொடுத்தார் காராளவேந்தன். இதைத்தான் இருவரும் எதிர்பார்த்தனர். ஆனால் உடனடியாக வெளிக்காட்டிக் கொள்ளவில்லை. பேசிக்கொண்டு இருக்கும்போதே கண்ணுக்கு எட்டிய தூரத்தில் நிறைய பேர் நடந்து வந்துகொண்டு இருப்பது தெரிந்தது. எதிரே வருபவர்கள் மீது தனது பார்வையை செலுத்தினார் காராளவேந்தன்.

“நீ... யார இழுத்துக்கிட்டு வரணும்னு நெனச்சியோ அவுகளே

வந்துட்டாக. வேல பாக்கச் சொல்லுவம்மா இல்ல ஊருநாட்டக்கூட்டி…" என்றதும் ரெங்கனாரும் சேனையாரும் தலையை குனிந்து கொண்டனர். நம்ம நெனச்சது எதுவுமே நடக்காம தள்ளிக்கிட்டே போகுதே. போறப்போக்கப் பாத்தா… புலம்பிய சேனையாரின் வலது கையை இறுகப் பிடித்த ரெங்கனார் அழகப்பனையும் பொன்னழகியையும் முறைத்துப் பாரத்துக்கொண்டே சென்றான். ரெங்கனாரைப் பார்க்காதது போல் அழகப்பனும் பொன்னழகியும் நடந்து கொண்டனர்.

"அங்கென்ன மொணங்குற சத்தம்… அடுத்தவங்கள நோட்டச் சொல்லாம அவுங்கவுங்க வேலையப் பாருங்க… ஊருநாட்டுல எப்புடி நடந்துக்கனும்னு எங்க அய்யா சொல்லிட்டுத்தான் போயிருக்காக…" காராளவேந்தனின் பேச்சுக்கு காதுகொடுக்காமல் சேனையாரும் ரெங்கனாரும் சென்றனர்.

அழகப்பனும் பொன்னழகியும் மற்றவர்களும் காராளவேந்தனை வணங்கினர். ம்…..ம் காலகாலத்துல வந்து சேர்றதில்லயா. ஊருநாட்டுல ஒரண்டை இழுக்குறதுக்குனே சிலபேரு திரியுறாங்க. சூதானமா நில்லுங்க… சொல்லிக்கொண்டே கூட்டுவண்டியில் ஏறினார் காராளவேந்தன்.

பொன்னழகியை கல்யாணம் செய்ததிலிருந்து அழகப்பனின் செயலில் நிறைய மாற்றங்கள் தெரிந்தது. அழகப்பன் எப்போதும் மகிழ்ச்சி நிறைந்த முகத்துடனே காணப்பட்டார். ஆசை அறுவது நாளு மோகம் முப்பது நாளுனு எல்லாம் கொஞ்ச நாளைக்குத்தான் என்று பெரியவர்கள் சொன்னதை தவிடுபொடியாக்கியிருந்தார் அழகப்பன்.

பொன்னழகி வந்த பிறகுதான் தனக்குள் ஒருவித தெம்பு, தைரியம் வந்ததாக நம்பினார் அழகப்பன். கோழி வளர்ப்பது, மாடு வளர்ப்பது, கொல்லைக்காட்டில் தானியங்கள் விளைவிப்பது என பொன்னழகியோடு சேர்ந்து தீவிரமாக வேலை செய்தாலும் காவல் காக்கும் பணியிலிருந்து எள்ளளவும் குறை வைத்துக்கொள்ளவில்லை. ஏதாவது ஒரு நூலிலையில் பிரச்சினை செய்வதற்கு வாய்ப்பு கிடைக்குமா என ரெங்கனாரும் சேனையாரும் காத்துக்கிடந்தனர்.

தீத்தான் இறந்தபோது கீழக்குடியிருப்புக்குள் சென்றது. இப்போதுவரை செல்வதற்கான சூழ்நிலை உருவாகவில்லை. அங்கு நடக்கும்

நிகழ்வுகள் குறித்து தெரிந்துகொள்ள ஆர்வமாக இருந்தார் காராளவேந்தன். யாரிடம் கேட்டுத் தெரிந்துகொள்வது என யோசனையில் மூழ்கினாலும் எந்தவித தெளிவும் ஏற்படவில்லை.

ராத்திரி தொடங்குவதற்கான அறிகுறியாக கதிரவன் மேகாட்டு மலைப்பகுதியில் மூழ்க தயாராகிக்கொண்டு இருந்தது. முடிமலையின் உச்சியில் அகல் விளக்கு ஏற்றியது போல் ஒளி தெரிந்தது. வானில் பறவைகள் தன் இருப்பிடத்தை நோக்கி கூட்டம்கூட்டமாக பறந்து சென்றன. ஆ...வ் ஆ...வ் மயில்களின் அகவலோசைக்கு ஏற்றார்போல் பெரியகண்மாயில் அலை எழும்பி நடனமாடிக்கொண்டு இருந்தது.

கருப்புக்காளைகளின் சலங்கைச் சத்தம் குலுங்க கூட்டுவண்டி கீழக்குடியிருப்புக்குள் நுழைந்தது.

24

சலங்கைச் சத்தம் கேட்டதும் கீழக்குடியிருப்பில் இருந்தவர்கள் குடிசையை விட்டு வெளியே வந்தனர். பட்டவன் கோயில் வாசலில் கூட்டுவண்டி நின்றது. வண்டியிலிருந்து இறங்கினார் காராளவேந்தன். அவர் தன் விழிகளுக்குள் எல்லோரையும் உள்ளடக்கினார். எருக்கலம்பூவாய் தனது உதடுகளை மெல்ல திறந்தார். தேனீக்கள் ஓடிவந்து உட்காருவது போல் புன்னகை அவரது உதடுகளில் பிரகாசித்தது. இடும்பனும் பிச்சாயியும் ஓடிவந்து வணங்கினர். மற்றவர்கள் நின்ற இடத்திலேயே கைகூப்பியவாறு நின்றனர்.

அய்யாவு எதுக்கு வந்துருக்காங்கனு தெரியலயே. ஊருநாட்டுக்குள்ள ஏதும் பிரச்சினையா...? தலையை சொறிந்தபடி நின்ற இடும்பனிடம் "அழகன ஆளக்காணோம். பெரியகண்மாய்க்கா போயிருக்கான்..." இப்படி காராளவேந்தன் கேட்டதும் பதில் சொல்லமுடியாமல் திணறினார் இடும்பன். மேலக்குடியிருப்பிலிருந்து யார் வந்தாலும் குடியிருப்பின் எல்லையில் நின்றுகொண்டு யாரையாவது கூப்பிட்டுவிடுவது வழக்கமாக இருந்து வந்தது. அதனால்தான் என்ன ஏதுனு புரியாமல் எல்லோரும் ஒருத்தர் முகத்தை ஒருத்தர் பார்த்துக்கொண்டனர். மூச்சிறைக்க ஓடிவந்தாள் பாலாயி. கூழையனும் நாராங்கியும் கூடவே ஓடிவந்தனர்.

காராளவேந்தனின் கண்கள் யாரைத் தேடுகிறது என்பதைத் தெரிந்து கொண்ட கூழையன் "அவுக ரெண்டு பேரும் மத்தவங்களும் முட்டிக்குறிச்சிப் பக்கம் இருக்காங்க" என்றார். கூழையனின் முதுகு வளைந்தும் கைகள் வணங்கியபடியும் இருந்தது. ம்..... தலையை ஆட்டிக்கொண்டே கூழையன் கைகாட்டிய பக்கமாக நடக்க ஆரம்பித்தார். கூட்டு வண்டியை அப்படியே நிறுத்திவிட்டு குட்டிமணியும் நடக்க ஆரம்பித்தார்.

ஒவ்வொரு குடிசைகளையும் மரங்களையும் பார்த்துக்கொண்டே நடந்தார். வயல்நாட்டுக்குள் இப்படி ஓர் உலகம் இருப்பது தெரியாமல் போய்விட்டதே என்று எண்ணிக்கொண்டே நடையின் வேகத்தைக் கூட்டினார். சோளத்தட்டைகளும் வரகு தாள்களும் போர்போராக குவிந்து கிடந்ததைப் பார்த்து "இதையெல்லாம் வெள்ளாமை போட்டு பாத்ததே இல்லையே..." காரளவேந்தனின் கேள்விக்கு "சாமி... பகல்பூரா நம்ம ஊருநாட்டுல உள்ள வயல்காட்டுல வேலை செய்வோம்ங்க. பொழுதுசாய நம்ம ஊரணிபக்கம் உள்ள கொல்லக்காட்டுல ஏதாவது வெள்ளாம வெளச்சல்னு ஏதோ எங்களால முடிஞ்சத பண்ணுவோம்ங்க. காலங்காலமா இப்புடித்தானங்க நடந்துக்கிட்டு வருது" கூழையன் சொன்னதைக் கேட்டதும் டக்கென நின்றார்.

இதுவரைக்கும் நம்மக்கிட்ட யாருமே சொல்லலயே என்பதுபோல எல்லோரையும் பார்த்துவிட்டு நடக்க ஆரம்பித்தார். முடிமலையில் அகல்விளக்குபோல் தெரிந்த கதிரவனின் ஒளி கொஞ்சம் கொஞ்சமாக குறையத் தொடங்கியது. கூட்டமாக ஆட்கள் வருவதைப் பார்த்து அழகப்பனும் பொன்னழகியும் ஓடிவந்தனர்.

என்ன என்பதுபோல் பாலாயியைப் பார்த்த அழகப்பனை "என்ன அழகா... அங்க என்ன விசாரணை. வரக்கூடாதா சொல்லு இப்புடியே கௌம்பியர்றேன். ஏன்னா... இந்த நெலம் உங்களோடது. ஏம்புட்டு நெலமா இருந்துருந்தாதான் இத்தனநாளா எட்டிப் பாத்துருப்பேனே... சொல்லிச் சிரித்தார்.

முட்டிக்குறிச்சினு சொன்னாங்க... வெறும் கன்னுகளச்சியா இருக்குது. ஆட்டுக்கல்லும் அம்மிக்கல்லும் ஒன்னு ரெண்டு திரிகை மட்டுமே கிடந்தது. கிணறை எட்டிப் பார்த்தார் ரெண்டாள் மட்டத்துக் கீழே தண்ணீர் கிடந்தது. பிரிமனையால் சுத்திய பானையை

கவளையில் கட்டியிருந்தார்கள். ஒரு பானை தண்ணீரை இறைத்து அள்ளிக் குடித்தார் காராளவேந்தன். இங்க என்ன நடக்குது. யாருக்கும் ஒன்னுமே புரியவில்லை. மீண்டும் ஒருத்தரை ஒருத்தர் பார்த்துக்கொண்டதுதான் மிச்சம்.

“குட்டிமணியண்ணே... நீங்க கொஞ்சம் அள்ளிக்குடிங்க. ஈச்சம்பழத்த தின்ன ருசி நாக்குல ஒட்டியிருக்குற மாறி இருக்கு...” காராளவேந்தன் சொன்னதும் குட்டிமணியும் நாலஞ்சு மொடக்கு அள்ளிக்குடித்தார். அவரது முகத்திலும் இனம்புரியாத மகிழ்ச்சி குடிகொண்டது.

ஒரு பிரச்சினையும் இல்லை என்பதை எல்லோரும் உணர்ந்து கொண்டு நிம்மதி பெருமூச்சு விட்டனர். பெரியதனம் வாளனாரை கடுகடுனே பார்த்துப் பழகிப்போனவர்களுக்கு அவரது மகனின் செயல்பாடு புதுசாக இருந்தது. இருந்தாலும் இந்த மாற்றத்தைத்தான் எதிர்பார்த்தார்கள்.

நெருப்பில் கருகிய கட்டைகள் ஓரமாய் கிடந்தன. முட்டிக்குறிச்சி முழுவதும் மூலிகைச் செடிகளாகவே காட்சியளித்தன. “இதெல்லாம் எதுக்கு நட்டுவச்சு வளக்குற” காராளவேந்தனின் கண்கள் பொன்னழகி பக்கமாக திரும்பியது.

“முட்டிக்குறிச்சிய மூலிகைக்காடா மாத்திட்டோம். ஆத்தரம் அவசரத்துக்கு வைத்தியம் பண்றதுன்னா மூலிகையத் தேடி காடுகரடுனு அலைய வேண்டிக் கெடக்கு. நம்ம ஊருநாட்டுல பிச்சாயி அத்தையவும் என்னயவும் விட்டா வைத்தியம் பாக்குறதுக்கு ஆளே இல்லை. மேலக்குடியிருப்புக்காரங்களுக்கே தெக்கிச்சீமைலருந்துதான் காலங்காலமா வைத்தியர் வந்துட்டு போறாங்க. அப்பறம், எடுத்ததுக்கும் தொடுத்ததுக்கும் நம்மக்கிட்டதானே வர்றாங்க. அதான் முட்டிக்குறிச்சில மூலிகைச்செடிகள வளர்த்து இதையே வைத்தியசாலையா மாத்தியாச்சுன்னா வர்றவங்களுக்கு வைத்தியம் பாத்தமாறியும் இருக்கும். பொம்பளப் புள்ளைங்க எல்லாருமே எழுத்த கத்துக்குறாங்களோ இல்லையோ ஒவ்வொருத்தரும் கட்டாயமா வைத்தியத்த கத்துக்கனும். அதுனாலதான் இந்த...” பேச்சை இழுத்தாள் பொன்னழகி.

பொன்னழகியை ஆச்சரியமாகப் பார்த்தார் காராளவேந்தன். மேலக்குடியிருப்புல புள்ளைக கோயில் வாசல்ல உட்கார்ந்து

மூக்கையா செட்டியார் மகன் கந்தப்பன் செட்டியாருக்கிட்ட எழுத்த கத்துக்குதுங்க. எழுத்த கத்துக்குதுகளே தவிர வேறேன்ன பண்ணுதுங்க. வைத்தியமும் கத்துக்கிட்டாதானே நல்லது. நாளப்பின்ன ஏதாவதுன்னா எத்தன நாளக்கித்தான் அடுத்தாள தொன்னாந்துகிட்டே இருக்கது. இத்தன காலம் வாழ்ந்த பிறகு இந்தச் சங்கதி இப்பவாச்சும் மண்டையில ஏறிச்சே. எழுத்தும் முக்கியம். வைத்தியமும் முக்கியம்... என்று உணர்ந்தவராக அழகப்பனைப் பார்த்தார்.

வாளனார் சாவதற்கு கொஞ்சநாளைக்கு முன்னாள்தான் வாளனார் ஆசையாக வளர்த்த பசுமாட்டின் மடி வீங்கி ஒரே இடத்தில் நிற்காமல் அனத்தியது. கன்னுக்குட்டிக்கும் பால் கொடுக்காமல் எட்டி உதைத்தது. குட்டிமணியும் ஏதேதோ இலைதழைகளை கொண்டுவந்து நீட்டினார். திங்கமாட்டேன் போடா என்பதுபோல் காலால் உதைத்து தள்ளியது. யாரையும் நெருங்கவிடவில்லை. மடி வீங்கி சிவந்து போய் இருந்தது. பால் காம்புகளில் ஊந்தண்ணிபோல் ரத்தம் வடிந்தது. நேரத்துக்கு ரெண்டுபடி பாலு கரக்குமே என கண்ணீர்விட்டபடி சாம்பிராணி புகையைப் போட்டு காண்பித்தாள் பார்வதி. எதற்கும் மசியாமல் கால்களை உதைத்தும் முளைக்குச்சியில் தலையை முட்டியும் அங்குமிங்கும் பினாத்தியது. கன்னுக்குட்டியை தடவிக்கொடுத்துக்கொண்டு இருந்தார் வாளனார்.

தொழுவத்தில் நின்ற பசுமாட்டைப் பார்த்துவிட்டு கொல்லைப்பக்கமாக சென்று சோத்துக்கத்தாழை அஞ்சு காம்புகளை இனுக்கி கத்தாழைக் கஞ்சியை வழித்து மண்சட்டியில் போட்டுக் கொண்டார். மூன்று விரல் அளவு மஞ்சளை எடுத்து கல்லால் நன்கு அரைத்து அதையும் சட்டியில் போட்டுக்கொண்டார். மூனு குண்டுமணி அளவு சுண்ணாம்பையும் எடுத்து ஒன்றாக கலந்து பசைபோல பிசைந்தார். அழகப்பன் செய்வதை கூடவே நின்று கவனித்துக்கொண்டு இருந்தார் காராளவேந்தன்.

பசுமாட்டைத் தடவிக்கொடுத்துக்கொண்டே பின்னங்கால்கள் இரண்டையும் உதைக்காமல் இருப்பதற்காக ஒருசாண் இடைவெளியில் கயிறால் பிணைந்து கட்டினார். அரைத்து வைத்த பசையை மடியில் தடவினார். மடி குளிர்ந்து பசுமாடு முன்னங்கால்களை நக்கியது. ஒருநாள் முழுவதும் அங்கேயே இருந்து மடி காயகாய பசையைத் தடவினார். மடியின் வீக்கம் குறைந்து பசுமாடு கன்னுக்குட்டியைத்

தேடியது. காயவைத்த தண்ணீரை இளஞ்சூடாக இருக்கும்போது கையில் அள்ளி மடியில் தொட்டுத் தடவி கழுவினார் அழகப்பன். பால்காம்புகள் இயல்புநிலைக்கு மாறியிருந்தது. பால் காம்பைப் பிடித்து பீச்சினார். பால் வெள்ளையாக வெளியேறியது. எந்த வாடையும் இல்லாமல் பால்காம்புகள் குளிர்ந்து காணப்பட்டது. கன்னுக்குட்டியை காராளவேந்தன் அவிழ்த்துவிட்டதும் துள்ளிக்குதித்து ஓடிப்போய் மடியை முட்டிமுட்டி பால் குடித்ததை நினைத்துப் பார்த்தார் காராளவேந்தன்.

“அழகா... ஓம்வூட்டுக்காரம்மா மனுசமக்களுக்கு வைத்தியம் பாக்கட்டும். நீ மாடுகன்னுகளுக்கு வைத்தியம் பாரு...” சொல்லிக்கொண்டே ஒவ்வொரு செடிகளையும் பார்வையிட்டார் காராளவேந்தன்.

பொன்னழகியின் அருகில் பிச்சாயியும் வந்துகொண்டே இருந்தாள். “என்ன... ஆத்தா... ஒனக்கு மருமக வேணுமா. ஓம்புட்டு கைவித்தைய பூராவும் அழகன் வூட்டம்மாகிட்ட சொல்லிக்கொடுத்துப்புடு...” காராளவேந்தன் சொன்னதும் எல்லோருமே சிரித்துக்கொண்டனர்.

இது பெரண்டக்கொடி... கொழுந்தா இருக்க தண்ட பறிச்சு தொவையல் அரச்சு சாப்புட்டா பசி நல்லா எடுக்கும். மப்பும் மந்தாரையுமா இருந்தா கூட சரியாய்டும்.

இது சங்கஞ்செடி... வயிறு ஊதுனமாறி இருந்தாலும் காலாரா போகலனாலும் காலையில இடிச்சுக் குடிச்சா வயிறு கலகலனு போகும். இது நெலவாகை... தரையிலதான் படரும். இதுவும் வயிறு சரியில்லன்னா பக்குவமா சேக்க வேண்டியத சேத்து இடிச்சு குடிச்சா போதும். நாள்பட்ட வயிறும் ஒன்னுவிடாம அரிச்சுக்கிட்டு வந்துரும். நிக்காம போச்சுன்னா கொஞ்சூண்டு மோருதண்ணிய குடிச்சா நின்னுரும்.

நாயுருவி, மூட்டனாரி, கொடிவேலி, வேலிபருத்தி, நாகறிஞ்சி, சிறியாநங்கை, முடக்கத்தான், சாரணைத்தி, தழுதாழை, மலம்பூண்டுச் செடி, காட்டுப்பூண்டுச் செடி வேலியில் ஊசி இலையுடன் கிடந்த மொதலக்கொடி, செந்தட்டி என ஒவ்வொரு செடிகளாக காண்பித்தாள் பொன்னழகி. செந்தட்டி என்றதும் அதை உற்றுப் பார்த்த காராளவேந்தன் இதுவும் உதவுமா என்றார்.

“காலுல சுடுதண்ணி பட்டுருச்சுன்னா இத அரைச்சு தடவுனா எரிச்சல் கொறஞ்சு புண்ணும் ஆறிரும். செந்தட்டி மாறியே இருக்குற சிறுகாஞ்சொறி கொடியும் எந்த பேதமும் இல்லாம உதவுதுங்க. பொம்பளைங்களுக்கு அந்த நாள்... ல வர்ற வலியையும் வேதனயையும் இது ரொம்பவே குணப்படுத்தும்ங்க. ஆம்பளைங்களுக்கும் உடம்புல சக்திய கொடுக்குமுங்க...” பொன்னழகி சொன்னதும் ம்...ங் என்று உதட்டைத் திறக்காமல் சிரித்தார் காராளவேந்தன்.

“பொடுதலை, வேலியில் படர்ந்திருந்த அப்பக்கொவ்வாய், வேலியில் கொடி ஓடிய மூக்கிரட்டை, கொட்டாங்கரண்டி, அருகம்புல், ஓமவள்ளி, பேய் வெரட்டி, சோத்துக்கத்தாழை, துளசி, கருந்துளசி, தூதுவளை, துணுத்திப்பச்சை, ஆடுதொடா இலை, ஊமத்தை, கண்டங்கத்திரி, கீழாநெல்லி, குப்பைமேனி, தும்பை, நன்னாரி, கிணற்றின் ஓரமாய் ஈட்டிபோல் இலைகொண்டு மண்டிக்கிடந்த நீர்முள்ளிச்செடியைக் காண்பித்து இதுல உள்ள விதைய தூளாக்குன்னா பிசுபிசுனு வரும். இது ஆம்பள ஆளுகளுக்கு நல்லது. மெமூச்சு கீமூச்சு வாங்குறது மட்டுப்படும். ஒடம்புல ரத்தம் சுண்டிப்போகாம பாத்துக்கும்” என்றாள் பொன்னழகி.

நொச்சியைக் காண்பித்து இந்த இலையப் பறிச்சு துணியில சுத்தி தலைக்கி வச்சுக்கிட்டு படுத்தா சளி இருமலு தலைப்பாரமெல்லாம் காணாமப் போயிரும், மருதாணியப் பத்தி தெரிஞ்சுருக்கும். மருதாணி பூவ பறிச்சு துணியில கட்டி தலவாணி மாறி செஞ்சு படுத்தா தூக்கம் அப்புடித்தான் வரும். சேத்துப்புண்ணுக்கு மருதாணிய அரச்சு தடவுனா புண்ணு ஆறிப்போயிரும்.

வாதரசா, எலும்புருக்கி, ரெண்டுமே எலும்புக்கு நல்லது. வாதரசாவ பலகீரையோடு போட்டு சுண்டவச்சு தின்னா அவ்வளவு சுவையா இருக்கும். வாதரசா இலையில சாறு எடுத்து வெளக்கெண்ணை, பூண்டு, திரிகடுகு, வெண்கடுகு போட்டு கொதிக்கவச்சு கொஞ்சூண்டு எடுத்து வெண்ணித்தண்ணில கலந்து குடிச்சா வயித்துல இருக்க கசடு எல்லாம் வழிச்சுக்கிட்டு வந்துரும். ஒடம்புல உள்ள அத்தன வலியும் கைகால் நடுக்கமும் நம்ம ஊருநாட்டவிட்டே ஓடிப்போயிரும்.

வெள்ளெருக்குல எல்லாமே நமக்கு உதவுது என பிச்சாயியும் பொன்னழகியும் மூலிகைச் செடிகளை ஒவ்வொன்றாக காட்டிக்கொண்டும் அதன் பலன்களை சொல்லிக்கொண்டும் வந்தனர்.

சலிப்படையாமல் கேட்டுக்கொண்டே வந்த காராளவேந்தன் படர்ந்த கொடியில் விரல்நீளத்துக்கு வளர்ந்திருந்த இலையொன்றைப் பறித்து தெரக்கினார். வாசம் மூக்கினுள் நுழைந்து உடல் முழுவதும் பரவியது. நாசியில் அடைபட்டிருக்கும் அடைப்புகள் எல்லாம் உடைபட்டு காற்றில் மிதப்பது போலிருந்தது. அதன் வாசத்தை விட்டு அவரால் நகர முடியவில்லை.

“அது வந்துங்க தலைசுருளி. நாலு மிளகும் வெள்ளை வெங்காயமும் போட்டு இடிச்சு ரசம் வச்சுக் குடிச்சா. காலுகை கடுப்பு எல்லாம் சடுதியா காணாமப் போய்டும்ங்க...” பொன்னழகி சொன்னதும் வியப்பு மேலிட பார்த்தார் காராளவேந்தன்.

முழங்கை நீளத்திற்கு மூனு தலைசுருளி கொடியை அத்து கட்டிக்கொடுத்தாள். மறுப்பு சொல்லாமல் வாங்கிக்கொண்டார் காராளவேந்தன். பொன்னழகி அடையாளம் காட்டாத நிறைய செடிகள் முட்டிக்குறிச்சியில் இருந்தன.

வேலி ஓரத்தில் தானாகவே முளைத்திருந்த காரைச் செடியைக் காண்பித்து இது கூடவா வைத்தியத்துக்கு உதவுது என சிரித்துக்கொண்டே கேட்டார் காராளவேந்தன்.

“காரப்பழம், சூரப்பழம், தொரட்டிப்பழமெல்லாம் உடம்பு சூட்டக் கொறச்சு நம்மள குளுகுளுனு வைக்கிதுங்க. அதுலயும் காரச்செடி இலை படுவனுக்கு ரொம்பவே நல்லது” என்றாள் பொன்னழகி.

படுவன் என்றதும் பிச்சாயியைப் பார்த்தார் காராளவேந்தன். காராளவேந்தன் சிறுவனாக இருந்தபோது கால்களில் கட்டிகட்டியாக வீங்கி புண் வந்திருந்தது. சொறிஞ்சா எல்லா பக்கமும் பரவிரும். பிச்சாயிதான் வைத்தியம் பார்த்தாள். படுவன் செடி வேரை பிடுங்கி வந்து அதை அரைத்து பாலில் கலந்து மூன்று நாளும் காலையில் குடிக்கச் சொன்னாள். படுவன்செடி வேர் பாலில் கலந்ததும் வாசமாக இருந்தது. குடிக்க மாட்டேன் என அழுது கத்தும் குழந்தையும் இன்னும் வேணும் எனக் கேட்டு குடிக்கும் அளவுக்கு வாசமாக இருந்தது. குடித்து முடித்ததும் காரச்செடி இலைகளுடன் சுடு கஞ்சி நாலஞ்சு போட்டு மைபோல அரச்சு வெளக்கெண்ணை கலந்து கட்டியில் தடவினாள் பிச்சாயி. மறுநாள் காலையில் கட்டி பழுத்து வேரோடு பிடுங்கிக்கொண்டு சீழ் வெளியேறியது. இப்போதுவரை காராளவேந்தனுக்கு உடம்பில் எந்தக் கட்டியும் வரவில்லை.

கீழக்குடியிருப்புக்காரர்களின் நான்குமாத உழைப்புக்கு காராளவேந்தனின் பார்வையில் தெரிந்த முகமலர்ச்சியே பலனாக தெரிந்தது.

முழங்கால் உயரத்திற்கு ஈட்டியை கூட்டமாக நட்டுவைத்ததைப் போல் மருள் மண்டிக்கிடந்தது. அதை உற்று நோக்கியவரிடம் "எப்பேர்பட்ட காது வலியையும் அது சட்டென நுப்பாட்டிரும்" என்றாள் பொன்னழகி. நெருப்புல வாட்டி சாறு எடுத்து ஆறவச்சு காதுல மூனு சொட்டு விட்டம்னா போதும். காதுவலியும் காதுல உள்ள புண்ணும் ஆறிரும்.

பூச்சி, பூரான், தேள், பாம்புக்கு பயந்து முட்டிக்குறிச்சியில் தங்கியிருந்த நினைவுகளை எண்ணிப் பார்த்தாள் நாரங்கி. அடைமழைக்காலத்தில் ஒழுகுற குடிசையில் நசநசனு தங்கியிருப்பதை நெனச்சா "ஏன்தான் பொம்பளையா பொறந்தோமோ...?" னு அழுகையே வந்து விடும். முட்டிக்குறிச்சி இப்போது நந்தவனமாக மாறிப்போயிருந்தது.

"மகராசி... பாலாயி மருமகளால இன்னக்கி இந்த இடம் பூவா பூத்துக்கிடக்கு" பொன்னழகியைப் பார்த்து கண்கலங்கினாள் நாரங்கி.

பொழுது சாய்ந்து இருட்டிக்கொண்டு வந்தது. சுருட்டையனும் சிலம்பனும் ஆள் உயர தீப்பந்தத்தை ஏற்றிக்கொண்டு வந்தனர். கண்ணுக்கெட்டிய தூரம் வரை வெளிச்சம் பரவியது.

"அண்ணே... அத எடுத்து வாங்க..." குட்டிமணியைப் பார்த்து சொன்னதும் கூட்டுவண்டிக்குச் சென்று தேறிய கிளைகள் ராட்டிய ஆலங்கம்பு ஒன்றை எடுத்து வந்தார். சுற்றுமுற்றும் பார்த்த காராளவேந்தன், அழகப்பன் தோளில் தொங்கிய மண்வெட்டியை எடுத்து கூப்புடு தொலைவில் இருந்த பொரப்பட்டா ஊரணிக்கரையில் முழங்கால் அளவுக்கு குழி தோண்டினார். தாம் தோண்டுவதாக அழகப்பனும் மற்றவர்களும் சொன்னபோதும் தனி ஆளாக தோண்டி ஆலங்கம்பை ஊன்றினார். சாணியை எடுத்து ஆலங்கம்பில் ராட்டப்பட்ட இடங்களில் தடவினார் பம்பையன். அதற்குள் ஊரணிக்குள் இறங்கி தண்ணீர் தூக்கி வந்தார் இடும்பன்.

"அழகா... இந்தக் குச்சிய சிவன்கோயில்ல நட்டு வைக்கத்தான் கொண்டு வந்தேன். இங்க வந்து பாத்தபிறகுதான் தெரியுது சிவன் இருக்க வேண்டிய இடமே இதுதான்னு. மேலக்குடியிருப்புலருந்தும்

யாரும் வந்தாங்கன்னா கத்துக்கொடுங்க. இந்த இடம் ஆலமரம் மாதிரி வளர்ந்து பரந்து விரிஞ்சுக் கெடக்கனும். நாளைக்கே ஊருநாட்டக் கூட்டி பொம்பளப்புள்ளைங்க எல்லாரும் வைத்தியம் கத்துக்கனும்னு சொல்லிருவோம்...” காராளவேந்தன் சொன்னதும் உசிலை மரத்தில் தொங்கிய தப்பை இடது தோள்பட்டையில் மாட்டி டங்டங்டங்டங்...என்று ஓங்கி அடித்தார் அழகப்பன். ம்க்கூம்...க்... க்... ம்மோ... ஆங்..... ஆ...வ்... றெக்கையை அடித்து பறவைகள் வானில் பறந்தன.

சலங்கை ஒலி சத்தத்தில் கருப்புக்காளைகள் நடக்க கூட்டுவண்டி கிளம்பியது.

25

“நம்ம சனக்கட்டுக்கு கட்டுப்பாடையும் ஒழுங்கையும் சொல்லித் தர வேண்டியவுகளே இப்புடி நடந்துக்கிட்டா இந்தக் கொடுமைய எங்கபோயி சொல்றதாம். வளரும்புள்ள பொறக்கும்புள்ளகளுக்கு நம்ம அருமைபெருமை தெரிஞ்சுச்சுன்னா யாரு இப்புடி நடந்துக்கிட்டாலும் காரித் துப்பாதுகளா. இப்புடிப் பண்றதுக்கு பேசாம பட்டம்கட்டி அவனுகளயே ஊருநாட்ட ஆள வச்சுருற வேண்டியதுதானே.”

“ம்... அப்புடிச்செஞ்சா நாம அவனுகளுக்கு மாறடிச்சுக் கொட்டலாம்ல. அதான்னே... இனிமே என்னென்ன கெதிமதியெல்லாம் நடக்கப்போவுதோ...? அந்தச் செவனுக்குத்தான் வெளிச்சம்...” கீழக்குடியிருப்புக்கு காராளவேந்தன் சென்று வந்தது வயல்நாடு முழுவதும் பேசு பொருளாக மாறியது.

“ம்... அட எத்தன காலத்துக்குத்தான் சண்டையும்சல்லுமா கெடக்குறது. மேற்கேருந்து பொழைக்க வந்த நம்மளுக்கே இவ்வளவு இருக்குன்னா... ஆண்டாண்டு காலமா காடுகரடுனு பொழச்சுக்கிட்டு இருக்க அவனுகளுக்கு எம்புட்டு இருக்கும். பொழப்புதழப்ப பாக்குறதுலருந்து வைத்தியம் பண்ற வரைக்கும் நாம அவனுகள எதிர்பார்த்து இருக்குறோம். இதுலவேற அவனுகதான் நம்மல எதிர்பார்த்து இருக்கானுகனு ஊருநாடெல்லாம் தமுக்கடிச்சு

திரியுறோம். அவனுக இல்லாம ஒருமரக்கா நெல்லுப்புள்ள அறுத்து கொண்டுவந்து நம்மால சேத்துற முடியுமா...? கருதறுத்து மாட்டுல பொனையடிக்கிற வரைக்கும் அவனுக இல்லாம ஒரு தூசிதும்பட்ட நகராது. இதெல்லாம் அவனுகளுக்கு தெரியாதுனு நாம நெனச்சுக்கிட்டு இருக்கோம். ஏதோ பொறுமையா போற எடத்துல நாம கொஞ்சம் விட்டுக்கொடுத்துப் போறது ஒன்னும் கொறச்ச இல்ல. தாயாபுள்ளயா... பொறதாப்புள்ளயா... இருந்துட்டுப் போறதுல ஒன்னும் குத்தம் குறை வரப்போறதுல்ல..." என்று சிலரும் பேசத்தொடங்கியிருந்தனர்.

"இத்தன ஊருநாட்ட கட்டி ஆளுறவன் முகத்துல எந்தவிதமான கர்வமோ, அகங்காரமோ இல்லையே. எனக்கே ஒருநாளும் இப்புடி தோணலயே. அய்யனமாறியே புள்ளை இருக்கானு பேரு எடுக்கல. அது போதும்.கோரையக் கொல்ல கொள்ளுப்பயிர வெதைக்கிறோம்ல. அதுமாறி ஊருநாட்டுல வெனைக்கினே நாலஞ்சு திரியுறதுகள்ள அதுகள திருத்தனும்னா அழகப்பன் தோள்ல கைபோட்டு ஒய்யாரமா நடக்கலாம். மார்கழி மழை மண்ணுக்கு ஒதவாதுங்குறமாறி நெஞ்ச வெடச்சுக்கிட்டு திரியுற இவனுக, வயல்நாட்டுக்கு ஒரு தண்டங்கீர வெதை அளவு கூட ஒதவ மாட்டானுக. ம்... இந்நேரம் கண்டவனார் மட்டும் இருந்துருந்தா தள்ளாத வயசுலயும் காராளவேந்தன தலையில தூக்கிவச்சுல ஆடிருப்பாரு..." வெள்ளைத்தேவியிடம் சொல்லி மகிழ்ந்தாள் பார்வதி.

"வயல்நாட்டு மேலக்குடியிருப்புல ஏதோ நல்லதெல்லாம் நடக்குதுபோல. இப்பவாச்சும் மனுசனுங்க மாறி வாழ ஆரம்பிச்சுருக்காங்களே அதுபோதும். ஆடு ஆடா இருக்குது; மாடு மாடா இருக்குது. இந்த மனுசப்பயலுக மட்டும் பல ஊருநாட்டுல மனுசனாவே இருக்கமாட்றானுக. மொளைக்காத கொம்ப மொளைக்க வச்சு முட்டிக்கிட்டு திரியுறானுக..." என்று வேதனைப்பட்டார் அன்னூர் கட்டியக்காரர் அன்சார்.

சேனையாரும் ரெங்கனாரும் தனக்கு ஏத்தமாறி உள்ளவர்களை திரட்டிக்கொண்டு இருந்தனர். தெக்கிச்சீமைலருந்து வைத்தியம் பாக்குறவங்கள நிரந்தரமா வயல்நாட்டுல தங்க வச்சுருவோம். எந்தக்காலத்துலயும் வைத்தியம் பாக்குறதுக்கு கீழக்குடியிருப்புக் காரனுககிட்ட போகக்கூடாது. அவனுகளுக்கு நாலு வைத்தியம்

தெரியும்கிறதாலதானே கொழுப்பு வச்சு ஆடுறானுக. அந்தப்பயலயும் சிறுக்கியவும் சந்திசிரிக்க வைக்கனும். அவனுக வைத்தியசாலையா வக்கிறானுக... அது எத்தன காலத்துக்கு இருக்குனு பாத்துருவோம். இன்னக்கி வைத்தியசாலை ஆரம்பிப்பானுக... நாளைக்கி பாடசாலை ஆரம்பிப்பானுக... அப்பறம் நம்ம தலையில ஏறி மிதிச்சுக்கிட்டு வந்தவழியப் பாத்து ஓடுங்கடான்னா நாம எங்க போறது. நம்ம சனக்கட்டுக்குனு ஊருநாடு தனியா எங்காச்சும் இருக்கா...? இல்ல நமக்குனு கும்புடுறதுக்குத்தான் சாமி இருக்கா...? சேனையாரும் ரெங்கனாரும் மேலக்குடியிருப்பு இளைஞர்களிடம் மாறிமாறி பேசி உசுப்பேத்திக்கொண்டு இருந்தனர்.

“இப்பதாய்யா நாம முழிக்சுக்க வேண்டிய காலம் வந்துருக்கு. எங்கய்யோ பொறந்த சிறுக்கிமக காராளவேந்தனையே மடக்கி கைக்குள்ள போட்டுக்கிட்டான்னா எப்பேர்ப்பட்ட கைகாரியா இருப்பா. வைத்தியம்ங்கிற பேருல வசியம் பண்ணிக்கிட்டு இருக்கா. இப்புடியே விட்டோம்... எல்லாப்பயலுகளும், சிறுக்கி மகளுகளும் நம்ம சனக்கட்டுக்குள்ள புகுந்து ஒன்னுமண்ணா பொழங்க ஆரம்பிச்சுருவானுக... காலம் எப்ப வருமுனு காலுகையி நொடமானவன்ந்தாய்யா காத்துக்கிடப்பான். நாம என்ன நொண்டிநொடமாவா கெடக்குறோம். வீசுற பொசலும் நம்ம வாடையக் கண்டா வந்த வழி ஓடிறனும். மீசைய முறுக்கிவிட்டா மட்டும் பத்தாது...” அங்காயி பேச்சுக்கு மறுபேச்சு பேசாமல் சிலர், காதுகளை விரியச் செய்து கேட்டுக்கொண்டிருந்தனர்.

முட்டிக்குறிச்சியில் மூலிகைச் செடிகள் வளர்ந்து பச்சை பசேல் என்று காட்சியளித்தன. இரண்டொரு மாதத்திலேயே காராளவேந்தன் நட்டுவைத்த ஆலமரக்கிளை துளிர்விட ஆரம்பித்திருந்தது.

ஏதோவொரு வகையில் பிரச்சினை செய்யலாம் என்று ரெங்கனாரும் சேனையாரும் சமயம் பார்த்து காத்திருந்தனர்.

அம்மியும் ஆட்டுக்கல்லும் ஆட்டம்காணும் வகையில் ஆடிக்காத்து சுழன்று சுழன்று அடித்தது. ஆடியில இந்தளவுக்கு காத்தடிச்சா ஐப்பசி கார்த்திகைல அடமழை பேஞ்சு ஊருநாடே வெள்ளக்காடா மாறிருமே என்று நினைக்கும் அளவுக்கு காற்று பலமாக வீசியது.

விதை பாவுகிற அளவுக்கு பெரிய கண்மாயில் போதுமான தண்ணீர்

இருந்தது. வயல்களில் காளை மாடுகளைக் கலப்பையில் பூட்டி உழுதுகொண்டு இருந்தனர்.

"ஆடு... பயிரக் காட்டும்... ஆவாரை கருத கட்டும்னு பெரியவுக தெரியாமலா சொன்னாக. ராத்திரில ஆட்ட வயலுல அடச்சுப் போட்டாலும் வெள்ளாம காலத்துல ஆவாரஞ்செடிய அறுத்து வந்து போட்டா கருது நெறையாக் கட்டும்ல... சின்னஞ்சிறுசும் பொம்பளை ஆளுகளும் காட்டு மேட்டுல போயி ஆவாரஞ்செடிய அறுத்து வந்து உழுத வயலுகள்ல போட்டா ஊறிக்கிட்டு கெடக்கும்ல... ஆடில அஞ்சுக்கு மேல வெதை போடனும், பொரட்டாசி பதினஞ்சுக்கெல்லாம் நட்டுப்புடனும். வெள்ளாமங்கிறது உசுரவிட பெருசு..." வயலில் கூழையன் சத்தம் போட்டார். கூழையனின் சத்தம் வரப்பில் நடந்துவந்த காராளவேந்தனின் காதுகளில் ஓடி வந்து விழுந்தது.

கூழையனின் பேச்சைக் கேட்டு நிலைக்கல்லைப் போல சிறிது நேரம் நின்று நிதானித்தார் காராளவேந்தன். செய்வதறியாது குட்டிமணியும் அவருடனே நின்றுகொண்டு இருந்தார்.

இந்த மக்களுக்கு வெள்ளாமையப் பத்தியும் இவ்வளவு தெரியுது. ஒழைக்கிறதுக்கு அஞ்ச மாட்றாங்க. அதுனாலதான் பகல்பூரா நம்மளோடு சேர்ந்து வயவாய்க்கானு வம்பாடுபட்டு ஒழைக்கிறாங்க. ராத்திரினு கூட பாக்காம அவுக காட்டுல போயி எள்ளு, கொள்ளு, வரகு, கம்புனு போட்டு காலங்காலமா செஞ்சுவந்த வெள்ளாமைய விட்றாம செஞ்சு வர்றாங்க. குட்டியண்ணே... அறுப்பு காலத்துல அவுகளுக்கு கூலிய ஏத்திக் கொடுக்கனும் மறந்துடாதீங்க... காராளவேந்தன் சொல்லிக்கொண்டு நடக்கும்போது "அய்யாவு... அந்த சனக்கட்டு உங்கள கும்புடுற சாமியாத்தான் நெனைக்கிறாங்க. அதுனால சொன்னதவிட இன்னும் கொஞ்சம் ஏத்தி கொடுங்க. ஒன்னும் கொறஞ்சுறப் போறதுல்ல. ஏன்னா விசுவாசத்தை அவுககிட்டதான் பாக்க முடியும்..." சொல்லிக்கொண்டே அழகப்பனை நோக்கி விசுக்குவிசுக்குனு நடந்து போனார் நொண்டிக்கருப்பையா.

கண்ணுக்கெட்டிய தூரத்தில் மண்வெட்டியுடன் தண்ணீர் பாய்ச்சிக்கொண்டு இருந்தார் அழகப்பன். நொண்டிக்கருப்பையா சொன்ன சொற்கள் காதுக்குள் ஊடுருவி காராளவேந்தனின் கபாலத்தை கடைந்துகொண்டு இருந்தது. 'நமக்கு இப்பத்தான் மனுசமக்களப்

பத்தியும் ஊருநாட்டப் பத்தியும் தெரிய வருது. ஆனா இந்த நொண்டிக்கருப்பையா நம்ம சனக்கட்டுல பொறந்தும் எங்கப் பழகனுமோ அங்கப் பழகி வாழ்ந்துகிட்டு இருக்கான். அடேங்கப்பா... இவனா நொண்டி.... என்று மனசுக்குள் விழிகள் உயர வியந்து தனது முறுக்கு மீசையை தடவிக்கொண்டே கன்னங்கள் விரிய அஞ்சாறு பற்களைக் காட்டி சிரித்து மகிழ்ந்தார் காராளவேந்தன்.

மொட்டு இதழ் விரிக்கும் சத்தம் கேட்காத அளவுக்கு சிரித்த காராளவேந்தனின முகத்தைப் பார்த்த பெண்களும் அதே அளவு புன்னகையை வெளிப்படுத்தி தங்களது மகிழ்ச்சியை நிலைநாட்டினர்.

ஆவாரந்தழையுடன் மாப்பிள்ளை கொன்றை, எருக்களைச் செடிகளையும் வெப்பாளையையும் ராட்டி வந்து பெண்கள் வயலில் போட்டுக் கொண்டு இருந்தனர். தொழியை அள்ளி கன்னத்தில் வைத்து கொஞ்சி மகிழ வேண்டும்போல அதன் வாசம் இருந்தது. வரப்புகளில் பேசிக்கொண்டே வேலை செய்தவர்கள் காராளவேந்தனைப் பார்த்ததும் தங்களது ஒலி அளவினைக் குறைத்துக்கொண்டனர். புதிதாய் பிறந்ததைப் போல் ஒவ்வொன்றையும் பார்த்து ரசித்துக்கொண்டு காலார நடந்துவிட்டு மாளிகைக்கு சென்றார்.

வழியில் அழகப்பனைப் பார்த்ததும் புன்முறுவல் பூத்தார் காராளவேந்தன். மண்வெட்டியை இறக்கி கீழே வைத்துவிட்டு கையெடுத்து கும்பிட்டார் அழகப்பன்.

26

அன்னூரிலிந்து அதிகாலையிலேயே கிளம்பி அழகப்பன் குடிசைக்கு வந்து சேர்ந்திருந்தாள் பூர்ணத்தம்மாள். இவள் பாலாயியின் தூரத்து சொந்தக்காரி. உறவு முறையில் அண்ணன் மகள். பூர்ணத்தம்மாளின் கணவன் வீரையன் தேன் எடுப்பதில் கெட்டிக்காரர். மேகத்துக்குள் தேனீ கூடுகட்டி இருந்தாலும் பறந்துபோய் ஒருசொட்டு கூட கீழே விழாமல் எடுப்பதில் அன்னூரில் வீரையனை விட்டால் வேறுயாரும் இல்லை. அதனால் தேன் எடுப்பதற்கு கட்டியக்காரர் அன்சார் வீரையனைத்தான் பயன்படுத்திக் கொள்வார். சித்தர் மலைக்கு தேன் எடுக்கச் சென்று மரத்தின் கிளை முறிந்து பூர்ணத்தம்மாளின் கண்ணெதிரே விழுந்து இறந்து போனார் வீரையன். இரண்டு பெண்குழந்தைகளை தோளில் சுமந்து கண்ணீர் விட்டாள் பூர்ணத்தம்மாள்.

கண்ணீரைத் துடைக்கவும், குழந்தைகளுக்கு அரணாகவும் ஓர் ஆண் துணை வேண்டும். அதனால் உனக்கு யாரைப் பிடிக்கிறதோ அவருக்கு உன்னைப் பிடித்திருந்தால் அவரையே மறுமணம் செய்துகொள் என்று கட்டியக்காரர் அன்சார் எவ்வளவோ வற்புறுத்தியும் கடைசிவரை மறுமணம் செய்து கொள்ளாமலேயே வாழத் தொடங்கினாள். இப்போது, மூத்தவள் கல்யாண பருவத்தை எட்டிவிட்டாள். அன்னூரிலேயே ஒரு மாப்பிள்ளைக்கு கல்யாணமும் பேசி

முடித்த கையோட கல்யாணத்துக்கு வரவேண்டும் என அழைப்பு விடுக்கத்தான் வந்திருந்தாள்.

கார்த்திகை மாசம். மழையும் விட்டுவிட்டு அடைமழை கணக்காக அவ்வப்போது பெய்து கொண்டே இருந்தது. பெரிய கண்மாயின் வடக்கி கலிங்கி, தெக்கி கலிங்கி என இரண்டு கலிங்கியும் வெள்ளம் பெருகிப் போய்க்கொண்டிருந்தது. நெற்பயிர்கள் பரியத் தொடங்கியிருந்தன. பெரிய கண்மாயின் அலை மடார்மடார் என்று கரையில் மோதி கரையை அசைத்துப் பார்த்தது. இந்த நேரத்தில் அன்னூருக்கு செல்வதென்பது சாத்தியமில்லை என்று உணர்ந்தார் அழகப்பன். கல்யாணத்திற்கு இன்னும் நாலு நாள்தான் இருக்கிறது. கல்யாணம் எப்போதுமே சாயந்தரமாகத்தான் நடக்கும். பகல்பொழுதில் வேலைக்குச் சென்றுவிட்டு சாயந்தர நேரத்தில்தான் ஆற அமர உட்கார்ந்து கொண்டாடுவார்கள்.

எனக்குன்னு உங்களவிட்டா ஊருநாட்டுல சொந்தபந்தம்னு யாரு இருக்கா. ஏம்புருசன் பச்சப்புள்ள பாலம்புள்ளய விட்டுட்டு வங்கொளையா செத்துப்போயி எத்தனயோ காலம் உருண்டு போயிருச்சு. தனியா தவுச்சுக் கெடந்தபோது கைநீட்டி எங்கயும் நின்னேனா…? இல்ல யாரும் கை நீட்டி சொல்ற அளவுக்கு நடந்துருக்கேனா…? கண் கலங்கினாள் பூர்ணத்தம்மாள்.

அவள் அழுவதைப் பார்த்து பாலாயிக்கு தீத்தான் நினைவு உள்ளுக்குள் வந்து போனது. பாலாயி அவளது கண்ணீரைத் துடைத்து விட்டாள். ஊடமாட ஒத்தாசைக்கு பூர்ணத்தம்மாளோடு பொன்னழகியை அனுப்ப சம்மதித்தாள் பாலாயி. கல்யாணத்தன்றைக்கு சாயந்தரமா அழகப்பன் வந்துருவான் என்று உறுதியளித்தாள் பாலாயி.

கல்யாணத்துக்கு தன்னால் முடிந்த அளவுக்கு தானியங்களை அள்ளி மூன்று மூட்டையாகக் கட்டினாள் பாலாயி. ஆளுக்கொரு மூட்டையை தலையில் தூக்கி வைத்து மூவரையும் அனுப்பி வைத்தாள் பாலாயி. பூர்ணத்தம்மாளின் கன்னம் சிவந்து மகிழ்ச்சியை வெளிப்படுத்திக் கொண்டு இருப்பதைக் கண்டு தானும் மகிழ்ந்தாள்.

அன்னூருக்குச் சென்று மூட்டையை இறக்கி வைத்துவிட்டு உச்சிக்கெல்லாம் வயல்நாட்டுக்கு வந்து சேர்ந்தார் அழகப்பன். கல்யாண வேலைகளை இழுத்துப் போட்டுக்கொண்டு பூர்ணத்தம்மாளோடு சேர்ந்து செய்தாள் பொன்னழகி.

பொன்னழகியை விட்டு தனியே இருக்க மனம் இல்லாமல் தவித்தார் அழகப்பன். பெரியகண்மாயில் கரை தழும்ப தண்ணீர் கிடப்பதாலும் வெள்ளாத்து கால்வாயிலிருந்து தண்ணீர் வந்து கொண்டு இருப்பதாலும் பெரியகண்மாயையும் வயல்வாய்க்காலையும் கண்ணும் கருத்துமாக காவல் காக்க வேண்டும் .

பெரியகண்மாயில் ராத்திரி பொழுது என்பது நகராமல் அங்கேயே குடிசைபோட்டு தங்கியிருப்பதாக உணர்ந்தார் அழகப்பன். பெரியகண்மாயில் ராத்திரியில் அவ்வப்போது தப்புச்சத்தம் கேட்டால்தான் அழகப்பன் காவல் காப்பதாக தெரியும். தனிமை பொன்னழகியை எண்ணி தவித்தது. அன்னூரில் அழகப்பனை எண்ணி ராத்திரியில் புழுங்கிக்கொண்டு இருந்தாள் பொன்னழகி.

“என்ன... இவர் என்னைத் தனியே விட்டுவிட்டு அங்கு என்ன செய்கிறார். ஓடி ஓடி கல்யாண வேலைகளைப் பார்த்துக்கொண்டு இருப்பதால் பகல்பொழுது வேகமாக ஓடிவிடுகிறது. ராத்திரி என்பது அப்படியா... தனிமையை சுமந்து தள்ளாட வைக்கிறது. இந்த ராத்திரி பொழுது வேகமாக நகராமல் குத்துக்கால்போட்டு உட்கார்ந்து கொண்டு நகரவே மாட்டேன் என்கிறது. இதுவோ புதிய இடம். காற்றும் புதிதாகத்தான் வீசுகிறது. சித்தர் மலையில் நடைபெறும் பறவைகளின் கச்சேரி வேறு என் உடல் உறுப்புகளைத் தூண்டிவிட்டு வேடிக்கைப் பார்க்கிறது. நேற்றுவரை ஒருவரை ஒருவர் போர்த்திக்கொண்டு படுத்திருந்தோம். ஆனால் இன்றோ நினைவுகளை போர்த்திக்கொள்ளும் நிலை வந்து விட்டது. நினைவுகளை சுமக்கும் வயதா இது...? நெருங்கி அணைத்து நீலவானில் அல்லவா நீந்த வேண்டும். அவர் என்னைபற்றி என்ன நினைப்பாரோ தெரியலயே... அடியே நிலாப் பெண்ணே... ஓடிப்போய் என் இதய வானில் மிதக்கும் பேரன்பினை அவரிடம் எடுத்துச் சொல். உன்னையும் தாலாட்டும் பறை இசையை பெரியகண்மாயில்தான் இசைத்துக்கொண்டு இருப்பார். போய்... வா...” புலம்பிக்கொண்டு படுத்திருந்தாள் பொன்னழகி.

பொன்னழகி தூங்காமல் புரண்டுபுரண்டு படுப்பதைப் பார்த்து “தாயே உன்னைப் பிரித்தேன் என்று எண்ணிவிடாதே. உன்னைவிட்டால் வேறு யார் எனக்கு...” என்று பூர்ணத்தம்மாள் எண்ணிக்கொண்டு இருந்தபோதே வாசலில் வந்து நின்றார் அழகப்பன்.

தன்னைத்தானே கிள்ளிப் பார்த்துக்கொண்டே அழகப்பனை வரவேற்றாள் பொன்னழகி. இறுக்கமாக இருந்த அவளது முகம் அனல்பட்ட பாகுபோல இளகியது. மிதமான வெப்பத்தில் இருந்த இருவரும் ஒருவரை மாற்றி ஒருவர் அள்ளிப் பருகிக்கொண்டனர். அழகப்பனை பார்த்ததும் எழுந்த பூர்ணத்தம்மாள் கொல்லைப்புறத்திற்குச் சென்று வேலையை செய்யத் தொடங்கினாள்.

ஊருநாட்டின் கட்டுப்பாடுகள் தெரிந்தும் ராத்திரியில் காவல்காப்பதை விட்டுவிட்டு வந்ததை எண்ணி ஒருபக்கம் வருத்தமாகத்தான் இருந்தது.

ஏதும் பிரச்சினை வந்துவிடாதா...? தன் புருவங்களை உயர்த்தி கருவிழிகளால் பேசிய பொன்னழகியை விழிகளுக்குள் வரவழைத்து தன் உதடுகளால் மென்றுகொண்டு இருந்தார்.

வடக்கு கலிங்கி அருகே படர்ந்து பந்தல் போல் வளர்ந்திருந்த மஞ்சனத்தி மரத்தில் தப்பைத் தொங்கவிட்டு வந்திருந்தார் அழகப்பன். அது காற்றில் அசைந்து கிளைகளில் மோதி இசைத்துக் கொண்டிருந்தது.

இப்படியொரு இசையை அழகப்பனால் மட்டுமே இசைக்க முடியும் என்று ஊருநாடே எண்ணி உறங்கியது. ராத்திரியில் வடக்கு கலிங்கியில் தப்பைத் தொங்கவிடுவதும் அன்னூர் செல்வதுமாக இருந்தார் அழகப்பன். பூர்ணத்தம்மாளின் மகளுக்கு கல்யாண ஏற்பாடுகள் நிறைவுப் பகுதியை எட்டியிருந்தது. அன்று இரவும் வடக்கு கலிங்கியில் தப்பைத் தொங்கவிட்டுவிட்டு கல்யாணத்தில் கலந்துகொள்ள அன்னூருக்குச் சென்றார் அழகப்பன்.

அழகப்பன் மற்றும் பொன்னழகியின் ஒத்துழைப்போடு பூர்ணத்தம்மாளின் மகள் கல்யாணம் நடைபெற்று முடிந்தது. இருவரும் அன்றிரவு அன்னூரிலேயே தங்கினர். ராத்திரியில் காற்றடித்து மரம் அசைந்தது. மரத்தின் அசைவால் தப்பும் கிளையில் மோதி வழக்கம்போல் இசையை எழுப்பியது.

தினமும் தப்பின் இசை ஒரே பக்கமாக கேட்கிறதே...? அதுவும் கைகளால் அடிப்பதுபோல் இல்லாமல் இருக்கிறதே என்று எண்ணி ரெங்கனாரும் சேனையாரும் வடக்கு கலிங்கிக்குச் சென்றனர். இவர்களுடன் சனக்கட்டனும் வந்திருந்தான்.

நாலஞ்சு நாளாவே இந்தக் கூத்து நடக்குது. அழகப்பன் அன்னூருக்குப் போயிருப்பதாக சொன்னான் சனக்கட்டன். கூடவே சுத்திக்கிட்டு இருக்க... இத எதுக்கு இத்தன நாளும் சொல்லல என்பதுபோல் சனக்கட்டனைப் பார்த்த ரெங்கனாரும் சேனையாரும் சிரித்துக்கொண்டே செங்கமடையைப் பார்த்தனர்.

27

இரவினை சூரியன் விழுங்கி முடிக்கின்ற நேரம். பறவைகளின் அலறல் சத்தம் முடிமலையில் எதிரொலித்து வானத்தின் மேக ஆடையைக் கிழித்துக் கொண்டிருந்தது. வலி தாங்காத மேகமூட்டம் கார்மேகத்தை அழைத்து கச்சேரி நடத்த திட்டம் தீட்டிக்கொண்டிருந்தது. வடக்கிலிருந்து அரக்கப்பறக்க ஓடி வந்தார் அழகப்பன். நொண்டிக்கருப்பையாதான் அன்னூருக்குச் சென்று அழகப்பனிடம் சேதியைச் சொன்னார். என்ன ஆகப்போவுதோ என்ற பதற்றத்தில் கூப்பிடு தூரத்தில் விக்குவிக்கு என நடந்து வந்து கொண்டிருந்தார் நொண்டிக்கருப்பையா.

சட்டை இல்லா உடலெங்கும் மழையில் நனைந்து குளித்ததாய் வேர்வைத்துளிகள் பூத்துக்கிடந்தன. மக்கள் கடலென கூடியிருந்தனர். பெரியகண்மாயின் கரையெங்கும் அலறல் சத்தம். மரங்களிலிருந்து கூட்டம்கூட்டமாய் பறவைகள் பறப்பதும் உட்காருவதுமாய் இருந்தன. கோயில் குடமுழுக்கில் பருந்துகள் வானில் வட்டமடிப்பதுபோல், ஆங்காங்கே பருந்துகள் வட்டமடித்துக் கொண்டிருந்தன.

கைய மாத்தி மாத்தி கூடையப் கொடு...

கையிகாலுல வம்பட்டி பட்டுறாம...

சின்னஞ்சிறுசுகள தண்ணியப் பக்கம் விட்றாம பாத்துக்கங்க...

மேலுகாலுல போட்றாம மளமளனு ஒரே நேரத்துல போட்டாத்தான் வேகத்த கொறைக்க முடியும்.

இருக்குற தண்ணியவும் கொஞ்சநெஞ்ச வெள்ளாமயவும் தக்காத்தி வைக்கனும். அசந்துறாதிகப்பா... அப்பறம் ஊருநாட்டுல இருக்குறதுக்கே அருத்தம் பொருத்தம் இல்லாம போயிரும்.

ஆளுக்கொரு வம்பட்டி மண்ணும் கல்லும் ஒரு சேர போட்டா போதும் இப்புடிங்கிறதுக்குள்ள அடச்சுப்புடலாம்... ம்... வெரசா... வெரசா...

மக்களின் கைகளில் மண்வெட்டியும் தட்டுக்கூடையும் ஓய்வு எடுக்காமல் உழைத்துக் கொண்டிருந்தன. தொழுவத்தில் அவிழ்த்துவிட்ட மாடுகளென பெரியகண்மாயிலிருந்து தண்ணீர் திமுதிமுவென சீறிப்பாய்ந்துகொண்டிருந்தது. பெரும் அருவிகளில் கொட்டும் வெள்ளமென தண்ணீரின் ஓசை ஓவென அலறி காதுகளைக் கிழித்துக்கொண்டிருந்தது. தண்ணிரின் வேகத்திற்கு ஏற்ப கரையின் உடைப்பும் பெரிதாகிக்கொண்டே இருந்தது.

அழகப்பன் வருகையை யாருமே பெரிதாக எடுத்துக்கொள்ளவில்லை. மூச்சிரைக்க ஓடிவந்த அழகப்பன் கூட்டத்தினரையும் கண்மாயையும் பேய் அறைந்ததுபோல் பார்த்து சிறிது நேரம் செய்வதறியாது திகைத்து நின்றார். எல்லோரும் கரையை அடைப்பதிலேயே தீவிரம் காட்டிக் கொண்டிருந்தனர். இது உண்மைதானா... அடுத்து என்ன நிகழும் என்று யாராலும் உணர முடியவில்லை.

கரை எதுக்கு ஒடஞ்சுச்சு...? எப்புடி ஒடஞ்சுச்சு...? நேத்து ராத்திரி கரையை நாலா பக்கமும் சுத்திப் பாத்துட்டுத்தானே போனேன். அப்போ கரை ஒடையிறதுக்கான எந்த அறிகுறியுமே தெரியலயே. எப்போதும்போல அலையும் பெருசா வராம மயிலிறகு கணக்காத்தானே இருந்துச்சு. வேண்டாதவங்க யாரும் வெட்டிவிட்டுருப்பாங்களோ...? அப்புடிச் செஞ்சா நம்ம ஊரு நாட்டவிட்டு தவாலிச்சுப் போயிற முடியுமா...? நம்ம ஊரு நாட்டுக்கு பகையா யாரு இருக்க முடியும்...? அப்புடினா எப்புடி ஒடஞ்சுச்சு...? எவுகளாவது செஞ்சுருந்தா எதுக்காக இந்த காரியத்தைச் செய்யணும். நிச்சயமா யாரும் வேணுமுனே செஞ்சுருக்க முடியாது. முடிமலை கல்ல வெட்டிவந்து செதுக்கி

வச்சமாதிரி இருக்குற கரைய அம்புட்டு சீக்கிரத்துல ஓடச்சு எடுத்துற முடியுமா... கடப்பாறைனால குத்துனாகூட டங்குடங்குனு நாலு ஊருக்கு கேக்குமே. அப்புடியாப்பட்டக் கரையா...? இப்புடி ஓடஞ்சு ஆறா பெருக்கெடுத்து ஆழியா பெருகிக்கெடக்கு.

வயலுகள அழிச்சு வயித்துப்பசிய உண்டாக்குறவனும் இந்த மண்ணுல இருக்கான்...? ம்... மத்தவங்களோட கொடல கிழிச்சு தாங்கொடல ரொப்பிகிறவனுமா நம்ம ஊரு நாட்டுல இருக்கான்...? மிருகங்களும் பொணந்தின்னி கழுகுகளும் வேணுமுனா அப்புடி செய்யலாம். அப்படின்னா இப்பேர்ப்பட்ட தொயரத்த வேறெங்கேயுமே பாத்ததில்லயே...! அழகப்பனின் மனம் அலைபாய்ந்தது.

வெள்ளாமைக்குள் தண்ணீர் புகுந்து வெள்ளக்காடாக காட்சியளித்தன. உடைபட்ட கரையை அடைக்கவில்லை என்றால் கண்மாயில் உள்ள தண்ணீர் அனைத்தும் வெளியேறிவிடும். வெளியேறிய நீரால் வயலில் ஆங்காங்கே மணல் திட்டுகள் உருவாகி கடல்போல் காட்சியளித்திருந்தன. கண்மாயிலிருந்து தண்ணீர் அனைத்தும் வெளியேறிவிட்டால் எஞ்சியிருக்கும் பயிர்களும் நாசமாகிவிடும். சேமித்து வைத்திருக்கும் உணவுதானிய குடிலுக்குள் தண்ணீர் புகுந்துவிட்டால் எல்லாமும் வீணாகிவிடும். குடிசைகள் மூழ்கிப்போனாலும் மாற்றுக் குடிசை ஏற்படுத்திவிடலாம். ஆனால் தண்ணீர் பஞ்சமும் உணவுப் பஞ்சமும் தலைவிரித்து ஆடி மக்களை வாட்டி வதைத்துவிடும்.

ஊரக் காவல்காக்குற பொறுப்ப உருப்படியா செய்யாமல் ஒறவுக்கார வீட்டுக்குப் போனதால எல்லோர் வீட்டு உலையிலும் மண்ணைப் போட்டுட்டேனே. அதுக்காக நல்லது கெட்டதுனா ஊரு ஒறவு வேணாமா...? அய்யோ...இருந்தும் பெரும் கொலைகார பாதகனாக மாறிட்டேனே...! இவ்வளவு கொடுமைக்கும் என்னைத்தவிர வேறு யாரும் பொறுப்பேற்க முடியாது. பெரும்பாதகத்தை செய்த கொலைகுற்றவாளியா மாறிப்போன நான் எதைச்சொல்லி மன்னிப்பு கேட்பேன். மன்னிப்பு கேட்டால் எல்லாம் சரியாகிவிடுமா...? இல்லை எல்லோரும்தான் மன்னிச்சுருவாகளா...? அடுக்கடுக்காய் யோசனைகளும் கவலைகளும் குடிகொண்டு அழகப்பனை செய்வதறியாது கட்டிப்போட்டு நிற்கச் செய்தது.

யாரோ ஒருவர் கைகளைப் பிடித்து ஆட்டியும் மண்ணை அள்ளி

அழகப்பனின் தலையில் அடித்து “ஆத்தோ…ம்…ஆ…ஆ…” என்று உரக்க குரலெடுத்து சாமி வந்து ஆடினார். வா…..சாமி வா……. வா… என்று இழுத்தார். கண்களை குலுக்கி உடலைச் சிலிப்பி நிதானத்துக்கு வந்தார் அழகப்பன். யார் என்னைய அடிச்சது… யார் என்னை அசச்சுப் பாத்தது… தலையைத் தடவினார்… தலையில் ஒன்றுமே இல்லை. நம்ம சாமி பட்டவன்தான் வேறு யாரா இருக்க முடியும். ஆத்தி… எல்லாத்துக்கும் காரணமே நாந்தானே. எந்த வேலயும் பாக்காம பெரியதனம் கணக்கா வேடிக்கை பாக்குறனே. புத்தி தெளிந்து மீண்ட அழகப்பன் கூட்டத்தோடு கூட்டமாய் கலந்தார். மண்ணை வெட்டியும் கற்களைக் கொண்டு வந்தும் கொட்டினார். அருகில் யார் நிற்கிறார்கள்… என்ன செய்கிறார்கள் என்று யாரும் யாரையும் பார்த்து நின்று யோசிக்காமல் கையில் கிடைத்ததைக் கொண்டுவந்து கொட்டினர்.

யார் என்ன செய்கிறார்கள் என்பதை பெரியதனம் காராளவேந்தனும் வெள்ளைத்தேவியும் உயரமான மணல் திட்டில் நின்று பார்த்துக்கொண்டே இருந்தனர். இருவரின் கண்களும் அழகப்பனையே தேடியது. கூட்டத்தில் கலந்திருந்த அழகப்பனை நீண்ட தேடலுக்குப் பிறகு இருவருமே அடையாளம் கண்டு கொண்டனர். பெரிய கண்மாய் கரையை அடைத்தே ஆக வேண்டும். அருகில் நின்றவர்கள் மூலமாக வேலையை துரிதப்படுத்தினர். வானத்து சூரியனும் கார்மேக கூட்டத்தை கிழித்துக்கொண்டு கண்களை சிமிட்டியது. உச்சி வருவதற்குள் உடைப்பை அடைக்க உத்தரவிட்டுக்கொண்டே இருந்தார் பெரியதனம் காராளவேந்தன்.

வயல்நாட்டிலிருந்து மேற்கு திசையில் நாற்பது கல் தொலைவில் பொன்னிநாட்டில் வெள்ளாறும் குண்டாறும் உருவாகும் வேம்பூர் கிராமத்தில் ஒருமுறை இப்படியொரு வெள்ளப்பெருக்கு ஏற்பட்டதை பெரியவர்கள் சொல்லக் கேள்விப்பட்டிருக்கிறார்கள். பொன்னிவளநாடு மலைகளும் பெருங்காடுகளும் சூழ்ந்த பகுதி. மலைத்தொடர்களிலிருந்து மழைக்காலங்களில் ஓடிவரும் வெள்ள நீர் வேம்பூர் பெரியகண்மாயில் வந்துதான் ஓய்வு எடுக்கும். வேம்பூரின் தெற்கே வெள்ளாறு மட்டுமே பாய்ந்தோடிய காலம் அது. மழைக்காலத்தில் வெள்ளப்பெருக்கு ஏற்பட்டு பெரியகண்மாயின் தெற்கு கலிங்கியிலிருந்து ஓடும் காட்டாறுதான் இந்த வெள்ளாறு.

வேம்பூரின் மேற்கே இருக்கும் இந்தப் பெரியகண்மாய்தான் சுத்துப்பட்டியிலிருக்கும் இருபத்தாறு ஊர் குடிகளின் பஞ்சத்தைப் போக்கும் குலசாமியாக திகழ்ந்தது.

ஐப்பசி கார்த்திகை அடமழையில் கண்மாய் பெருகி கலிங்கி போகும்போது வெள்ளாற்றில்தான் தண்ணீரைத் திறந்து விடுவார்கள். மளமளவென்று போகும் தண்ணீரை ஊரே நின்று வேடிக்கை பார்க்கும். தாயின் வயிற்றிலிருந்து குழந்தை பிறக்கும்போது தாய் முக்கும் அந்த ஒலியைக் கக்கிக்கொண்டு தண்ணீர் ஓடும். கரைகளின் இருபுறமும் தாழம்பூ மரங்களும் மஞ்சிக்கத்தாழைகளும் போட்டிப்போட்டு வளர்ந்து நிற்கும் . இவற்றின் ஊடாக தண்ணீர் பாய்ந்து செல்லும். தண்ணீர் ஓடிவந்து குத்திக்கொண்டால் வலிக்குமே என்று மஞ்சிக் கத்தாழைகள் தனது ஈட்டிபோன்ற முற்களை தண்ணீருக்கு மேலேயே வைத்துக்கொள்ளும். சில நேரங்களில் கத்தாழை முட்களில் கீறல் பட்டு கத்தாழைகளையும் மூழ்கடித்துச் செல்லும். தண்ணீரின் வேகம் குறையும்போதுதான் பத்தக்கட்டை, சாணப்பறி, பின்னல்வலை கொண்டு மீன் பிடிப்பார்கள். தண்ணீரின் வேகம் அதிகரிக்கும்போது தரையின் ஆழத்தை கணக்கிட முடியாது. மண்ணை அரித்துக்கொண்டு தண்ணீர் ஓடுவதால் ஆங்காங்கே பெரும்பள்ளங்கள் ஏற்பட்டு உயிர்ப்பலியை உண்டாக்கிவிடும் என்பதால் யாரும் தண்ணீருக்குள் இறங்குவதே இல்லை.

வெள்ளாற்றின் தெற்கே உள்ள பொன்னிவளநாட்டிற்கும் வேம்பூருக்கும் வெள்ளப்பெருக்கு காலங்களில் போக வர தடைபட்டுவிடும். வெள்ளப்பெருக்கு ஏற்படுவதற்கு முன்னால் மஞ்சியால் திரித்த பெரும் கயிறுகளை வெள்ளாற்றின் குறுக்கே தெற்கு வடக்காக இரு கரையிலும் உள்ள மரங்களில் கட்டியிருப்பார்கள். மஞ்சிக்கயிறுகள் தண்ணீரில் கிடந்தாலும் அவ்வளவு சீக்கிரம் இத்துப்போகாது. அறுபடாத எலும்புபோல் கிடக்கும் அந்த மஞ்சிக்கயிறுகள்தான் தெற்கு வடக்கை இணைக்கும் பாலங்கள். அவசியம் ஏற்பட்டால் மட்டுமே மஞ்சிக்கயிறை பிடித்துக்கொண்டு நீரில் நீந்தி கரை சேர்வார்கள்.

பெரும்மழைக்காலமொன்றில்தான் வேம்பூர் கண்மாயின் வடக்கு கரை உடைந்து தண்ணீர் சீறிப்பாய்ந்து சென்றது. மண்ணையும் கல்லையும் கூடைகூடையாகக் கொட்டியும் தண்ணீரைத் தடுத்து

நிறுத்தமுடியவில்லை. பொன்னிவளநாட்டை ஆண்ட பெருங்குடியாளர் செய்வதறியாது நின்றார். பொன்னிவளநாட்டிலிருந்து வர வேண்டும் என்றால் வெள்ளாற்றின் வழியாகத்தான் வர வேண்டும். வெள்ளாற்றிலும் தண்ணீர் அவிழ்த்துவிட்ட காளைகளைப் போல் திமிறி எழுந்து போகிறது. வடக்கு கரை உடையும் என்று யாருமே நினைத்துக்கூட பார்த்தது இல்லை. பொன்னிவளநாட்டிலிருந்து வேலை செய்வதற்காக முப்பது பேரை வெள்ளாற்றின் மஞ்சிக் கயிற்றை நீந்தி செல்ல உத்தரவிட்டிருந்தார்.

விடாமல் பெய்யும் மழையால் வேம்பூர் பெரியகண்மாய்க்கு தண்ணீரின் வரத்தும் அதிகரித்துக்கொண்டே இருந்தது. வெள்ளாற்றிலும் தண்ணீர் கரைகடந்து சென்றது. சின்னஞ்சிறு குடிசைகள் மழையைத் தாங்கும் சக்தியை இழக்க ஆரம்பித்திருந்தன. விடாமல் பெய்யும் அடமழையில் கூரைகள் நனைந்து ஊறிப்போயிருந்தன. சமைத்து உண்பதற்கும் முடியவில்லை. அடமழையில் நெருப்பை பாதுகாப்பதற்கே பெரும் போராட்டமாக இருந்தது. மழை எப்போது விடும் என்று தெரியாததால் திரிகைகளில் கேப்பை, சோளம், வரகு இவற்றை அரைத்து கூழாகவோ அல்லது பிசைந்து தட்டிப்போட்டு சட்டியில் சுட்டோ அரைவயிறும் கால்வயிறுமாக பொழுதைக் கடத்தினர்.

மக்கள் வெளியில் அவசரத்துக்கு ஒதுங்க முடியாமல் தவித்து வந்தனர். குடிசையின் ஓரத்திலேயே சிறுவர்கள் மூத்திரம் அடிப்பதும் மலம் கழிப்பதுமாக இருந்தனர். நீண்ட தூரம் சென்று கழிக்க முடியாத சூழ்நிலை ஏற்பட்டிருந்தது. கொட்டும் மழையில் காலை நேரத்தில் பீ நாத்தமும் சேர்த்தே மூக்கை பதம் பார்த்தது. குடலமட்டைகளை மாட்டிக்கொண்டு ஆண்கள் மட்டுமே வெள்ளாற்றின் கரை பக்கமாக ஒதுங்கினர். பெண்கள் பனை மட்டைகளை மறைவாக வைத்துக்கொண்டு குடிசைகளின் பக்கமாக மண்டியிருக்கும் செடிகளின் அருகிலேயே ஒதுங்கினர்.

அப்போதுதான் யாரும் எதிர்பார்க்காத வகையில் வடக்கு கரையில் உடைப்பு ஏற்பட்டு பெரும் இரைச்சலோடு புதியதாய் வழியொன்றை கண்டுபிடித்து தண்ணீர் சீறிப்பாய்ந்துகொண்டு இருந்தது. வீட்டுக்குள் முடங்கிக்கிடந்த மக்களுக்கு என்ன செய்வதென்றே தெரியாமல் விழிபிதுங்கி இருந்தனர். எங்கே தமது குடிசைகளும் தண்ணீரில் அடித்துச் சென்றுவிடுமோ என்று அஞ்சினர். மூட்டை முடிச்சுகளை

கட்டிக்கொண்டு வெளியேறுவதற்கு தயாராகவே இருந்தனர். ஆடு மாடுகள் சீறிப்பாயும் வெள்ளத்தின் ஓசை கேட்டும் மழையிலும் நடுங்கி அலறின.

குடலமட்டைகளை தலையில் மாட்டிக்கொண்டு ஆடுமாடுகளை அவிழ்த்து பாதுகாப்பான கொட்டகைக்குள் கட்டினாலும் அவை எதையோ பார்த்து பயந்ததுபோல் மிரண்டு போய் இருந்தன. கோழிகள் வெடவெடத்துப்போய் குடிசைகளின் ஓரங்களில் நின்றிருந்தன. கோழிக்குஞ்சுகள் தாய்க்கோழியின் அரவணைப்பு இருந்தும் குளிரால் நடுங்கி இறந்து கிடந்தன. நாய்கள் குடிசைகளின் ஓரத்தில் குழிதோண்டி படுத்திருந்தன. குளிரின் தாக்கத்தால் நாய்களுக்கு பசி எடுக்கவில்லை. குரைக்க மறந்து வயிறு ஒட்டி கொட்டும் மழையை மிரட்சியோடு வேடிக்கை பார்த்துக்கொண்டிருந்தன.

பறவைகளும் ஏதோ ஒரு பொந்து கிடைக்காதா என்ற ஏக்கத்தில் கிடைத்த இடத்தில் மரங்களில் தங்கிக்கொண்டன. தூக்கணாங்குருவிகள் மட்டுமே மழையில் நனையாமல் தங்கியிருந்தாலும் சுழன்று வீசும் பெருங்காற்றில் குலைநடுங்கித்தான் போயிருந்தன. காற்றும் மழையும் சுழற்றிச்சுழற்றி முகாமிட்டு வேம்பூர் கிராமத்தை அச்சுறுத்தின.

வடக்குக் கரையில் உடைப்பு ஏற்பட்டு வெளியேறிச் செல்லும் தண்ணீர் நான்கு கல் தூரத்துக்குப் பிறகு வெள்ளாற்றோடு இரண்டறக் கலந்து சென்றது. வெள்ளாற்றுக்கும் வடக்குகரை உடைப்பு ஏற்பட்டு செல்லும் தண்ணீருக்கும் இடையில் மாட்டிக்கொண்டது வேம்பூர். ஊரைச்சுற்றிலும் வெள்ளக்காடாய் மாறிப்போயிருந்தது. முக்கோண வடிவ சிறைக்குள் சிக்கித் தவித்தது வேம்பூர்.

மழையையும் புயலையும் பார்த்தால் ஊரைக்காப்பாற்ற முடியாது. குழந்தைகளையும் வயதானவர்களையும் பாதுகாப்பான மேட்டுநில குடிசைகளில் தங்கவைத்தனர். கடப்பாறை, தட்டுக்கூடை, மண்வெட்டி, அரிவாள், கோடாரி என கையில் கிடைத்த ஆயுதங்களோடு வடக்குகரை நோக்கி மழையோடு மழையாக மக்கள் வந்து சேர்ந்தனர். பொன்னிவளநாட்டிலிருந்து வந்த முப்பது பேரும் ஏற்கனவே வேலையைத் தொடங்கி இருந்தனர். ஆளுக்கு முதலாய் நின்ற முனியப்பனும் பெரும்கற்களைத் தூக்கிவந்து உடைப்பு ஏற்பட்ட பகுதியில் போட்டுக்கொண்டிருந்தார்.

வெள்ளாற்றின் தெக்கி கரையில் பெருங்குடியாளர் பத்துப்பதினைந்து வீரர்களோடு நின்று நடப்பதை பார்த்துக்கொண்டிருந்தார். மழை யாருக்கும் பயப்படாமல் கொட்டித் தீர்த்துக் கொண்டிருந்தது. ஆட்கள் தேவைப்பட்டால் அனுப்புவதற்கும் தயாராக வைத்திருந்தார் பெருங்குடியாளர்.

குடிசைகளில் இருந்த பெண்கள் சிலர் கொல்லிக்கட்டைகளை எடுத்து வந்து வானத்தைப் பார்த்து வாசலில் காண்பித்தனர். கொல்லிக்கட்டைக்குப் பயந்து கார்மேகம் கண்ணீர் சிந்துவதை நிறுத்திவிடும் என்று காலங்காலமாய் நம்பப்பட்டு வந்தது. ஆனால் கொல்லிக்கட்டையைப் பார்த்து கார்மேகம் ஒருநாளும் பயந்ததே இல்லை. சிலர் அடமழையின் தீராத துயர் கண்டு தேங்காயை இரண்டாக உடைத்து கூரையில் வைத்தனர்.

“வெள்ளக்காடா போறதுக்கா எங்கள வாட்டி வதைக்கிற. வெறுமென எழந்துட்டு நிக்கிறோமே எங்க வேதன தெரியலயா. ம்…அப்புடி என்ன கோபம்… மானத்துல இருக்க தண்ணி பூரா மளமளனு கொட்டித்தீத்துப்புட்டு எங்க போக துணிஞ்சுட்ட. எங்க ஈரக்கொளை நடுங்குதே புள்ளகுட்டியெல்லாம் பொழைக்குமானு தெரியலயே” தேங்காயை இரண்டாக உடைத்து கூரையில் வைத்துவிட்டு வானத்தைப் பார்த்து இரண்டு கைகளையும் ஏந்தினாள் ஒருத்தி. கண்ணீரும் மழை நீரும் ஒன்று சேர தரையில் குனிந்து மண்ணை அள்ளி நெற்றியில் பூசிக்கொண்டாள். யாரைப் பற்றியும் கவலைப்படாத வானம் பெருங்கண்மாய்களை தலையில் தூக்கி வைத்துக்கொண்டு கணக்கில்லாமல் மடமடவென கொட்டிக்கொண்டே இருந்தது.

வேம்பூர் அழிந்துவிடும் என்று எண்ணும் சூழல் உருவானது. வடக்குகரையில் மேலும் மேலும் உடைப்பு ஏற்பட்டுவிடாமல் தடுக்க பெரிய பெரிய கற்களை கொண்டு வந்து உடைப்பு ஏற்பட்ட கரையின் தெற்குபக்கமாக கொட்டினார்கள். மண் அரிப்பு ஏற்பட்டு மேலும் உடைப்பு ஏற்படாமல் ஓரளவு தடுத்து நிறுத்தப்பட்டது. வடக்குக் கரையின் ஓரம் மட்டுமே தண்ணீர் மளமளவென்று போய்க்கொண்டிருந்தது. குண்டு கற்களை கொட்டி கரை மேலும் உடையாமல் காத்ததால் வெள்ளம் சிறு ஆறுபோல் ஓடிக்கொண்டிருந்தது. குண்டு குழிகளை ஏற்படுத்தி குடல்வரை வளர்ந்திருந்த பயிர்களை கொன்று குவித்து சென்றதால் புதிதாக

உடைப்பு ஏற்பட்ட பகுதியை குண்டாறு என வேதனையோடு வேம்பூர் மக்கள் அழைத்தனர்.

குண்டாறு பாய்ந்த பகுதிகளில் கண்ணுக்கு எட்டிய தூரம் வரை பயிர்களை மண் மூடி நாசமாகிப்போயிருந்தது. வெள்ளம் பாய்ந்து சென்ற பகுதிகளில் குண்டாறு தனக்கான வழித்தடத்தை ஏற்படுத்தியிருந்தது. குண்டாறு உதயமானபோது குடிசைகள் பலவும் கொட்டும் மழையில் சரிந்து போனது. வயலை சீர்படுத்தி வாய்க்காலை வெட்டி வாழ்வதெல்லாம் நடக்காது. தண்ணீரில் நிறைய குடிசைகளும் உணவுப் பொருட்களும் அடித்துச் செல்லப்பட்டன. இனியும் இங்கு வாழ முடியாது என்று உணர்ந்த மக்கள் கையில் கிடைத்ததை மூட்டையில் கட்டிக்கொண்டு கொட்டும் மழையில் உணவு தேடி வேகம் குறைந்த குண்டாறில் இறங்கி, வேம்பூரின் வடக்கு நோக்கி சென்றனர்.

முனியப்பனும் பொன்னிவளநாட்டு வீரர்கள் முப்பது பேரும் எவ்வளவோ தடுத்தும் வேம்பூர் மக்கள் கேட்கவேயில்லை. எல்லாம் போன பிறகு எதை வைத்து வாழ்வது என்ற கேள்வி அவர்களுக்குள் எழுந்தது. பொன்னிவளநாட்டு அரசர் வெள்ளாற்றில் காத்து இருக்கிறார். வேண்டியதை அவர் செய்வார். வடக்கு நோக்கி செல்வதை விட்டுவிடுங்கள் என்று வீரர்கள் மன்றாடினர். வேம்பூர் மக்கள் பொன்னிநாட்டு அரசருக்கு எப்போதும் நன்றியுள்ளவர்களாக இருப்போம். கொட்டும் மழையில் அரசருக்கு துயரத்தை தருவதற்கு எங்கள் மனம் இடம்தரவில்லை. எங்களின் அன்பை மட்டும் சொல்லிவிடுங்கள் என்று கூறிச் சென்றனர்.

வெள்ளாற்றின் தெற்கே வீரர்களின் வருகைக்காக காத்திருந்தார் அரசர். வேம்பூரில் என்ன நடக்கிறது என்று அவரால் உறுதிப்படுத்த முடியவில்லை.

வெறிச்சோடிக்கிடந்த ஊரை விட்டு தானும் சென்றுவிட்டால் ஊரையும் கண்மாயையும் யார் காவல் காப்பது. நீதானே ஊரைக்காவல் காத்துவந்தாய். என்னுடைய குடிசை எங்கே...? என்னுடைய நிலம் எங்கே என்று யாரேனும் கேட்டுவிட்டால் என்ன சொல்வது என்று யோசித்த முனியப்பன் மட்டும் வேம்பூரின் கரையிலேயே தங்கினார். வேம்பூர் மக்கள் எவ்வளவோ அழைத்தும் மறுத்துவிட்டார் முனியப்பன். மரங்கள் சாய்ந்துவிட்டன. மாடுகள்

பல செத்துவிட்டன. உண்பதற்கு ஒன்றுமே இல்லை. தண்ணீரைக் குடித்து எத்தனை நாள்தான் உயிர் வாழ்வது...? அதனால் பிடிவாதம் செய்யாமல் வந்துவிடு என்று எவ்வளவோ சொன்னாலும் முனியப்பன் கேட்கவேயில்லை.

“என்கிட்ட இந்த சின்ன வரகு முடிச்சுதான் இருக்கு. இதக் குத்தித்தின்னாலும் ரெண்டு மூனு நாளுக்குமேல வராது. உனக்கு கொடுக்க வேறெதுவும் இல்ல. எது நடந்தாலும் சரி”னு அந்த வரகு முடிச்சை கொடுத்துவிட்டு வேம்பூரைத் திரும்பிப் பார்க்காமல் சென்றுகொண்டு இருந்தார் பெரியவர் அய்யனார். முனியப்பனுக்கு கண்ணீர் ஆறாய்ப் பெருக்கெடுத்து அவரது மேலெங்கும் நனைத்தது.

வீரர்களின் வருகையை எதிர்பார்த்து வெள்ளாற்றின் தென்கரையில் காத்திருந்த அரசர், வீரர்களின் முகக் குறிப்பை உணர்ந்து ஏதோ தவறு நடந்து இருப்பதாக கருதினார். கயிறைப் பிடித்து நீந்தி வீரர்கள் ஒவ்வொருவராக கரை ஏறினர். கரையை அடைத்தாலும் வேம்பூர் மக்களை தக்கவைக்க முடியலயே என்ற நிலையை உணர்த்தினர் வீரர்கள்.

பெரும் பிழை செய்துவிட்டதாக வருந்தினார் அரசர். வீரர்களை நம்பி வீண்பழிக்கு ஆளாகிவிட்டேனே. களத்திற்கு நானல்லவா சென்றிருக்க வேண்டும். இதோ அவர்களின் பயணத்தை தடுத்து நிறுத்தி வேண்டியதை செய்கிறேன் என்று சொல்லி மாக்கென வெள்ளாற்றில் குதித்தார். அரசரின் இச்செயலை எதிர்பாராத வீரர்கள் அனைவரும் வெள்ளாற்றில் குதித்து கரை ஏறினர். கண்களுக்கு எட்டிய தூரம் வரை யாருமே தென்படவில்லை. ஏமாற்றத்தோடு திருப்பிய அரசருக்கு முனியப்பன் மட்டுமே ஆறுதலாக இருந்தார். தம்மோடு பொன்னிவளநாட்டு அரண்மனைக்கு வருமாறு அழைத்தும் அரசரின் பேச்சுக்கு பிடிகொடுக்கவில்லை. வேறு வழியில்லாமல் வீரர் ஒருவரின் கையில் இருந்த ஈட்டியை முனியப்பனிடம் வழங்கி, இந்த ஈட்டி உன்னைக் காப்பாற்றும் என்று கூறி வருத்தமுடனே சென்றார் அரசர்.

ஈட்டியால் வேட்டையாடியும் கிழங்குகள் தோண்டியும் கிடைத்ததை சாப்பிட்டு கரையிலேயே வாழ்ந்து வந்தார் முனியப்பன். மழைக்காலம் நின்றது. தன்னால் எந்தளவுக்கு வயல்வெளிகளை சீர் செய்ய முடியுமோ அந்த அளவுக்கு செம்மைபடுத்தினார். பெரியவர்

கொடுத்த வரகு முடிச்சை அவிழ்த்து வயல்களில் தூவினார். சிறிய முடிச்சை விளைவித்து பெரிய முடிச்சாக்கினார். பெரிய முடிச்சை விளைவித்து மூட்டையாக்கினார். கதிரவனும் நிலவும் காலத்தை தின்று கொழுத்து உருண்டோடச் செய்திருந்தன. மூட்டையை வேம்பூர் வயலெங்கும் தூவினார். காணும் இடமெங்கும் வரகு முளைத்துக் கிடந்தன.

வேம்பூரை விட்டுச்சென்ற மக்கள் எப்போதாவது திரும்பி வந்துவிடுவார்கள். அப்போது இந்த ஊரை ஒப்படைத்துவிட வேண்டும் என்று எதிர்பார்த்து காத்திருந்த முனியப்பனும் பொன்னிவளநாட்டு அரசர் கொடுத்திருந்த ஆள்உயர ஈட்டியோடு இறந்து போனார். முனியப்பன் இறந்தார் என்ற செய்தியைச் சொல்வதற்கு கூட யாரும் இல்லை.

“கொஞ்சநாளாவே கெவுளி நம்ம ஊர் பக்கமாவே கிச்சுகிச்சுனு அடிக்குது. ஊரவிட்டு வந்து பல காலம் ஆயிருச்சு. ஒருத்தனா வாழ்ந்த முனியப்பனுக்கு என்ன ஆச்சுனு தெரியல. மனசு படபடக்குது. நல்லதோ கெட்டதோ சொந்த ஊருநாட்டுல வாழ்றதுதான் சரினு படுது” பெரியவர் அய்யனார் சொன்னதும், மூட்டை முடிச்சுகளைக் கட்டிக்கொண்டு ஆடுமாடுகளை ஓட்டிக்கொண்டு கோழிகளை கால்களைக் கட்டி தோளில் போட்டுக்கொண்டு கிளம்பினர்.

குழந்தைகள் பலருக்கும் வேம்பூரைத் தெரிந்திருக்க வாய்ப்பில்லை. பெரியவர்களுக்கு வேம்பூரைப் பற்றிய நினைவுகள் வாட்டி வதைக்காமல் இல்லை. காய்ந்து கிடந்த குண்டாறுக்குள் கால்களை வைத்து நடந்தபோது இனம்புரியாத ஒன்று உடலில் புகுந்து ஏதேதோ செய்தது. பெரியகண்மாயில் தண்ணீர் பெருகிக் கிடந்தது. நிறைய குடிசைகள் ஆங்காங்கே தெரிந்தன. வயல்வெளிகள் முழுவதும் வரகு மண்டிக்கிடந்தது. யாரும் வேறு நாட்டுக்காரங்க வந்து வாழ்றாங்களோ என்ற எண்ணம் எல்லோர் மனதிலும் தோன்றியது.

கண்ணுக்கு எட்டிய தூரம் வரை பறவைகளின் முகங்களைத் தவிர, வேறு எந்த முகமும் தென்படவில்லை. முனியப்பன் என்ன ஆனான் என்ற கேள்வி எல்லோருக்குமே எழுந்தது. கரைக்கு ஓடி வந்தனர். கரையில் ஈட்டி ஊன்றியிருந்தது. கரையில் ஓர் உடல் செத்துக் கிடந்தது. அது முனியப்பனாகத்தான் இருக்கும் என்று நம்பினர். முனியப்பனின் உடலைப் பார்த்தும் வயல்களில் விளைந்து கிடக்கும்

வரகினைப் பார்த்தும் பெரியவர் அய்யனார் கதறி அழுதார். திங்க கொடுத்து வந்த வரக, சிறுச பெரிசாக்கி ஊருக்கே கஞ்சி ஊத்திட்டு தனிமரமா செத்துக்கிடக்குறானே... 'எங்க குலசாமி நீதாய்யா...' என்று ஓவென அய்யனார் அழுவதைப் பார்த்து ஊரே அழுதது.

பிணந்தின்னி கழுகுகளும் நரியும் தின்றதுபோக எஞ்சியிருந்த உடலை கரையிலேயே அடக்கம் செய்தனர்.

"கஞ்சிக்கு வழி தேடி ஊர விட்டு நாம ஓடிப்போனப்ப முனியப்பன்தாய்யா இந்த ஊர கெட்டியாப் புடுச்சுக்கிட்டு காவகாத்தான். அவன்தான்யா இனிமே நம்ம கொலசாமி" பெரியவர் அய்யனார் உரக்கச் சொன்னபோது வேம்பூர் மக்களின் கண்களில் குண்டாறில் பாயும் வெள்ளமென கண்ணீர் பெருக்கெடுத்து ஓடியது.

அழகப்பனும் மக்களோடு மக்களாக சேர்ந்து கற்களையும் மண்ணையும் அள்ளிப்போட்டார். தண்ணீர் நின்றபாடில்லை. சிலர் பெரிய பெரிய மரங்களை வெட்டி பத்தையாக இழுத்துவந்து போட்டனர். மண்ணை அரித்துக்கொண்டு தண்ணீர் சென்றது. ஆத்துலருந்தும் தண்ணீர் மளமளவென வந்துகொண்டு இருந்தது.

“ஒறவுக்கார வீட்டுக்குப் போகாம ஒழுங்கா காவகாத்துருந்தா சின்னதா உடைக்கும்போதே தண்டோரா போட்டு ஊரைக்கூப்பிட்டு அடச்சுருக்கலாமே. வேம்பூர்ல ஏற்பட்டதுமாறி நம்ம ஊரும் ஆயிருமோ” என்று அஞ்சினார் அழகப்பன்.

'மாபெரும் குற்றத்தை செய்துவிட்டு நம்மக்களிடம் மன்றாடுவதால் எல்லாம் மாறிவிடவா போகிறது. வேறு வழி என்ன இருக்கிறது. எனக்கான தண்டனைதான் என்ன... நானே தீர்மானித்துக் கொள்கிறேன்' என்று யோசித்துக்கொண்டே உடைப்பு ஏற்பட்ட இடத்தில் கண் இமைக்கும் நேரத்தில் மாக்கென குதிக்க நினைத்தார் அழகப்பன்.

சமயம் பார்த்து காத்திருந்த ரெங்கனாரும் சேனையாரும் “எல்லாத்துக்கும் அழகப்பன்தான் காரணம். நமக்குப் புடிக்காத அன்னூர்ல போயி கூத்தடிச்சுட்டு வர்றான். இவனே முட்டிக்குறிச்சிய எரிச்சுட்டு வைத்தியசாலைங்கிற பேருல ஊருநாட்டோட பழக்கவழக்கத்தையே மாத்திப்புட்டான். அவனுக மேட்டு நிலத்துல இருக்குற துமுருலதான் பெரியகண்மாய ஒழுங்காவே காவகாக்கல. இவன கரையிலயே

தூக்கிப் போட்டு பொதச்சுட்டு அந்த வைத்தியசாலைக்கு நெருப்பு வச்சுட்டம்னா எல்லாம் சரியாய்டும்...'' உரக்க கத்திக்கொண்டே வாங்கருவாளோடும் மண்வெட்டியோடும் அழகப்பனை நோக்கி ஓடி வந்தனர்.

ரெங்கனாரும் சேனையாரும் கத்திக்கொண்டு ஓடிவருவதை உள்வாங்கிய காராளவேந்தன், 'இவங்க அழகப்பன என்னம்மோ பண்ணப் போறாங்க' என்று எண்ணி கையில் வைத்திருந்த பெரிய கடியலை அவர்களை நோக்கி வீசிவிட்டு மணல் திட்டிலிருந்து இறங்கி ஓடி வந்தார்.

ரெங்கனாரும் சேனையாரும் காராளவேந்தன் வீசிய பெரிய கடியலை பொருட்படுத்தாமல் அருகில் ஓடி வருவதற்குள் உடைப்பு ஏற்பட்ட கரையருகே தண்ணீருக்குள் மாக்கென குதித்தார் அழகப்பன்.

"அழகப்பன் தண்ணில குதிச்சுட்டான்...'' ஒருவர் சத்தமாய் சொல்ல ஒட்டுமொத்த ஊரும் கையில் இருந்ததை அப்படியே போட்டுவிட்டு திரும்பிப் பார்த்தது. "என்ன காரியம்ய்யா... செஞ்சுப்புட்ட'' சொல்லிக்கொண்டே தண்ணீருக்குள் தாவினார் காராளவேந்தன்.

"நம்ம கையால செத்துப் போவானு பாத்தா அவனே சாவ தேடிக்கிறான்... ஒன்னுக்கு ரெண்டு பொணம் மிதக்கப் போவுது... இவனுக ரெண்டுபேருமே ஒழிஞ்சா ஊருநாட்டுக்கு நிம்மதிதான்...'' நமட்டுச் சிரிப்பு சிரித்தார் ரெங்கனார்.

மாவேகம் மழைவேகமா அன்னூரிலிருந்து ஓடிவந்தாள் பொன்னழகி. அழகப்பனை தோளில் போட்டு கரைக்கு தூக்கி வந்து முதுகைத் தட்டினார் காராளவேந்தன். திடீரென காராளவேந்தனின் பின்னால் நின்றுகொண்டு இருந்த சனக்கட்டனைப் பார்த்ததும் ரெங்கனாரும் சேனையாரும் வெடவெடத்துப்போய் நின்றனர்.

ரெங்கனார் மற்றும் சேனையாருடன் சேர்ந்து பெரியகண்மாய் கரையை உடைச்சு விட்டதை வள்ளியம்மையிடம் ராத்திரியே சொல்லி மகிழ்ந்தான் சனக்கட்டன்.

"ஊருநாட்டுக்கு வெனைக்கினே திரியுறவனுக கூட கூட்டுச் சேர்ந்து கண்மாய ஒடச்சு பழிபாவத்த தேடிட்டியேய்யா... இன்னக்கி ஏம்புள்ளையோட உசுறக் காப்பாத்துனவ குடும்பத்த சீரழிச்சுப்

பாக்கத் துணிஞ்சுட்டியே... உன்னால ஒத்த மரக்கா நெல்லுக்கு வழியிருக்கா...” தலைவிரி கோலமாய் கத்தினாள் வள்ளியம்மை. அதோடு நின்றுவிடாமல் ராத்திரியோடு ராத்திரியாக காராளவேந்தன் காலில் போய் விழ வைத்ததை நினைத்துப் பார்த்து பெரிய கண்மாய் கரையில் தலை குனிந்தவாறு நின்றான் சனக்கட்டன்.

வயல்நாட்டு பெரியகண்மாயில் உடைப்பு ஏற்பட்டதை அறிந்து உதவுவதற்காக ஐம்பது வீரர்களோடு ஏழெட்டு மாட்டு வண்டிகளிலும் குதிரை வண்டியிலும் வந்திறங்கினார் கட்டியக்காரரர் அன்சார்.

ஏழெட்டு பேர் சூழ்ந்து சேனையாரையும் ரெங்கனாரையும் இழுத்துக்கொண்டு காராளவேந்தனிடம் வந்தனர். கட்டியக்காரரர் அன்சாரைப் பார்த்ததும் காராளவேந்தனின் முகம் துளிர்விட்ட வரகு நாற்றாய் செழுமை கொண்டிருந்தது. கட்டியக்காரரின் முகம் மலர்ந்ததைப் பார்த்த மறு கணமே கொண்டு வந்த பெரிய ஆயுதங்களால் மண்ணை வெட்டியும் மரங்களை வெட்டிப்போட்டும் தண்ணீரை அடைத்துக் கொண்டு இருந்தனர் வீரர்கள்.

கண் விழித்துப் பார்த்த அழகப்பனை நோக்கி ஓடி வந்தாள் பொன்னழகி. கன்னம் நிறைய பேரன்பினைப் பூக்கச்செய்து கட்டியக்காரரை நோக்கி நடக்க ஆரம்பித்தார் காராளவேந்தன்.

நேற்று இரவு அழகப்பனால் மஞ்சனத்தி மரத்தில் தொங்கவிட்ட தப்பு காற்றில் மோதி டட்... டட்... டட்... என இசைத்துக் கொண்டிருந்தது.

★★★

சோலச்சி

புதுக்கோட்டை மாவட்டம் வயலோகம் கிராமம் அகரப்பட்டியைச் சேர்ந்த தீ.திருப்பதி என்ற இயற்பெயர் கொண்ட இவர், பத்தாம் வகுப்பில் அறிவியல் பாடம் சொல்லிக்கொடுத்த தமது ஆசிரியரின் பெயரையே 'சோலச்சி' என புனைபெயராக வைத்துக்கொண்டவர். கவிதை, சிறுகதை என இலக்கிய உலகில் தொடர்ந்து எழுதிப் பயணித்துக்கொண்டு இருப்பவர். முதல் பரிசு, காட்டு நெறிஞ்சி, கருப்புச்சட்டையும் கத்திக் கம்புகளும், விரிசல், அட்டணக்கால், தொவரக்காடு ஆகிய நூல்களை எழுதியுள்ளார். இவரது நூல்களைப் பலரும் இளங்கலை முனைவர் பட்ட ஆய்வுக்குத் தேர்ந்தெடுத்துள்ளனர். ராஜபாளையம் மணிமேகலை மன்றம் விருது, பொதிகை மின்னல் விருது, புதுச்சேரி தமிழ்ச்சங்கம் விருது, கல்பாக்கம் சாலோம் அறக்கட்டளை விருது என பல்வேறு தமிழ் அமைப்புகள் இவரது நூல்களைப் பாராட்டி விருது வழங்கிச் சிறப்பித்திருக்கின்றன.

www.ingramcontent.com/pod-product-compliance
Ingram Content Group UK Ltd.
Pitfield, Milton Keynes, MK11 3LW, UK
UKHW042134021026
15589UKWH00003B/827

9 789395 511872